我的第一本
越南語會話

VIETNAMESE
Everyday Life!

單元	場合	主題	對話重點
0	在開始學習會話之前	越南語的人稱代名詞說明	第一人稱 第二人稱 第三人稱
1	初次見面	Hội thoại ❶ 一般自我介紹	Tên tôi là Tôi tên Tôi là＋自己的名字
		Hội thoại ❷ 介紹自己的國籍	Tôi là người Đài Loan Tôi đến từ Đài Loan
		Hội thoại ❸ 介紹第三人	giới thiệu với＋受話者的名字 đây là＋被介紹人的名字
		Hội thoại ❹ 確認對方身分	nhỉ, ha
2	請、謝謝、對不起	Hội thoại ❶ 贈送禮品	tặng＋某人 kính tặng biếu kính biếu
		Hội thoại ❷ 一般表達謝意	Cảm ơn, Cám ơn
		Hội thoại ❸ 一般表達歉意	Xin lỗi、主詞＋xin lỗi＋受詞
		•TIPS 「Xin lỗi」的詳細應用	
3	一般寒暄	Hội thoại ❶ 一般問候	chào＋人名／人稱代名詞
		Hội thoại ❷ 睡前問候	chúc ngủ ngon chúc＋人稱代名詞／人名＋ngủ ngon
		Hội thoại ❸ 談論天氣	thời tiết rất đẹp
		•TIPS 更多與天氣相關的對話句	
		Hội thoại ❹ 詢問近況	dạo này khỏe dạo này＋人稱代名詞／人名＋khỏe không?
		Hội thoại ❺ 簡單致意	cảm ơn＋某人＋đã quan tâm và giúp đỡ＋自己
		Hội thoại ❻ 久別重逢	lâu rồi mới gặp lâu rồi không gặp lâu quá không gặp
		Hội thoại ❼ 道別	chào＋人稱代名詞／人名 Tạm biệt＋（人稱代名詞／人名）
4	跟陌生人搭話	Hội thoại ❶ 詢問他人	Làm ơn cho＋人稱代名詞／人名＋hỏi」
		Hội thoại ❷ 提出確認	... đúng không? ... phải không?
		Hội thoại ❸ 問路	ở đâu đến＋目的地 đi như thế nào?
		•TIPS 更多問路的表現	
5	求助	Hội thoại ❶ 提出請求	(có thể) ... được không? co thể
		Hội thoại ❷ 詢問資訊	北 phiền／南 nhờ＋人稱代名詞／人名…＋動詞
		Hội thoại ❸ 求助他人	xin giúp tôi ...
		•TIPS 各種需要喊救命的越南語表現	

單元	場合	主題	對話重點
6	決定表現	Hội thoại ❶ 接受建議	Tất nhiên là được rồi đương nhiên tất nhiên
		Hội thoại ❷ 提出建議	... tốt hơn
		Hội thoại ❸ 確認時序	Khi nào Khi nào bạn đi Việt Nam? Bạn đi Việt Nam khi nào? bao giờ
		Hội thoại ❹ 回應他人	Tôi thích ... Tôi không thích ...
		Hội thoại ❺ 回絕	Xin lỗi, tôi không thể ...
		Hội thoại ❻ 制止	xin đừng ...
7	開始與結束	Hội thoại ❶ 餐前	「人稱代名詞／人名＋mời＋人稱代名詞／人名＋ăn cơm
		Hội thoại ❷ 餐後	人稱代名詞＋ăn no rồi (ạ) 人稱代名詞／人名＋mời＋人稱代名詞／人名＋ăn cơm
		Hội thoại ❸ 參加	mời＋人稱代名詞／人名＋(đến) tham gia ...
		Hội thoại ❹ 結束	... kết thúc tại đây
8	祝福	Hội thoại ❶ 生日	Chúc mừng sinh nhật Sinh nhật vui vẻ
		Hội thoại ❷ 升職	Chúc mừng＋人稱代名詞／人名＋được lên chức Chúc mừng ＋人稱代名詞／人名＋được thăng chức
		Hội thoại ❸ 結婚	trăm năm hạnh phúc sớm sinh quý tử chúc mừng
		Hội thoại ❹ 生產	mẹ tròn con vuông
		Hội thoại ❺ 新年	Chúc mừng năm mới Năm mới vui vẻ Chúc ＋人稱代名詞／人名＋năm mới ...
		Hội thoại ❻ 祈禱	cầu trời phù hộ (cầu) mong ...
9	慰問	Hội thoại ❶ 安慰	人稱代名詞／人名＋vẫn ổn chứ? 人稱代名詞／人名＋không sao chứ?
		Hội thoại ❷ 慰勞	人稱代名詞／人名＋đã vất vả rồi
		Hội thoại ❸ 健康的叮嚀	（人稱代名詞／人名）＋hãy giữ gìn sức khỏe nhé nhớ giữ gìn sức khỏe nhé
		Hội thoại ❹ 弔唁	xin hãy nén bi thương xin chia buồn cùng gia đình＋人稱代名詞／人名
10	電話	Hội thoại ❶ 打錯電話	Xin lỗi（＋人稱代名詞），+gọi nhầm số rồi
		Hội thoại ❷ 電話留言	giúp tôi nhắn＋某人
		Hội thoại ❸ 聽不清楚	nghe không rõ, làm ơn nói lớn một chút được không ạ?
		Hội thoại ❹ 請求重複	Xin（＋人稱代名詞）+nói lại lần nữa được không ạ?
		Hội thoại ❺ 電話邀約	có muốn ...
		Hội thoại ❻ 告知人不在	hiện ...

課別	場景	會話重點
1	在機場	❶ Làm ơn ❷ không có gì
2	在公車站	❶ ... không? ❷ Đúng (rồi)
3	在火車站	❶ nếu ... thì ... ❷ đâu
4	在出入境管理局	❶ xin ❷ 動詞＋xong
5	在人民委員會	❶ ... và ... ❷ cần ...
6	在銀行	❶ ... như thế nào? ❷ rất ...
7	在通訊行	❶ không thể không ... ❷ chỉ cần ... là / thì ...
8	在房屋仲介公司	❶ tất nhiên / dương nhiên ❷ có vẻ
9	在電話中	❶ alô ❷ là ...
10	在街頭	❶ có phải (là) ... không? ❷ 動詞＋nhầm
11	在電影院	❶ mấy giờ? ❷ chọn / lựa chọn
12	在餐廳	❶ Anh / Chị muốn dùng gì? ❷ cho＋人稱代名詞／名詞＋名詞／名詞詞組
13	在傳統市場	❶ đổi ❷ không＋形容詞／動詞＋名詞的詞組＋lắm
14	在3C賣場	❶ có bán ... không? ❷ tổng cộng
15	在美髮沙龍	❶ thích ❷ bắt đầu

文法焦點	補充表達	圖解單字	越南文法專欄
xin 與 hãy 的用法	與寬、窄相關的表現及慣用語	機場內的相關單字	越南的機場交通接駁
nhỉ (ha) 的用法	一定要會的指示代名詞表現	公車內及公車站牌的相關單字	越南公車的現勢
tại 與 ở 的用法	越南語的數字表現	列車內外及線上購票的相關單字	越南的火車簡介及趣談
muốn 的用法	一定要會的年、月日等表現	出入境管理局的相關單字	外國人居留證申辦流程
sẽ 的用法	與時間相關的表現及慣用語	人民委員會裡的相關單字	外國人在越南辦理結婚手續流程
nên ... 的用法	關於越南的貨幣	銀行裡的相關單字	越南銀行開戶的流程
đối với ... mà nói ... 的用法	與難易度相關的表現及慣用語	通訊行裡的相關單字	越南手機門號的申辦流程
vì ... nên ... 的用法	與距離相關的表現及慣用語	房仲公司裡的相關單字	越南式古厝
có thể ... 的用法	越南常用通訊軟體－Zalo 安裝法、越南台灣電話撥打法	與電話相關的單字	手機在越南的現況
... đi 的用法	與冷、熱相關的表現及慣用語	街道上的相關單字	越南的自動販賣機介紹
rồi 的用法	與多、寡相關的表現及慣用語	電影院的相關單字	在越南的電影文化
đừng 的用法	與味覺相關的表現	餐具的相關單字	越南人用早餐的習慣
đều 的用法	與空間相關的表現及慣用語	菜市場裡常見的相關單字	越南傳統市場文化
形容詞／動詞接名詞的詞組＋nhất 的用法	一定要會的一些量詞表現	各種 3C 商品的相關單字	越南 3C 賣場介紹
vừa＋形容詞/動詞接名詞的詞組＋vừa＋形容詞/動詞接名詞的詞組	與美、醜相關的表現及慣用語	各種髮型及美髮用品的相關單字	越南的路邊理髮

16	在健身房	❶ thường xuyên ❷ tiếp tục
17	在郵局	❶ chỉ ... (thôi) ❷ gửi ... đi / cho ...
18	在醫院	❶ đầu đau như búa bổ ❷ thấy / cảm thấy
19	在服飾店	❶ (hoặc ...) hoặc ... ❷ thử
20	在花店	❶ trông ❷ hết、動詞＋hết
21	在警察局	❶ sau đó ❷ không cánh mà bay
22	在飯店	❶ mong＋...＋thông cảm ❷ rất khó＋動詞
23	在旅遊景點	❶ biết ❷ chính là ...
24	在百貨公司	❶ bao nhiêu tiền? ❷ cỡ
25	在學校 （語言中心）	❶ bao lâu ❷ khá＋形容詞
26	在工廠	❶ trước tiên ❷ khó tránh
27	在辦公室	❶ nhớ ❷ vừa / mới / vừa mới
28	在咖啡廳	❶ hay＋動詞 ❷ đành＋動詞
29	在告別式	❶ nhỡ ... thì ... ❷ cả ... lẫn ...
30	在結婚會場	❶ vốn dĩ ❷ càng ngày càng ... / ngày càng ...

mới＋動詞 的用法	與強、弱相關的表現及慣用語	各種健身器材的相關單字	越南的國家運動！足球文化
hay (là) ... 用法	與重量相關的表現及慣用語	郵局裡的相關單字	關於越南的郵政
ngoài ... ra 的用法	與疼痛相關的表現及慣用語	與醫院相關的單字表現及各種症狀表現	關於在越南就醫
cũng 的用法	一定要會的穿著動詞表現	各種服裝及裁縫工具的相關單字	越南國服
tuy ... nhưng ... 的用法	與顏色相關的表現及慣用語	各種與花卉相關的單字	西就花村～精彩的攝影取景聖地
bị 的用法	與精神狀態相關的表現	與警察局相關的單字	在越南的報案流程
đã 的用法	與潔淨程度相關的表現及慣用語	飯店的相關單字	越南的飯店文化
không những ＋動詞／形容詞＋mà còn＋動詞／形容詞 的用法	與喜、悲相關的表現及慣用語	各種越南語的禁止標語＋各種在觀光區常進行的觀光模式	關於越南的觀光＋寧平拜頂寺的介紹
形容詞＋hơn 的用法	與貴、便宜相關的表現及慣用語	越南各種商店的名稱	在越南的機場辦理退稅的過程
sắp＋動詞 的用法	一定要會的接受表現	國籍、地區及語種的單字表現	越南的教育系統
動詞／形容詞＋趨向動詞 的用法	與速度相關的表現及慣用語	工廠的相關單字	在越台商的投資情況
lại＋動詞 的用法	與優劣度相關的表現	辦公室內的相關單字	越南是投資者的重要目的地
cứ ... là / thì ... 及 hễ ... là / thì ... 的用法	與硬度相關的表現及慣用語	咖啡廳內的相關單字	越南的咖啡品嘗文化
không thể ... mà (nếu) không ...	與哭有關的表現及慣用語	葬禮的相關單字	關於越南的「殯」與「葬」
rất, lắm, quá 的用法	與笑有關的表現及慣用語	越南婚禮相關的單字	越南的婚禮儀式及文化

使用說明 | 專為華人設計的越南語學習書
全方位收錄生活中真正用得到的會話

■ PHẦN 1 | 基本簡短對話
10個主題，歸納出40多個基本對話。

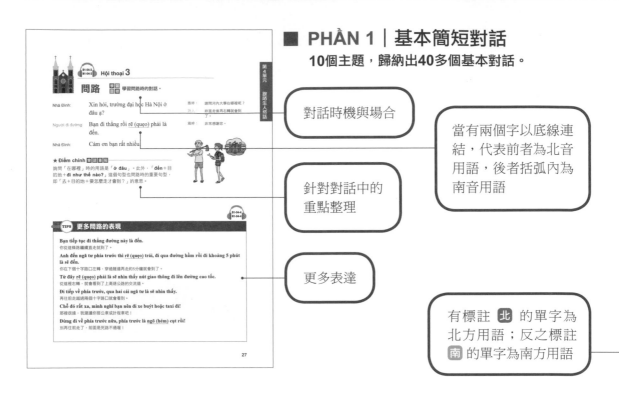

- 對話時機與場合
- 針對對話中的重點整理
- 更多表達
- 當有兩個字以底線連結，代表前者為北音用語，後者括弧內為南音用語
- 有標註 **北** 的單字為北方用語；反之標註 **南** 的單字為南方用語

■ PHẦN 2 | 到當地一定要會的場景會話
適合用來「教學」與「自學」，有系統的30個會話課程

★跟著特定人物設定與精心規畫的場景會話，讓你體驗在越南的每一天。

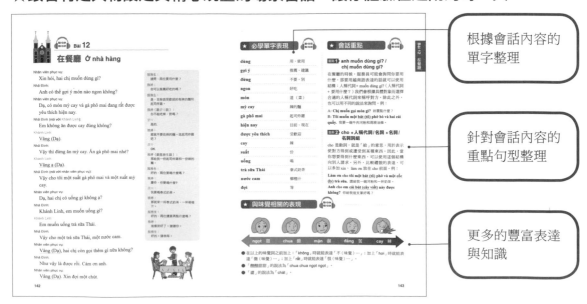

- 根據會話內容的單字整理
- 針對會話內容的重點句型整理
- 更多的豐富表達與知識

★針對會話課程所整理的重要文法解說，用簡單的方式了解法語的規則。

★收錄在越南最需要知道的大量短對話，讓您學到其他場合的相關表達。

★配合會話主題的「聽」「說」「寫」練習，藉由如填空題、翻譯題、口說練習題等題目，來加強越南語能力。

★本書錄音含北、南音，關於 MP3 的標記，標註有 B 開頭的為北音發音檔、N 開頭的為南音發音檔。

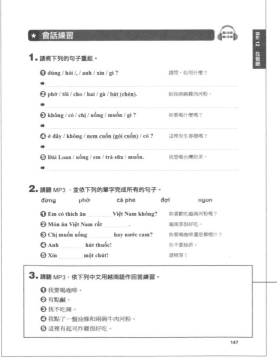

在做應答練習時，須配合MP3，請依以下步驟做練習：

1. 您會先聽到題號「1、2…」，接著會聽到一句越南文。

2. 越南文唸完後，請依題目裡的中文提示，利用空秒時間開口將中文翻譯成越南文，以回答問題。練習結束後，會聽到一個響聲，後面則由越南人正式發音示範。

★ **會話練習**

1. 請將下列的句子重組。

① dùng / hỏi / , / anh / xin / gì ?　　　　請問，你用什麼？
→

② phở / tôi / cho / hai / gà / bát (chén).　　給我兩碗雞肉河粉。
→

③ không / có / chị / uống / muốn / gì ?　　你要喝什麼嗎？
→

④ ở đây / không / nem cuốn (gỏi cuốn) / có ?　　這裡有生春捲嗎？
→

⑤ Đài Loan / uống / em / trà sữa / muốn.　　我想喝台灣奶茶。
→

2. 請聽 MP3，並依下列的單字完成所有的句子。

đừng	phở	cà phê	đợi	ngon

① Em có thích ăn _____ Việt Nam không?　　你喜歡吃越南河粉嗎？
② Món ăn Việt Nam rất _____.　　越南菜很好吃。
③ Chị muốn uống _____ hay nước cam?　　你要喝咖啡還是柳橙汁？
④ Anh _____ hút thuốc!　　你不要抽菸。
⑤ Xin _____ một chút!　　請稍等！

3. 請聽 MP3，依下列中文用越南語作回答練習。

① 我要喝咖啡。
② 有點鹹。
③ 我不吃辣。
④ 我點了一盤油條和兩碗牛肉河粉。
⑤ 這裡有起司炸雞很好吃。

147

重組題，將拆散的每個單字重組成一個完整的句子，藉以培養優秀的越語能力。

聽力填充題，藉由聽 MP3，找出提示中正確的單字。

★ **收錄在越南最需要知道的大量單字與表達。**

★ **餐具的相關單字**

① 越 bát đựng canh /
　 南 tô đựng canh 湯碗
② 越 đĩa / 南 dĩa 盤子
③ dao ăn 餐刀
④ 越 đĩa / 南 nĩa 叉子
⑤ 越 thìa / 南 muỗng 湯匙
　 → môi / muỗi / vá 勺子
⑥ 越 cốc / 南 ly 杯子
⑦ 越 cốc cà phê 咖啡杯 /
　 南 ly cà phê
⑧ ly 高腳杯
⑨ mâm 大托盤
⑩ 越 bát / 南 chén 碗
⑪ đũa 筷子
⑫ gác đũa 筷架
⑬ tăm (xỉa răng) 牙籤

調理方式

⑭ 越 rán / 南 chiên 煎
⑮ nấu 煮
⑯ xào 炒
⑰ 越 rán ngập dầu /
　 南 chiên ngập dầu 炸

加強表現

① 越 rửa bát / 南 rửa chén 洗碗
② rót rượu vào ly 將酒倒進杯子
③ 越 dùng dao thái bít tết /
　 南 dùng dao cắt bít tết 用餐刀切開牛排
④ 越 dùng đĩa xiên /
　 南 dùng nĩa xiên 用叉子叉
⑤ 越 dùng đĩa đựng thức ăn /
　 南 dùng dĩa đựng thức ăn 用餐盤裝
⑥ dùng đĩa (dĩa) đựng thức ăn
　 用盤子裝食物
⑦ dùng môi múc canh 用勺子盛湯
⑧ 越 ăn cơm bằng thìa /
　 南 ăn cơm bằng muỗng 用湯匙吃飯

148

★ **30篇實用又豐富的越南文化與生活大小事解說。**

（各章節的越南文化皆為 2019 年之現勢）

★ **文化專欄──越南人用早餐的習慣**

對河內人而言，早餐非常重要，是一天之始最重要的一餐。所以河內人會花很多時間在張羅早餐的這件事情上。大清早，河內的早餐店裡，就能看到早餐店裡坐滿了陸續前來的客人。在這裡，並不像台灣人都習慣只吃麵包、饅頭這類的食品，而是在這個時段就已經讓帶有湯汁的料理上桌。例如：phở（河粉）、bún chả（烤肉米線）、bún riêu cua（蟹肉粉）、bún móng giò（豬腳米粉）、bún cá（炸魚米粉）等等。不論是酷暑還是寒冬，這些早餐的人氣都歷久不衰。且比起冷氣開放的豪華餐廳，在路邊的簡易擺著凳子和桌子的攤位還更加地受到在地人們的青睞。

河內人常有呼朋引伴共進早餐的習慣，因為這是個與朋友交流、聊天的良機。部分賣 cháo lòng（豬雜粥）的店還會賣酒給男性顧客，河內人吃完早餐後也常在咖啡喝咖啡或在路邊的小圈子喝茶聊題。因此，這些小攤子，咖啡店常選擇開在早餐店的旁邊便以吸引客人。但一些因忙碌而不想多花時間的人，他們也會選擇更容易取得的餐點，如：xôi（糯米飯）、bánh mì（法國麵包）、越 trứng vịt lộn / 南 hột vịt lộn（鴨仔蛋）、bánh cuốn（捲筒粉）或 cơm nắm muối vừng（花生粉飯糰）等，這些餐點既能輕易取得且營養豐富。

相較之下，西貢人就不是這樣囉！大部分西貢的年輕人普遍都比較晚吃早餐，大約多都是在8點到9點左右，有的人只喝咖啡就夠了，因為西貢人較為晚起，通常是靠近上班時間才起床，所以他們常選擇簡單、方便的早點，例如：法國麵包等。在西貢，幾乎每條路、每個巷子都能看到法國麵包包店的蹤影。而且門庭若市，如果時間充足的話，他們常選有湯的餐點，如：bún（米線）、河粉、hủ tiếu（粿條）等。西貢人跟台灣大城市的人們比較像，注重便利至上，即哪個種方便就選哪種、哪裡順路就在哪裡買，所以路邊的早餐店、街頭攤販時時刻刻訪客絡不絕。對西貢人而言，他們吃早餐的目的自然就是補充精力，而非不像河內人那樣想花太把時間及功夫在早餐上。

依地區的不同，越南人對於早餐吃法的講究，也不盡相同。

149

■■ 主要人物介紹

Phong 阿豐

越南人，26 歲。在故鄉是大帥哥。對工作積極主
動，平時喜好運動、看電影及中文的學習。

Chí Vĩ 志偉

台灣人，29 歲。對越南抱有高度熱枕，選擇派駐
在越南的工作。生活上對凡事主動積極，喜好學
習新知。

Khánh Linh 慶玲

越南人，25 歲。在越南本地的公司就職的 Office
lady，喜好日語及日本文化。對咖啡有點上癮，
喜歡在咖啡廳靜靜地看書及聽音樂。

Nhã Đình 雅婷

台灣人，26 歲。在一次的機會下接觸到越南甚感
喜好，就跑到越南來闖天下。立志將越南的優點
透過自己的文字讓眾人知曉。

目 錄

目　錄

Phần 1 | 基本簡短對話

在開始學習會話之前

越南語的人稱代名詞説明

在對話的過程中，越南語的人稱代名詞會因為雙方之間的關係而改變。因此，應該先確認雙方的關係之後再使用合適的人稱代名詞，以免造成不必要的誤會。

第一人稱

單數 tôi, tớ (mình), tao 我

指說話者。在越南語中，會根據說話者與聽話者的關係與年齡以不同的代名詞來稱呼自己。「tôi」是適合用於普通關係，對於陌生人最一般的用法；「tớ」是與面對關係較好的朋友時使用，南方會說「mình」；「tao」也是用於關係較好的人，但語感上很粗魯，類似台語「恁爸」的感覺。

複數 chúng tôi, chúng tao, chúng tớ (tụi mình), chúng ta 我們、咱們

指說話者。在越南語中，複數的「chúng tôi」、「chúng tao」、「chúng tớ (tụi mình)」的語感皆可以參考上欄的單數部分。最後的「chúng ta」與前三者不同的是當話者使用前三個詞時，是指不含聽話者那邊的人的「我們」。但「chúng ta」的話指的是說的及聽的那邊所有的人的「我們」。

第二人稱

單數 bạn / 北 cậu 你／妳

指關係一般的朋友。

複數 các bạn / 北 các cậu / 南 mấy bạn 你們／妳們

指關係一般的朋友們。

單數 anh 你；先生

指哥哥或較年長的男性；對陌生男性的敬稱，此時即使對晚輩亦可使用。

複數 các anh 你們；先生們

指哥哥或較年長男性的複數；使用概念與單數相同。

單數 chị 妳；小姐

指姊姊或較年長的女性；對陌生女性的敬稱，此時即使對晚輩亦可使用。

複數 các chị 妳們；小姐們

指姊姊或較年長女性的複數；使用概念與單數相同。

單數 bà 您

指女性的長輩；在正式場合下就相當於「女士」。

複數 các bà 妳們

指複數女性的長輩，語氣非常地敬重；在正式場合下就相當於「女士們」這個稱謂。

單數 ông 您

指長輩的男性；在正式場合下就相當於「先生」。

複數 các ông 你們

指複數男性的長輩，語氣非常地敬重；在正式場合下就相似於「先生們」這個稱謂。

單數 em 你／妳

指弟弟、妹妹或較年輕的晚輩。

複數 các em 你／妳們

指弟弟、妹妹或較年輕的晚輩。

第三人稱

B1-00-3
N1-003

單數 nó 她／他／它

可指人、動物或事物（但帶有輕蔑的語氣）。

複數 chúng nó / bọn nó / 南 tụi nó 她／他／它們

可指複數的人、動物或事物（但帶有輕蔑的語氣）。其中「bọn nó」及「tụi nó」只用於指人。

單數 bạn ấy 她／他

指關係一般的朋友。

複數 các bạn ấy 她／他們

指關係一般的朋友們。

單數 anh ấy 他

指哥哥或較年長的男性。

複數 các anh ấy 他們

指哥哥們或較年長的男性們。

單數 chị ấy 她

指姊姊或較年長的女性。

複數 các chị ấy 她們

指姊姊們或較年長的女性們。

單數 em ấy 她／他

指弟弟、妹妹或較年輕的晚輩。

複數 các em ấy 她／他們

指弟弟、妹妹們或較年輕的晚輩們。

單數 bà ấy 她

指長輩的女性；在正式場合下就相當於「女士」。

複數 các bà ấy 她們

指不含聽者的複數女性長輩，語氣非常地敬重；在正式場合下就相當於「女士們」。

單數 ông ấy 他

指長輩的男性；在正式場合下就相當於「先生」。

複數 các ông ấy 他們

指不含聽者的複數男性長輩，語氣非常地敬重；在正式場合下就相當於「先生們」。

複數 họ

另外有「họ」這個詞，意為「她們、他們」來代替，注意只能用於稱呼「人」。

一般自我介紹

學習目標 學習初次見面時自我介紹的說法。

Phong:	Chào bạn. Tên tôi là Phong.
Nhã Đình:	Chào bạn. Tôi tên Nhã Đình. Rất vui được biết bạn.
Phong:	Tôi cũng rất vui được làm quen với bạn.

阿豐：	妳好。我叫阿豐。
雅婷：	你好。我叫雅婷。很高興認識你。
阿豐：	我也很高興認識妳。

★ **Điểm chính** 會話重點

與越南人初次見面時，我們常常會先介紹自己的名字，而「**Tên tôi là**」和「**Tôi tên**」都是常用的表現。此外，亦可以簡單地說「**Tôi là**＋自己的名字」。另外，越南人在自我介紹時不會連名帶姓的稱呼自己，通常只稱名字的部分。

介紹自己的國籍

學習目標 學習國籍自我介紹的說法。

Phong:	Bạn là người nước nào?
Nhã Đình:	Tôi là người Đài Loan. Còn bạn?
Phong:	Tôi là người Việt Nam.

阿豐：	妳是哪國人？
雅婷：	我是台灣人。你呢？
阿豐：	我是越南人。

★ **Điểm chính** 會話重點

除了「**Tôi là người Đài Loan**」之外，還可以用「**Tôi đến từ Đài Loan**」的句子來表達，這句的意思是「我來自台灣」的意思。

B1-01-3
N1-01-3

Hội thoại 3

介紹第三人

學習
目標 我們要學習如何介紹第三人的表達方式。

Phong:	Để tôi giới thiệu với bạn, đây là Khánh Linh.
Nhã Đình:	Chào Khánh Linh. Rất vui được gặp bạn.
Phong（nói với Khánh Linh）:	
	Giới thiệu với em, đây là Nhã Đình.
Khánh Linh:	Chào Nhã Đình. Tôi cũng rất vui được làm quen với bạn.

阿豐： 容我跟你介紹一下，這位是慶玲。

雅婷： 慶玲妳好。很高興見到妳。

阿豐（跟慶玲說）：
跟妳介紹一下，這位是雅婷。

慶玲： 雅婷妳好。我也很高興認識妳。

★ Điểm chính 會話重點

當你想要介紹第三人給他人認識時，可以使用「**giới thiệu với**＋受話者的名字或人稱代名詞，**đây là**＋被介紹者的名字」的慣用句型。

B1-01-4
N1-01-4

Hội thoại 4

確認對方身分

學習
目標 學習確認他人身分時的對話。

Phong:	Chào chị. Chị có phải là chị Trang không?
Sinh viên:	Dạ vâng (Dạ). Tôi là Trang.
Phong:	Chị là Lê Thị Trang của khoa tiếng Trung nhỉ?
Sinh viên:	Không phải, khoa tiếng Trung thì đúng, nhưng tên tôi là Khắc Thị Trang.

阿豐： 妳好，請問妳是阿妝嗎？

大學生： 是的，我是阿妝。

阿豐： 妳是中文系的黎氏妝對嗎？

大學生： 不對，中文系是對的，但是我的名字是克氏妝。

★ Điểm chính 會話重點

當我們想跟對方確認自己說的對不對時，能在句尾加上「**nhỉ**」。南方則會說「**ha**」。

B1-02-1
N1-02-1 **Hội thoại 1**

贈送禮品

學習目標 我們要學習贈送別人禮物的說法。

Phong:	Nhã Đình, tặng bạn món quà này.
Nhã Đình:	Đây là gì vậy Phong?
Phong:	Đây là món quà nhỏ nhưng hi vọng bạn thích nó.

阿豐： 雅婷，這份禮物送給妳。

雅婷： 這個是什麼呀，阿豐？

阿豐： 這是一個小小的禮物，但希望妳喜歡它。

★ Điểm chính 會話重點

要贈送禮品的時候，對一般的朋友或同輩就可以用「**tặng**＋某人」，但如果是送給長輩或上級時可以用「**kính tặng**」、「**biếu**」、「**kính biếu**」來表示禮貌和尊敬。

B1-02-2
N1-02-2 **Hội thoại 2**

一般表達謝意

學習目標 我們要學習表達謝意的說法。

Khánh Linh:	Hôm nay vui quá, cảm ơn anh đã đưa em đi chơi.
Chí Vĩ:	Đừng khách sáo. Em vui là được.
Khánh Linh:	Cảm ơn anh rất nhiều.

慶玲： 今天好開心，謝謝你帶我去玩。

志偉： 別客氣。你開心就好。

慶玲： 很感謝你。

★ Điểm chính 會話重點

想要對他人表達謝意時用「**Cảm ơn**」，意思就是「謝謝」、「感恩」。另外，也可以說「**Cám ơn**」，這兩種說法都常用。會話第一句中的「**đưa em đi chơi**」也可以說成「**dẫn em đi chơi**」。

B1-02-3
N1-02-3

Hội thoại **3**

一般表達歉意

學習目標　我們要學習表達歉意的說法。

Khánh Linh:	Xin lỗi anh, em tới <u>muộn</u> (trễ).
Chí Vĩ:	Không sao. Anh cũng vừa đến.
Khánh Linh:	Vậy à? Chúng ta đi vào thôi.

慶玲：	對不起，我遲到了。
志偉：	沒關係。我也剛來。
慶玲：	是哦？我們進去吧。

★ **Điểm chính** 會話重點

當我們要向他人道歉的時候可以說：「**Xin lỗi**」，意思就是「對不起」。對長輩表達歉意應該用比較禮貌的說法：「主詞＋**xin lỗi**＋受詞」。

B1-02-4
N1-02-4

TIPS 「不好意思」的應用

★ **不好意思：Xin lỗi, ngại quá**

→ 禮貌提問之前，因怕打擾對方而說的客套話
　例 **Xin lỗi, làm ơn cho hỏi đến bưu điện Hà Nội đi như thế nào?**
　　不好意思，請問到河內郵局怎麼走？

→ 要說或者要做可能會令人不悅的事情之前用的客套話
　例 **Xin lỗi, làm ơn cho qua.**
　　不好意思，借過一下。

★ **抱歉（文言感）、對不起（口語感）：Xin lỗi**

→ 做錯事情之後道歉
　例 **Xin lỗi, tôi đến <u>muộn</u> (trễ).**
　　對不起，我遲到了。

→ 造成別人的不便之後表示歉意
　例 **Xin lỗi vì đã gây nhiều rắc rối cho bạn.**
　　對不起，給你添了那麼麻煩。

B1-03-1
N1-03-1

Hội thoại 1

一般問候

學習
目標 學習早晨及一般問候的對話。

Phong: Chào Nhã Đình!

Nhã Đình: Chào buổi sáng, Phong!

Phong: Bạn đi đâu vậy?

Nhã Đình: Tớ (Mình) đến trường.

阿豐： 雅婷，妳好！

雅婷： 阿豐，早安！

阿豐： 妳要去哪裡？

雅婷： 我要到學校去。

★ **Điểm chính** 會話重點

一般越南人在見面打招呼時最常用的說法是「**chào**＋人名／人稱代名詞」，不管人稱代名詞是用哪個，在中文的邏輯裡都是在跟自己對話的那個人，所以都是「你好（您好）」。

B1-03-2
N1-03-2

Hội thoại 2

睡前問候

學習
目標 學習晚上就寢前問候的對話。

Nhã Đình: Muộn (Trễ) rồi, em ngủ sớm đi.

Khánh Linh: Chúc chị ngủ ngon!

Nhã Đình: Chúc ngủ ngon!

雅婷： 很晚了，妳早點睡吧。

慶玲： 晚安！（祝你有個好夢！）

雅婷： 晚安！（祝好夢！）

★ **Điểm chính** 會話重點

當就寢前要跟他人說「晚安」時，越南語一般都會說：「**Chúc ngủ ngon**」或「**Chúc**＋人稱代名詞／人名＋**ngủ ngon**」。

 B1-03-3 N1-03-3

Hội thoại 3

談論天氣

學習目標 學習表達關於天氣的對話。

Phong:	Hôm nay thời tiết rất đẹp. Chúng ta ra ngoài đi dạo đi.
Nhã Đình:	Ý kiến hay đó.
Phong:	Đi thôi.

阿豐：	今天天氣很好。我們外出散步去吧！
雅婷：	好主意。
阿豐：	走吧！

★ Điểm chính 會話重點

如何用越南語表達「天氣很好」這句話呢？很簡單！我們可以說：「**thời tiết rất đẹp**」。這兩句的文法沒有差別。

 B1-03-4 N1-03-4

TIPS 更多與天氣相關的對話句

Sau cơn mưa trời lại sáng.
雨後天晴。

Ngày mai trời âm u, sẽ rất mát mẻ.
明天是陰天，會很涼爽。

Lái xe khi trời mưa rất phiền phức.
下雨時騎車很麻煩。

Dự báo ngày mai Sapa sẽ có tuyết rơi.
預計明天沙灞會下雪。

Đi Hạ Long vào mùa đông sẽ cảm thấy lạnh.
冬天時去下龍灣會覺感到冷。

Lúc đến thành phố Hồ Chí Minh sẽ rất nóng, không cần mang áo khoác đâu!
到胡志明市去時會很熱，不用帶大衣啦！

Hội thoại 4

詢問近況

學習目標 學習詢問近況的對話。

Phong: Chí Vĩ, dạo này anh khỏe không?

Chí Vĩ: Cảm ơn em, anh vẫn khỏe. Còn em?

Phong: Em cũng bình thường ạ.

阿豐： 志偉，你最近好嗎？

志偉： 謝謝你，我還好。你呢？

阿豐： 我也還好。

★ Điểm chính 會話重點

詢問熟人的近況或向他們表達關心時可以說：「**dạo này**＋人稱代名詞／人名＋**khỏe không?**」。其中「**dạo này**」是「最近」的意思，而「**khỏe**」是明確詢問別人的身體是否安康？但在越南語的會話中已習慣這樣問，大體上可等同是用中文詢問「最近你好嗎？」。

Hội thoại 5

簡單致意

學習目標 學習一些簡單表達心意的對話。

Khánh Linh: Anh Phong, cảm ơn anh luôn chiếu cố em.

Phong: Đừng khách sáo. Anh nên làm mà.

Khánh Linh: Anh thật tốt.

慶玲： 豐哥，感謝你總是照顧我。

阿豐： 不用客氣，那都是我應該做的。

慶玲： 你真是好人。

★ Điểm chính 會話重點

另外，我們另外也可以用「**cảm ơn**＋某人＋**đã quan tâm và giúp đỡ**＋自己」的句型來表達某人對你的關心與幫助。
注意：「某人」及「我」的人稱代名詞應用，在越南語中必須依自己與對象的關係正確選出合適的詞應用。

 B1-03-7 / N1-03-7 Hội thoại **6**

久別重逢

學習目標 學習很久不見後，再次相逢時常説的寒暄對話。

Nhã Đình:	Phong, lâu rồi mới gặp.
Phong:	Lâu rồi mới gặp. Bạn dạo này thế nào?
Nhã Đình:	Tớ (Mình) vẫn khỏe. Cảm ơn bạn.

雅婷：	阿豐，好久不見了。
阿豐：	好久不見。妳最近怎樣？
雅婷：	我很好，謝謝你。

★ Điểm chính 會話重點

跟老朋友很長一段時間沒見後再重逢時，若想要表達出自身的喜悦，可以用「**lâu rồi mới gặp**」、「**lâu rồi không gặp**」或「**lâu quá không gặp**」這幾句話來説，全部都是「好久不見」的意思。

 B1-03-8 / N1-03-8 Hội thoại **7**

道別

學習目標 學習跟他人説再見時常用的對話。

Phong:	Anh phải đi trước đây.
Khánh Linh:	Vâng (Dạ), chào anh.
Phong:	Tạm biệt nhé.

阿豐：	我要先走了。
慶玲：	好，再見。
阿豐：	再見。

★ Điểm chính 會話重點

一般與人道別時，都會用「**chào**＋人稱代名詞／人名」或「**Tạm biệt**＋（人稱代名詞／人名）」這兩個句型。此外現在的年輕人受西方的影響較大，一般也都會直接用英語「bye-bye」説再見。在越南語的應答聲中，北方人的習慣是「**Vâng**」跟「**Dạ**」都會講；但是南方人只會以「**Dạ**」回應。

Hội thoại **1**

詢問他人

學習目標 學習向他人詢問的對話。

Nhã Đình:	Làm ơn cho tôi hỏi, đây có phải là nhà của chị Lan không?
Hàng xóm:	Dạ, đúng rồi ạ.
Nhã Đình:	Cảm ơn anh.

雅婷：	請問這裡是蘭姐的家嗎？
鄰居：	是的，沒錯。
雅婷：	謝謝妳。

★ Điểm chính 會話重點

當要禮貌性地向他人提出詢問時，可以用「**Làm ơn cho**＋人稱代名詞／人名＋**hỏi**」的句型，越南語中是「麻煩請給…問…」概念，也就是中文「請問…」的意思。

Hội thoại **2**

提出確認

學習目標 學習確認事物時的對話。

Khánh Linh:	Xin hỏi, quyển (cuốn) sách này của anh, đúng không?
Chí Vĩ:	À, đúng rồi. Anh để quên. Cảm ơn em.
Khánh Linh:	Không có gì.

慶玲：	請問這本書是你的對嗎？
志偉：	哦，是的。我忘了拿了。謝謝妳。
慶玲：	不客氣。

★ Điểm chính 會話重點

想要向別人針對每件事進行確認時，重要的越南語黃金句子就是「**đúng không?**」或「**phải không?**」。這個句子放在詞尾，就等同於中文反問他人「對嗎？」的意思。

B1-04-3
N1-04-3

Hội thoại 3

問路　學習目標　學習問路時的對話。

Nhã Đình:	Xin hỏi, trường đại học Hà Nội ở đâu ạ?
Người đi đường:	Bạn đi thẳng rồi rẽ (quẹo) phải là đến.
Nhã Đình:	Cảm ơn bạn rất nhiều.

雅婷：	請問河內大學在哪裡呢？
路人：	妳直走後再右轉就會到了。
雅婷：	非常感謝您。

★ **Điểm chính** 會話重點

詢問「在哪裡」時的用語是「**ở đâu**」。此外，「**đến**＋目的地＋**đi như thế nào?**」這個句型也問路時的重要句型，即「去＋目的地＋要怎麼走才會到？」的意思。

B1-04-4
N1-04-4

TIPS 更多問路的表現

Bạn tiếp tục đi thẳng đường này là đến.
你從這條路繼續直走就到了。

Anh đến ngã tư phía trước thì rẽ (quẹo) trái, đi qua đường hầm rồi đi khoảng năm phút là sẽ đến.
你在下個十字路口左轉，穿過隧道再走約5分鐘就會到了。

Từ đây rẽ (quẹo) phải là sẽ nhìn thấy nút giao thông đi lên đường cao tốc.
從這裡右轉，就會看到了上高速公路的交流道。

Đi tiếp về phía trước, qua hai cái ngã tư là sẽ nhìn thấy.
再往前走越過兩個十字路口就會看到。

Chỗ đó rất xa, mình nghĩ bạn nên đi xe buýt hoặc taxi đi!
那裡很遠，我建議你搭公車或計程車吧！

Đừng đi về phía trước nữa, phía trước là ngõ (hẻm) cụt rồi!
別再往前走了，前面是死路不通喔！

Hội thoại 1

提出請求

學習向別人提出請求時的對話。

Nhã Đình: Bạn có thể cho tớ (mình) mượn cây bút (cây viết) được không?

Phong: Được chứ.

Nhã Đình: Tốt quá. Cảm ơn bạn.

雅婷：	你的筆可以借給我嗎？
阿豐：	可以呀！
雅婷：	太好了。謝謝你。

★ Điểm chính 會話重點

「(có thể)... được không?」是向他人提出請求時的重要句型，就是「可以…嗎？」的意思。在這個句型中，「có thể」是可以省略的。

Hội thoại 2

詢問資訊

學習詢問資訊時，如何讓對話更加禮貌。

Phong: Phiền (Nhờ) anh nói cho em biết nhà Nhã Đình ở đâu?

Chí Vĩ: Em ấy ở số 185, Cầu Giấy.

Phong: Cảm ơn anh.

阿豐：	麻煩你告訴我雅婷家在哪裡？
志偉：	她住在紙橋的185號。
阿豐：	謝謝你。

★ Điểm chính 會話重點

當我們要詢問資訊的時候，「北 Phiền／南 Nhờ＋人稱代名詞／人名＋動詞」是比較禮貌的表達句型，即「麻煩＋人稱代名詞／人名…＋（進行之動作）」的意思。

 Hội thoại 3

求助他人

學習目標 學習向求助他人的對話。

Khánh Linh: Chào anh, xin giúp em chuyển quyển (cuốn) sách cho chị Lan.

Chí Vĩ: Được. Anh sẽ chuyển giúp.

Khánh Linh: Cảm ơn anh.

慶玲： 你好，麻煩請幫我將這本書轉交給蘭姊。

志偉： 好，我會幫忙妳轉交。

慶玲： 謝謝您。

★ **Điểm chính** 會話重點

「**xin giúp tôi…**」是請別人幫忙時必用的句，即「請幫我…」的意思。這個句型也是很禮貌的用法。

TIPS **各種需要喊救命的越南語表現**

Cứu mạng！／Cứu tôi với！	救命呀！
Cháy rồi！	失火啦！
Động đất rồi！	地震啦！
Chạy nhanh đi！	快跑！
Cẩn thận！	小心！
Hãy giúp tôi với！	請幫幫我！
Cướp！	搶劫啦！
Mau gọi cứu hỏa！	快叫消防車！
Hình như tôi sắp ngất xỉu rồi！	我好像快昏倒了！
Có người đang theo dõi em！	有人在跟蹤我！
Ở đó có người cầm dao chém người！	那裡有人拿刀砍人！
Mau gọi xe cứu thương (xe cấp cứu)！	快叫救護車！

 Hội thoại 1

接受建議

學習
目標 學習接受他人建言的對話。

Phong:	Chúng ta đi ăn phở được không?
Nhã Đình:	Tất nhiên là được rồi.
Phong:	Vậy đi thôi.

阿豐：　我們去吃河粉好嗎？

雅婷：　當然好呀！

阿豐：　那就走吧。

★ **Điểm chính** 會話重點

覺得對方提的建議自己也非常認同時，可以用「**Tất nhiên là được rồi.**」這句固定的話來表達贊同及接受，其意思便是「當然好啦！、當然可以啦！」的意思。另外，也可以用「**đương nhiên**」這個字取代「**tất nhiên**」。

 Hội thoại 2

提出建議

學習
目標 學習向別人提出建議的對話。

Chí Vĩ:	Em không khỏe, nên ở nhà nghỉ ngơi tốt hơn.
Khánh Linh:	Vâng (Dạ), cảm ơn anh.
Chí Vĩ:	Không có gì.

志偉：　妳人不舒服，應該是在家裡休息比較好。

慶玲：　是的，謝謝你。

志偉：　不客氣。

★ **Điểm chính** 會話重點

「**...tốt hơn**」是一個給予意見時用的表達句型，其之前提到的內容是表示眾多作法中理當較佳的那一個，即等同中文的「…比較好」，故想要跟別人提出自己的意見時，可以說這個句型。

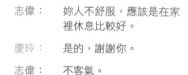

B1-06-3
N1-06-3

Hội thoại 3

確認時序

學習目標 學習如何確認時序的對話。

Chí Vĩ:	Khi nào em đi Việt Nam du lịch?
Nhã Đình:	Tuần sau ạ.
Chí Vĩ:	Chúc em đi chơi vui vẻ.

志偉:	妳什麼時候要去越南旅行？
雅婷:	下個禮拜。
志偉:	那祝妳玩得愉快。

★ Điểm chính 會話重點

「**Khi nào**」一詞是「什麼時候」，當用在句中的位置不同，意思也整個不同。擺在句首時，問的是對「未來還未發生」的時序確認；但如果擺在句尾時，意思則反過來確認「過去何時發生」的時序確認。句子「**Khi nào bạn đi Việt Nam?**」的話，則是（還沒去，但什麼時候要去？），若是「**Bạn đi Việt Nam khi nào?**」時，則是（去過了，但是是什麼時候去的？）的差別。同義詞為「**bao giờ**」。

B1-06-4
N1-06-4

Hội thoại 4

回應他人

學習目標 學習回應他人的對話。

Phong:	Bạn thích màu gì?
Nhã Đình:	Tớ (Mình) thích màu đỏ và màu trắng. Còn bạn?
Phong:	Tớ (Mình) thích màu đen.

阿豐:	妳喜歡什麼顏色？
雅婷:	我喜歡紅色和白色。那你呢？
阿豐:	我喜歡黑色。

★ Điểm chính 會話重點

當別人詢問你的喜好，可以用「**Tôi thích…**」的表達法來表示「我喜歡…」的肯定回應。當要表達否定時則可以用「**Tôi không thích…**」，即「我不喜歡…」的表達。

 B1-06-5 / N1-06-5 **Hội thoại 5**

回絕 學習目標 我們要學習表示拒絕的説法。

Phong: Ngày mai mời bạn đến nhà tớ (mình) ăn cơm nhé.

Nhã Đình: Xin lỗi, ngày mai tớ (mình) không thể đến được.

Phong: Vậy à? Không sao.

阿豐： 明天，請妳來我家吃頓飯吧！

雅婷： 對不起，明天我沒辦法去。

阿豐： 是哦！好的，沒關係。

★Điểm chính 會話重點

當要禮貌性地拒絕他人時，可以用「**Xin lỗi, tôi không thể ...**」的句型表示「對不起，我不能…」的意思。

 B1-06-6 / N1-06-6 **Hội thoại 6**

制止 學習目標 學習制止他人時的對話。

Y tá: Xin lỗi, xin đừng hút thuốc trong bệnh viện.

Chí Vĩ: Ồ, tôi xin lỗi. Cảm ơn chị đã nhắc nhở.

Y tá: Không có gì.

護士： 不好意思，在醫院裡請勿抽菸。

志偉： 哦，對不起！感謝您的提醒。

護士： 不客氣。

★Điểm chính 會話重點

當要禮貌性地制止別人做某件事情時可以用「**xin đừng ...**」的句型表達，即「請勿…」的意思。

 B1-07-1 N1-07-1 **Hội thoại 1**

餐前

學習目標　學習用餐前常用的對話。

Dì của Khánh Linh: Ăn cơm đi <u>cháu (con)</u>.

Khánh Linh: Dạ, <u>cháu (con)</u> mời dì ăn cơm.

Dì của Khánh Linh: Ừ, ăn đi. Ăn nhiều vào nhé.

慶玲的阿姨：小玲，來，吃飯吧！

慶玲：　　好的，請阿姨您也吃吧！

慶玲的阿姨：嗯，吃吧。多吃一點哦！

★ Điểm chính 會話重點

開始吃飯的時候，可以用：「（人稱代名詞／人名）＋**mời**＋人稱代名詞／人名＋**ăn cơm**」這個句型以示禮儀，意即「（人稱代名詞／人名）＋請＋人稱代名詞／人名＋吃飯」。而在越南文化中，長輩叫晚輩吃飯後，晚輩也必須要回覆這個表達以示尊重長輩，它在晚輩對長輩之間是絕對不可或缺的。特別是北越目前還保留著這樣的習慣。

 B1-07-2 N1-07-2 **Hội thoại 2**

餐後

學習目標　學習用餐後常用的對話。

Dì của Khánh Linh: Ăn thêm đi <u>cháu (con)</u>.

Khánh Linh: Dạ thôi, cảm ơn dì. <u>Cháu (Con)</u> ăn no rồi ạ.

Dì của Khánh Linh: Ừ.

慶玲的阿姨：小玲，多吃一點吧。

慶玲：　　不用了，謝謝阿姨。我吃飽了。

慶玲的阿姨：嗯。

★ Điểm chính 會話重點

「人稱代名詞＋**ăn no rồi(ạ)**」的句型可以用來表達「（我）已經吃飽了」。另外，在北越，如果你已經吃完，但長輩還在吃的話，也會跟「餐前」單元一樣，說出「（人稱代名詞／人名）＋**mời**＋人稱代名詞／人名＋**ăn cơm**」這句話表示並尊重。

 Hội thoại 3

參加

學習目標 學習邀請別人參加活動的對話。

Phong: Ngày mai mời bạn đến tham gia bữa tiệc chào mừng sinh viên mới nhé.

Nhã Đình: Ồ, tớ (mình) sẽ đến.

Phong: Ngày mai gặp.

阿豐： 明天請妳來參加迎新會哦！

雅婷： 哦，我會到。

阿豐： 那就明天見。

★ **Điểm chính** 會話重點

想邀請別人參加活動時，可以用「**mời**＋人稱代名詞／人名＋**(đến) tham gia ...**」的句型表達，即「請＋人稱代名詞／人名＋（來）參加…」的意思。

 Hội thoại 4

結束

學習目標 學習活動結束時的對話。

Cô giáo: Buổi học hôm nay kết thúc tại đây.

Phong: Em chào cô!

Cô giáo: Chào em!

（女）老師：今天的課到此結束。

阿豐： 老師再見！

（女）老師：再見！

★ **Điểm chính** 會話重點

「**... kết thúc tại đây.**」這個句型可以表明某一個活動就此停止、中斷，即「…就到此結束」的意思。

 Hội thoại **1**

生日

 學習目標 學習祝福他人生日的對話。

Phong: Nhã Đình, hôm nay sinh nhật bạn, phải không?

Nhã Đình: Ừ, đúng rồi.

Phong: Chúc mừng sinh nhật bạn!

Nhã Đình: Cảm ơn bạn.

阿豐: 雅婷，今天是妳的生日嗎？

雅婷: 嗯，是啊。

阿豐: 祝妳生日快樂！

雅婷: 謝謝你。

★ Điểm chính 會話重點

要獻上自己對越南朋友的生日祝福時，可以說：「**Chúc mừng sinh nhật**」或「**Sinh nhật vui vẻ**」，這兩句都是「生日快樂」的意思。

 Hội thoại **2**

升職

 學習目標 學習祝福他人晉昇時的對話。

Nhã Đình: Khánh Linh ơi!

Khánh Linh: Chào chị.

Nhã Đình: Chúc mừng em được lên chức nhé.

Khánh Linh: Em cảm ơn chị ạ.

雅婷: 慶玲！

慶玲: 雅婷姊，妳好。

雅婷: 恭喜妳升職了。

慶玲: 謝謝妳！

★ Điểm chính 會話重點

想要表達祝賀別人升職時，除了「**Chúc mừng**＋人稱代名詞／人名＋**được lên chức**」之外，還可以使用「**Chúc mừng**＋人稱代名詞／人名＋**được thăng chức**」的句型表達。

Hội thoại 3

結婚 學習目標 學習祝福他人結婚的對話。

Khánh Linh: Tuần sau em sẽ kết hôn, mời anh đến dự hôn lễ của em.

Chí Vĩ: Vậy à? Chúc hai em trăm năm hạnh phúc nhé.

Khánh Linh: Em cảm ơn!

慶玲： 下個禮拜我要結婚了，我要請您來參加我的婚禮。

志偉： 這樣呀！我預祝你們百年好合。

慶玲： 謝謝您！

★ Điểm chính 會話重點

除了「**trăm năm hạnh phúc**（百年好合）」之外，越南人也常在婚宴的場合上以「**sớm sinh quý tử**（早生貴子）」這句話或簡單地說聲「**chúc mừng**（恭喜）」，以表祝意。

Hội thoại 4

生產 學習目標 我們要學習祝福他人生產的對話。

Phong: Vợ anh đã sinh chưa?

Chí Vĩ: Rồi, vừa sinh hôm qua, là một bé trai.

Phong: Chúc mừng mẹ tròn con vuông nhé.

Chí Vĩ: Cảm ơn nhé.

阿豐： 你老婆生了嗎？

志偉： 生了，昨天剛生了，是一個男孩。

阿豐： 恭喜你母子平安哦。

志偉： 謝謝哦！

★ Điểm chính 會話重點

「**mẹ tròn con vuông**」是一句越南語的成語，是指生產過程順利，媽媽與孩子都平安、健康的意思。即「母子平安」的意思。

B1-08-5
N1-08-5

Hội thoại 5

新年 　學習目標　學習在新年時祝福他人的對話。

Khánh Linh:	Chúc mừng năm mới!
Phong:	Cảm ơn em. Chúc em năm mới vạn sự như ý!
Khánh Linh:	Cám ơn rất nhiều.

廣玲：	新年快樂！
阿豐：	謝謝妳。祝妳新年萬事如意！
廣玲：	非常感謝你。

★ Điểm chính 會話重點

新年的祝福一般最通用的就是「**Chúc mừng năm mới**」或是「**Năm mới vui vẻ**」，意思是「新年快樂！」。另外，「**Chúc＋人稱代名詞／人名＋năm mới...**」的句型也可以使用，即「祝＋某人＋新年…（怎樣怎樣）」，中間的人稱代名詞或人名就是受話的對象稱呼。

B1-08-6
N1-08-6

Hội thoại 6

祈禱 　學習目標　學習祈求時的用語。

Phong:	Bạn vừa cầu xin điều gì vậy?
Nhã Đình:	Cầu trời phù hộ tớ (mình) thi đỗ (đậu) đại học. Còn bạn?
Phong:	Tớ (Mình) cầu cho mọi người mạnh khỏe và vui vẻ.

阿豐：	妳剛求了些什麼呀？
雅婷：	我祈求上天保佑我考上大學。那你呢？
阿豐：	我祈求了希望大家健康快樂。

★ Điểm chính 會話重點

「**cầu trời phù hộ**（祈求上天保佑）」是一句很好用的祈禱慣用句。另外，當祈求的內容比較多元時，可以用「**(cầu) mong...**（希望…）」的句型，後面再加上具體的願望內容即可。

 Hội thoại 1

安慰

學習目標 學習安慰別人的說法。

Khánh Linh:	Anh vẫn ổn chứ?
Chí Vĩ:	Anh không sao. Cảm ơn em!
Khánh Linh:	Vâng (Dạ). Anh không sao thì tốt ạ.

慶玲：　你還好嗎？

志偉：　我沒事。謝謝妳！

慶玲：　好。你沒事就好。

★ Điểm chính 會話重點

想要關心安慰別人時可以用下列兩種句型表達，分別是「人稱代名詞／人名＋**vẫn ổn chứ?**（人稱代名詞／人名＋還好嗎？）」及「人稱代名詞／人名＋**không sao chứ?**（人稱代名詞／人名＋沒事吧？）」。

 Hội thoại 2

慰勞

學習目標 學習慰勞他人時的對話。

Khánh Linh:	Hôm nay anh đã vất vả rồi.
Phong:	Không có gì. Anh nên làm mà.
Khánh Linh:	Cảm ơn anh.

慶玲：　今天你辛苦了。

阿豐：　不客氣。是我應該做的嘛！

慶玲：　謝謝你。

★ Điểm chính 會話重點

「人稱代名詞／人名＋**đã vất vả rồi.**」是用來慰勞他人時的慣用句，即「（人稱代名詞／人名）＋辛苦了」的意思。這句型在語感上也比較客氣。

 B1-09-3 N1-09-3 **Hội thoại 3**

健康的叮嚀

學習目標 學習叮嚀他人維持健康的對話。

Nhã Đình: <u>Tớ (Mình) phải đi đây.</u>

Phong: Hãy giữ gìn sức khỏe nhé.

Nhã Đình: Bạn cũng vậy nhé.

雅婷：	我要走了。
阿豐：	請多保重。
雅婷：	你也是哦！

★ Điểm chính 會話重點

當希望別人注重身體健康時，可以跟他們説：「（人稱代名詞／人名）＋**hãy giữ gìn sức khỏe nhé.**」，這句話如果是在跟長輩講的話就要加上主詞，表示禮貌。除此之外，則可以視情況省略。此外，「**hãy giữ gìn sức khỏe nhé.**」也可以説成「**nhớ giữ gìn sức khỏe nhé.**」。

 B1-09-4 N1-09-4 **Hội thoại 4**

弔唁

學習目標 學習向喪家弔唁時的對話。

Khánh Linh: Nghe nói nhà anh có chuyện buồn à?

Chí Vĩ: Ừ.

Khánh Linh: Người chết không thể sống lại được, xin hãy nén bi thương.

慶玲：	聽説你家有喪事嗎？
志偉：	嗯。
慶玲：	人死不能復生，請節哀順變。

★ Điểm chính 會話重點

「**xin hãy nén bi thương**」是慰唁死者家屬的慣用句，即「請節哀順變」的意思。也可以説成「**xin chia buồn chùng gia đình**＋人稱代名詞／名字」。

Hội thoại **1**

打錯電話

學習
目標 學習打錯電話時常會發生的對話。

Người lạ:	Alo.
Chí Vĩ:	Alo, Hoa à?
Người lạ:	Xin lỗi, anh gọi nhầm số rồi.
Chí Vĩ:	Ồ, tôi xin lỗi.

陌生人： 喂。

志偉： 喂，請問是阿花嗎？

陌生人 對不起，你打錯電話了。

志偉： 哦，對不起。

★ Điểm chính 會 話 重 點

當別人打錯電話時，你該怎麼說呢？只要用「**Xin lỗi,**（人稱代名詞）＋**gọi nhầm số rồi**」的句子即可，意為「對不起，（人稱代名詞）＋打錯電話了」。

Hội thoại **2**

電話留言

學習
目標 我們要學習電話留言的表達方式。

Chí Vĩ:	Alo.
Khánh Linh:	Chào anh, phiền anh giúp em nhắn chị Phương, em đợi chị ấy ở cổng công ty.
Chí Vĩ:	Được. Anh sẽ nhắn chị ấy.
Khánh Linh:	Cảm ơn anh.

志偉： 喂！

慶玲： 偉哥好，麻煩您幫我留言給芳姐，我在公司大門口那等她。

志偉： 好！我會幫妳轉達。

慶玲： 謝謝。

★ Điểm chính 會 話 重 點

當要留言給對方時，可以用「**giúp tôi nhắn**＋某人」的句型，意即「幫我傳話給＋（要找的人）」。

 B1-10-3 N1-10-3 **Hội thoại 3**

聽不清楚

學習目標 學習表達電話中聽不清楚的對話。

Phong:	Alo.
Nhã Đình:	Alo, Phong đấy à? Xin cho tớ (mình) gặp bác Mai.
Phong:	Nhã Đình à? Tớ (mình) nghe không rõ, làm ơn nói lớn một chút được không ạ?
Nhã Đình:	Làm ơn cho tớ (mình) gặp bác Mai.

阿豐：	喂！
雅婷：	喂！是阿豐嗎？麻煩請幫我接梅伯母。
阿豐：	是雅婷嗎？我聽不清楚，麻煩可以大聲一點嗎？
雅婷：	我說麻煩請梅伯母接電話。

★ **Điểm chính** 會話重點

當你在聽不清楚別人說的話的情況下，可以禮貌地說：「**Tớ (mình) nghe không rõ, làm ơn nói lớn một chút được không ạ?**」，這句話即是指「聽不清楚，麻煩大聲一點可以嗎？」的意思。

 B1-10-4 N1-10-4 **Hội thoại 4**

請求重複

學習目標 學習如何向別人請求重講一次的對話。

Phong:	Số điện thoại của cô ấy là 0985627889.
Khánh Linh:	Vâng (Dạ), để tôi ghi lại. Xin anh nói lại lần nữa, được không ạ?
Phong:	0985627889.

阿豐：	她的電話號碼是 0985627889。
慶玲：	好的，我先抄一下。你可以再說一遍嗎？
阿豐：	0985627889。

★ **Điểm chính** 會話重點

當需要請求對話者重複剛剛說過的內容時，可以說：「**Xin** ＋（人稱代名詞）＋**nói lại lần nữa được không ạ?**」這句話，即為「請＋（人稱代名詞）＋再說一遍好嗎？」的意思。

Hội thoại 5

電話邀約

學習目標 學習如何在電話中對他人進行邀約。

Bạn của Khánh Linh: Khánh Linh! Có muốn ra ngoài đi dạo không?

Khánh Linh: Ừ, cũng được.

Bạn của Khánh Linh: Thế tối nay bạn có rảnh không?

★ **Điểm chính** 會話重點

當我們要邀約他人進行某事時，可以用「**Có muốn...**（想要…）」的句子後接一些具體的提案。

慶玲的朋友：慶玲！要不要出去逛逛！

慶玲：　　　好呀！

慶玲的朋友：那妳今晚有空嗎？

Hội thoại 6

告知人不在

學習目標 學習如何告知對方要暫時離開的狀況。

Khánh Linh: Xin chào, tôi là Khánh Linh, tôi muốn gặp Chí Vĩ.

Đồng nghiệp của Chí Vĩ: Xin lỗi, anh ấy hiện không có ở đây.

Khánh Linh: Ồ không sao, vậy lát tôi gọi lại sau.

★ **Điểm chính** 會話重點

當我們說明「目前、當下」的狀況時，可以用「**hiện...**（現在…）」的句子後接一些具體的說明。

慶玲：　　　你好，我是慶玲，我要找志偉。

志偉同事：不好意思，他現在不在位置上。

慶玲：　　　好的那我晚一點再撥。

Phần 2 |
在越南當地一定要會的場景會話

在機場 Ở sân bay

(Nhã Đình vừa xuống máy bay.)

Nhã Đình:

Anh làm ơn cho hỏi ở sân bay có xe buýt về Hà Nội không?

Nhân viên phục vụ tại sân bay:

Có.

Nhã Đình:

Vậy tôi có thể bắt xe buýt ở đâu?

Nhân viên phục vụ tại sân bay:

Bến xe buýt cách cửa ra sân bay khoảng 200m, có 4 tuyến xe buýt Nội Bài - Hà Nội là tuyến 07, 17, 90 và 86.

Nhã Đình:

Xin anh nói chậm một chút.

Nhân viên phục vụ tại sân bay:

À, chị ra cửa đi khoảng 200m là thấy bến xe buýt, có 4 tuyến xe có thể bắt về Hà Nội.

Nhã Đình:

Cảm ơn anh.

Nhân viên phục vụ tại sân bay:

Không có gì.

（雅婷剛下飛機）

雅婷：
先生，請問在機場有去河內的巴士嗎？

機場服務員：
有的。

雅婷：
那麼，請問我可以到哪裡搭車？

機場服務員：
巴士站離機場大門大概 200 公尺，那裡有「內排－河內」路線的巴士，07、17、90、86 號線都可以搭。

雅婷：
抱歉，請您説慢一點。

機場服務員：
哦！您走出大門後，再走大概 200 公尺就能看到巴士站，有 4 種車可以搭到河內。

雅婷：
謝謝您。

機場服務員：
不客氣。

★ 必學單字表現

máy bay	飛機
sân bay	機場
xe buýt	巴士、公車
bến xe	車站
bến xe buýt	巴士站、公車站
bắt xe	搭車
cách	離
cửa ra	出口
khoảng	大概、大約
tuyến xe	～號線
chậm	慢

★ 會話重點

重點1 làm ơn

當你想要請別人幫忙、向人詢問或提出要求時可以加上「Làm ơn」以示禮貌。「Làm ơn」一段放在主語之後，描語之前；有時主語可以省略。例：

1. **Anh làm ơn lấy giúp tôi quyển (cuốn) sách.** 麻煩您幫我拿那本書。
2. **Làm ơn đừng nói nữa.** 請不要再說了。

重點2 không có gì

當別人向你表示感謝的時候，可以用「Không có gì」或「Không có chi」（不客氣），或是也可以說「Đừng khách sáo」（別客氣）來表示一個禮貌的回應。例：

A: **Cảm ơn anh đã mời em ăn cơm.** 謝謝你請我吃飯。
B: **Không có gì.** 不客氣。

★ 與寬、窄相關的表現及慣用語

rộng 寬　　　　　　　　　　**bình thường** 普通　　　　　　　　　**hẹp** 窄

★ nhìn xa trông rộng：指眼力卓越，能夠預先看穿或預料到其他人未看到的問題。近似中文的「高瞻遠矚」、「洞燭機先」。

★ lòng dạ hẹp hòi：內心狹窄。比喻極端自我與自私，心中只有自己又氣量狹小，相當於中文的「心胸狹窄」。

★ oan gia ngõ hẹp：冤家巷弄窄。即「冤家路窄」。

xin 與 hãy 的用法

＊Xin 請…。細部的說明如下。

---

① 向別人表示請求，希望對方給自己某樣東西或允許自己做什麼事。

例 **Xin tha lỗi.**　　　　　　　　請原諒。

Xin tiền.　　　　　　　　　　要錢（請求金錢）

② 用於請求句的前面，表示謙虛、禮貌的態度。

例 **Xin giữ trật tự.**　　　　　　　請保持安靜。

Xin mọi người chú ý.　　　　　請大家注意。

③ 用於打招呼、感謝時表示禮貌、謙虛的態度。

例 **Xin mời vào.**　　　　　　　　請進。

Xin cảm ơn.　　　　　　　　　謝謝。

**＊Hãy 請…。表示具有命令或說服、鼓勵應該做什麼的語氣，
常置在動詞前面。**

例 **Hãy nhớ lời tôi nói!**　　　　　請記住我說的話！

Hãy bình tĩnh lại!　　　　　　請冷靜一下！

Hãy sống thật tốt!　　　　　　請好好地過生活！

＊Xin hãy 請…。表示具有禮貌、客氣態度的要求或命令。

例 **Xin hãy tin em!**　　　　　　　請相信我！

★ 短會話練習 A

起飛時間

Chuyến bay mấy giờ cất cánh?
航班是幾點起飛？

Chín giờ mười lăm cất cánh.
9 點 15 分起飛。

Ba mươi phút nữa cất cánh.
30 分鐘後起飛。

登機時間

Xin hỏi, khi nào bắt đầu làm thủ tục lên máy bay?
你們什麼時候開始辦理登機？

Đợi một lúc nữa.
稍等一下。

Hai mươi phút nữa.
20 分鐘後。

托運行李

Xin hỏi, chị có mấy kiện hành lý ký gửi?
請問您有幾件行李要托運？

Tôi có hai kiện hành lý ký gửi.
我有兩件行李要托運。

Tôi không có hành lý ký gửi.
我沒有（要托運行李）。

選擇座位

Xin hỏi, chị muốn chỗ ngồi gần cửa sổ hay gần lối đi?
請問您要靠窗邊還是靠走道的座位？

Tôi muốn ngồi gần cửa sổ.
我想要靠窗的座位。

Sao cũng được.
都可以。

單字

chuyến bay 航班	**cất cánh** 起飛	**chỗ ngồi** 座位
kiện 〜件	**hành lý ký gửi** 托運行李	**cửa sổ** 窗戶
lối đi 走道		

登機地點

Xin hỏi, cửa lên máy bay số ba ở đâu?
請問 3 號登機門在哪裡？

Chị đi thẳng là đến.
您直走就到了。

Phía bên này.
在這邊。

接駁巴士

Ở đây có xe buýt từ sân bay vào trung tâm thành phố không?
這裡有從機場去市中心的巴士嗎？

Có tuyến xe 08.
有 08 號線。

Có bốn tuyến xe có thể vào trung tâm thành phố.
有四種可以到達市中心的車。

站牌位置

Trạm xe buýt ở đâu?
巴士站牌在哪裡？

Đi khoảng một trăm năm mươi mét là đến.
大概走 150 公尺的距離就能抵達。

Ở đối diện cửa ra số hai.
在 2 號出口對面。

旅遊服務中心

Trung tâm thông tin du lịch ở đâu?
請問旅遊服務中心在哪裡？

Xin lỗi, tôi cũng không biết.
不好意思，我也不知道。

Chị đi thẳng rồi rẽ (quẹo) trái.
請您直走後左轉。

單字

bắt đầu 開始	**cửa lên máy bay** 登機門	**trạm xe buýt** 巴士站牌
du lịch 旅遊	**trung tâm thông tin du lịch** 旅遊服務中心	

★ 會話練習

1. 請聽 MP3，並依下列的單字完成所有的句子。

| xin | khoảng | lối đi | bắt | làm ơn |

❶ Tôi muốn ngồi gần _____ .　　　　　　我想要靠走道的座位。

❷ Tôi có thể _____ xe buýt ở đâu?　　　　我可以在哪裡搭乘巴士？

❸ _____ nói chậm một chút.　　　　　　請說慢一點。

❹ Anh _____ chở tôi ra sân bay.　　　　麻煩您載我到機場。

❺ Chị đi _____ 200 mét là đến.　　　　妳大概走 200 公尺就能抵達。

2. 請聽 MP3，依下列中文用越南語作回答練習。

❶ 我沒有（要托運行李）。

❷ 你直走再右轉就到了。

❸ 20 分鐘後起飛。

❹ 我在 3 號出口。

❺ 沒有，這裡只有 55 號公車。

3. 請將下列的句子重組。

❶ lên / 15 / máy bay / nữa / phút /.　　　　15 分鐘後上飛機。

➡ _____

❷ đây / ở / có / đi / 08 / Hà Nội / tuyến xe /.　　這裡有 08 號公車去河內。

➡ _____

❸ ở / cửa hàng / phía / miễn thuế / trước /.　　免稅店在前面。

➡ _____

❹ sân bay / 9 / đến / giờ /.　　　　　　　9 點到機場。

➡ _____

❺ ngồi / cửa sổ / tôi / gần /.　　　　　　我坐靠窗戶。

➡ _____

❶ **phòng chờ nhập cảnh** 入境大廳
❷ **phòng chờ xuất cảnh** 出境大廳

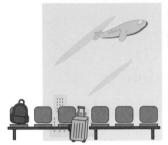

❸ **xuất cảnh** 出境
❹ **nhập cảnh** 入境
　→ **quá cảnh** 轉機

❺ **nơi nhận hành lý** 行李提領處

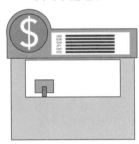

❻ **băng chuyền hành lý** 行李傳送帶
❼ **hành lý** 行李
❽ **hành lý xách tay** 手提行李
　→ **xe đẩy hành lý** 行李手推車

❾ **nơi đổi ngoại tệ**
外幣兌換處

❿ **quầy làm thủ tục lên máy bay** 登機報到櫃台

⓫ **xe buýt sân bay**
機場巴士

⓬ **hải quan** 海關

⓭ **xe buýt miễn phí đưa đón sân bay** 機場接駁巴士

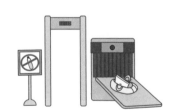

⓮ **kiểm tra an ninh xuất nhập cảnh** 出入境安檢

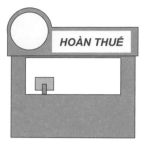

⑮ **nơi hoàn thuế** 退税服務處

⑯ **cửa hàng miễn thuế** 免税商店

⑰ **tiếp viên hàng không** 空服員

⑱ **áo phao** 救生衣

⑲ **vé máy bay** 機票

⑳ **thị thực, visa** 簽證

㉑ **dây an toàn** 安全帶

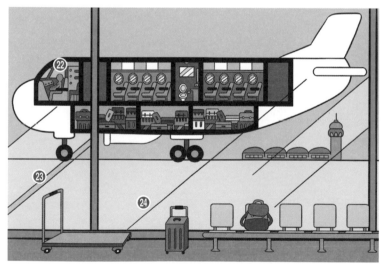

㉒ **phi công** 飛行員、飛機駕駛員

㉓ **đường băng** 跑道

㉔ **phòng chờ máy bay** 候機室

→ **lối thoát hiểm** 逃生門

→ **cửa thoát hiểm** 逃生門

加強表現

❶ **thắt dây an toàn** 繫安全帶

❷ **đặt vé máy bay** 訂機票

❸ **xách hành lý** 提行李

❹ **gửi hành lý** 寄行李

❺ **mang hành lý xách tay lên máy bay**
攜帶手提行李上飛機

❻ **mua đồ tại cửa hàng miễn thuế**
在免税店買東西

❼ **mặc áo phao** 穿救生衣

❽ **chạy ra lối thoát hiểm**
跑出緊急逃生門

⑨ dịch vụ đóng gói hành lý
行李打包服務

⑩ thất lạc hành lý 行李遺失

⑪ quầy Vietnam Airlines 越南航空的櫃檯

⑫ đến nhầm nhà ga 跑錯航廈

⑬ vào terminal 1 / vào ga 1
進入第一航廈

⑭ 北 đi vội vào terminal 2 , đi vội vào ga 2 /
南 đi gấp vào terminal 2 , đi gấp vào ga 2
趕到第二航廈

⑮ đi tuyến trong nước 搭乘國內線

⑯ chuyển sang đi tuyến quốc tế
轉搭國際線

⑰ xe trung chuyển ra máy bay
等候停機坪接駁車

⑱ đi vào cầu dẫn ra máy bay 走進空橋

★ 文化專欄──越南的機場交通接駁介紹

在越南，主要的兩大機場是「Sân bay quốc tế Nội Bài（內排國際機場）」及「Sân bay quốc tế Tân Sơn Nhất（新山一國際機場）」。

內排國際機場位置北方的河內市，機場本身所在的位置離市區比較遠（四週感覺比較偏僻），距離大概有 30 公里左右，不過仍是有許多常見的交通工具可以選擇的。例如：86 號橘色大巴士、共乘 mini bus、公車、計程車或 Grab 叫車軟體等等。

公車被視為從內排機場至河內市區的最便宜的交通手段之一，出機場門口往右邊方向走約 200 公尺就能看到公車站。目前內排往河內市區的公車總共有 5 種，分別是：07 號、17 號、90 號、109 號與 105 號，票價一張則是 8.000 至 9.000 越盾不等。公車雖然比較便宜但是有一些缺點的，例如，車內沒有提醒站牌名的系統，所以如果不跟司機問清開到哪了的話，就很容易下錯站或坐過頭，加上營運時間不長，末班車 10 點半出發，所以如果很晚才要上下飛機就搭不到了。

▲ 越南的機場巴士

86 號橘色大巴士也是乘客的一項不錯的選擇，因為這種車就是專門接駁來往機場的乘客所服務的，因此車內不但有英語廣播、LED 燈顯示站名、免費 Wifi、甚至於還安排會有會說英語的服務人員。但是，車票比一般公車貴一點，一張票目前是 35.000 越盾。由於 86 號大巴士只有 25 個座位，所以 giờ cao điểm（高峰時間）時，當座位已滿，會有一些乘客就必須站著，這點就稍稍有

點不方便。

另外，Vietnam Airline（越航）、Jet Star（捷星）或 Vietjet（越捷）等各航空公司也都有提供機場到河內市區的巴士服務。一出機場門口就可以找到這些巴士。因為時刻固定，車票也便宜，買票也容易，所以這項交通手段廣受多數乘客使用，不過有時候客滿，只好等下一班車。

▲ 越南機場的計程車站

如果想搭計程車，乘客一走出機場門口往右轉就會看到很多種不同公司的計程車。因為距離市區有一段路，所以車費較貴，單程車費大約 28 萬至 35 萬越盾左右。請特別注意搭車時要求司機 bật đồng hồ công tơ mét（跳錶），要不然很容易被坑錢。也要注意有一些私家車司機會偽裝成計程車過來搭訕載客，原則上機場不允許他們在這裡搭載乘客。然而他們只是非法搭載，雖搭乘上多無安全之虞，但通常叫價較貴，建議還是叫車身有 Taxi 字樣的計程車較好。

▲ 用 Grab 手機叫車

Grab 叫車手機應用軟體也是內排機場到河內的一個交通工具。不過，對於此路線的車費較貴，大約 25 萬到 35 萬越盾。此外，因機場距離市區比較遠，選擇此路線服務的司機數量不多，所以若想使用這個叫車應用軟體的話，可能就在叫車時就要辛苦一點啦！

從新山一國際機場到胡志明市區也包含公車、計程車、Grab 叫車軟體等很多種方式。如果你的行李不多或者想省錢，你可以選擇新山一公車。你可以在 nhà ga hành khách quốc nội（國內航廈）的 4 號柱子或 nhà ga hành khách quốc tế（國際航廈）的 12 號柱子上車，一個人的車資在 7.000 到 20.000 越盾左右。目前總共有4個新山一的公車，包括：152 號、109 號、119 號、49 號，其中前往市中心 109 號公車是最多人搭乘的。搭車時要特別注意路線以免下錯站，由於新山一國際機場距離市區很近，所以叫車相當方便。機場計程車被視為最快、最便利的交通工具。因為距離只幾公里，根據交通情況坐車的時間大約 5 到 10 分鐘。你也可以使用 Grab 應用軟體叫車，為了節省等車的時間，可以在下飛機或等領取行李就先行訂車。

Bài 2

在公車站 Ở bến xe buýt

Chí Vĩ:

Xin hỏi, chuyến xe này đi đâu vậy?

Tài xế:

Đi sân bay.

Chí Vĩ:

Vậy có đi qua đường Hoàng Quốc Việt không?

Tài xế:

Có.

Chí Vĩ:

Cảm ơn chú!

(Lên xe)

Chí Vĩ:

Chú ơi, sắp đến đường Hoàng Quốc Việt rồi nhỉ?

Tài xế:

Đúng rồi. Hai trạm nữa là đến rồi.

Chí Vĩ:

Vâng (Dạ).

Tài xế:

Đến trạm rồi.

Chí Vĩ:

Vâng (Dạ). Cảm ơn chú.

Tài xế:

Không có gì.

志偉：
請問，這班車會開往哪裡？

司機：
這班車會開往機場。

志偉：
那麼，會經過黃國越路嗎？

司機：
會。

志偉：
謝謝您！

（上車）

志偉：
司機先生，快到黃國越路了吧？

司機：
對啊。再過兩站就到了。

志偉：
好的。

司機：
到（黃國越）站了。

志偉：
是。謝謝您。

司機：
不客氣。

★ 必學單字表現

xin hỏi	請問
chuyến xe	～班車
đi qua	經過
cảm ơn	謝謝、感謝
sắp	快要、快
đường	路
bến	站
bến xe	車站
đến	到
lên	上
nhỉ	…吧！

★ 會話重點

重點 1 …không?

Không 的意思是「不～、沒～」，但如果放在陳述句的句末就能形成疑問句，即詢問有沒有或是不是的「～嗎？」。例：

1. **Chị có khỏe không?** 您好嗎？

2. **Ngày mai anh có đi không?** 明天你去嗎？

回答時肯定用 **Có**，否定用 **Không**。

重點 2 đúng (rồi)

回答疑問句時，可用 đúng (rồi) 來表示「正確、沒錯」的意思。反之，則用 sai。例：

1. Q: **Bạn là em gái của chị Hoa à?** 妳是花姊的妹妹嗎？

   A: **Đúng (rồi).** 對。

2. Q: **Tám cộng tám bằng 15 à?** 八加八等於十五嗎？

   A: **Không đúng.** 不對。／**Sai (rồi).** 錯（了）。

★ 一定要會的指示代名詞表現

này, đây, ấy, đó / đấy, kia 都是用來表示說話者與事物之間的關係的指示代名詞。

này, đây（這）是用來指示離說話者近的事物。

đó / đấy, kia, ấy（那）是用來指示離說話者遠的事物。

		Này 這	Đây 這	Ấy 那	Đó / 北 Đấy 那	Kia 那
代名詞	主詞	-	Đây là điện thoại của chị Mai. 這是梅姊的手機。	-	Đó / Đấy là anh trai tôi. 那是我哥哥。	Kia là <u>trạm xăng</u> (cây xăng). 那是加油站。
	補語（指位置）	-	Em đến đây có chuyện gì không? 妳來這裡有什麼事嗎？	-	Từ đây đến đó / đấy bao xa? 從這裡到那裡多遠？	Ra kia ngồi đi. 去那邊坐吧！
形容詞	放在所指的名詞後面	Bó hoa này của ai? 這束花是誰的？		Tôi không muốn nhắc đến vấn đề ấy nữa. 我再也不想提到那個問題了。	Con mèo đó / đấy thế nào rồi? 那隻貓怎麼樣了？	Chị kia là bạn gái anh à? 那位姊姊是你的女朋友嗎？

nhỉ 的用法

> *Nhỉ ～是嗎？、～對吧？，細部的說明如下。

置在疑問句或感嘆句的句尾，用於詢問並徵求對方同意或贊同對方的意見及想法。

例 **Ca sĩ này hát hay nhỉ?**　　　　　　這位歌手唱得很好聽吧？

在這種情況下，用 nhỉ 是來表達自己的意見、想法及徵求對方同意自己的觀點。

例 **Tặng hoa đi, con gái rất thích được tặng hoa và sô cô la.**

送花吧，女生很喜歡收到花和巧克力。

　　Ừ nhỉ, thế mà tôi không nghĩ ra.　　　對哦，我怎麼沒有想到呢！

還可以用 nhỉ 來讚同、同意對方的看法或意見。
另外，在下述的疑問句的句尾出現 nhỉ 時會使疑問語氣變得更加親切。

例 **Em tên là gì nhỉ?**　　　　　　　　你叫什麼名字啊？

> *相對於 nhỉ 的用法，在南方常常會用 ha 來取代。

例 **Em tên là gì ha?**　　　　　　　　　你叫什麼名字啊？

補充練習一下

mấy giờ rồi nhỉ?	幾點了啊？
đẹp nhỉ!	漂亮吧！
đứa bé đó thông minh nhỉ?	那孩子很聰明吧？
phim này hay nhỉ?	這部電影好看吧？
hôm nay thứ mấy nhỉ?	今天星期幾呀？

★ 短會話練習 A

是否抵達

Chuyến xe này có đến chợ Đồng Xuân không?
請問這班車有去同春市場嗎？

Có.
有。

Không, đi Hồ Tây.
沒有，去西湖。

下車站點

Xin hỏi, đi Văn Miếu thì đến chỗ nào xuống xe?
請問去文廟要在哪裡下車？

Đến đường Tôn Đức Thắng thì xuống xe.
你在孫德勝路下車就行了。

Đến đường Quốc Tử Giám thì xuống xe.
你在國子監路下車就行了。

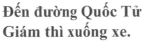

抵達確認

Sắp đến chưa?
快到了嗎？

Sắp đến rồi.
快到了。

Chưa đến đâu.
還沒到。

下車確認

Chị có xuống xe không?
妳要下車嗎？

Có, cho tôi xuống.
要，讓我下車。

Không, trạm sau (trạm tới) tôi mới xuống.
不，我下一站才下。

單字

chợ 市場	**xuống xe** 下車	北 **trạm sau** / 南 **trạm tới** 下一站
chưa 還沒	**chỗ nào** 哪裡	

詢問目的地

Chị đi đâu?
妳去哪裡？

Tôi muốn tới Hồ Hoàn Kiếm.
我要去還劍湖。

Tôi muốn tới Hoàng Thành Thăng Long.
我要去昇龍皇城。

暈車狀況

Em có bị say xe không?
妳會暈車嗎？

Có ạ.
會啊。

Không ạ.
不會。

換車

Đổi xe ở đâu?
在哪裡換車？

Đổi xe ở bến xe Mỹ Đình.
在美亭車站換車。

Đổi xe ở bến xe Kim Mã.
在金馬車站換車。

下車時機

Còn mấy trạm nữa thì đến Đại học Phương Đông?
到東方大學還有幾站？

Còn ba trạm nữa là đến.
還有三站就到了。

bốn trạm.
四站。

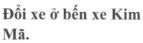

單字

đâu 哪裡	**muốn** 要、想	**(bị) say xe** 暈車
đổi 換	**còn** 還有	

★ **會話練習**

1. 請聽 MP3，並依下列的單字完成所有的句子。

trạm	xuống	say	chuyến	đổi

❶ Anh đến bến xe Kim Mã thì _____ xe.　　　你到金馬車站後就得換車。

❷ Cô ấy bị _____ xe.　　　　　　　　　　　她暈車。

❸ Xin hỏi, _____ xe này có đến Hồ Gươm không?

請問，這班車有到還劍湖嗎？

❹ Còn hai _____ nữa sẽ đến trường Đại học Quốc Gia Hà Nội.

還有兩站就會到河內國家大學。

❺ Cháu có muốn _____ xe ở đây không?　　　你要在這裡下車嗎？

2. 請聽 MP3，依下列中文用越南語作回答練習。

❶ 3,000 盾。

❷ 是的，我這是第一次到（機場）。

❸ 大概 15 分鐘。

❹ 還有 3 站。

❺ 我不會暈車。

3. 請將下列的句子重組。

❶ đi / không / thích / xe buýt / tôi /.　　　　　我不喜歡坐公車。

➡ _____

❷ muốn / không / xuống / anh / xe / ?　　　　你要下車嗎？

➡ _____

❸ ở / tôi / Mỹ Đình / đang / bến xe / .　　　　我正在美亭車站。

➡ _____

❹ đâu / của / anh / vé / ?　　　　　　　　　　你的票呢？

➡ _____

❺ là / khoảng / 200 / đi / bạn / đến / mét / .　　你走大概 200 公尺就到。

➡ _____

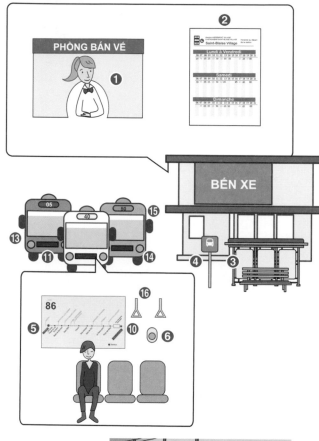

❶ nơi bán vé 售票處

❷ thời gian biểu 時刻表

→ sơ đồ tuyến đường (xe buýt)（公車）路線圖

→ giờ cao điểm 尖峰時刻

→ giờ thấp điểm 離峰時刻

❸ trạm xe buýt 公車站

❹ biển báo xe buýt 站牌

❺ điểm xuất phát 起始站（起點站）

→ điểm dừng tiếp theo 下一站

❻ chuông báo xuống xe 下車鈴

❼ hành khách 乘客

❽ người lái xe 司機

❾ nhân viên soát vé 查票員

❿ bến cuối 終點站

⓫ biển số xe 車牌

⓬ 北 còi / 南 kèn 喇叭

⓭ cửa xe 車門

⓮ 北 đèn báo rẽ / 南 đèn xi nhan 方向燈

⓯ 北 gương chiếu hậu / 南 kính chiếu hậu 後照鏡

⓰ tay vịn / tay cầm / tay nắm 手把、拉環

⓱ vé xe 車票

加強表現

❶ nhường ghế / nhường chỗ (ngồi) 讓座　❷ nhìn gương chiếu hậu 看後照鏡

❸ 北 bấm còi / 南 bóp kèn 按喇叭　❹ bám tay vịn 抓拉環、抓手把

❺ mở cửa xe 開車門　❻ mua vé xe 買車票

❼ bật đèn xi nhan 打方向燈　❽ đến bến cuối 到終點站

★ 文化專欄──越南公車的現勢

越南也跟世界一樣，隨著社會的日漸進步，對於交通便利的需求性也愈發成長，在人口密集的地區更是如此。近幾年來，因越南的公車系統日益發達，故政府為了改善尖峰時間的塞車問題，開始鼓勵民眾多利用公車系統，以圖減少街上的車流量。

談談越南的公車，目前在越南的公車上，除了 北 lái xe / 南 tài xế（司機）之外，還會有附有一位 phụ xe（車掌）。車掌在車上扮演

▲ 越南的公車站

bán vé（售票）、xé vé（撕票）、soát vé（驗票）的關鍵角色。車票方面，搭公車的 hành khách（乘客）可以購買 vé tháng（月票），而月票上的特別之處，就是票面上會貼著乘客的照片，方便車掌辨識。當然乘客也可以跟車掌購買單純的 vé lượt（單程票）。車掌的存在還有一個好處，如果你搭到一條比較不熟悉的路線時也不用擔心，這時都可以跟車掌詢問到站狀況，或是搭乘時靠近他身邊，請他在到站前幫忙提醒下車。

為了落實鼓勵人們搭乘公車外出的政策，近來越南的公車系統有些改善，除了採用更加乾淨舒適的車體，另外車上也開始看得到整套的到站通知的語音服務系統。整體當然就包括 đèn LED（LED 燈）顯示 lộ trình（路程；行車路線）、電子語音通知到站等。另外，免費 wifi 也已是越南公車上的一大福利。至於公車的車身，除了最普遍的黃色與橘色，還有藍色的 xe buýt nội thành（市內公車）、綠色公車等等。

現今在世界上的各大都市的公車已經採用了刷 thẻ từ（磁卡）搭乘公車的方式。越南自當也不落人後，陸續開始啟用。只要利用磁卡在 máy cảm ứng（感應器）上車，不但較為省錢（套票購買較為便宜）、節省上車時間，還能減少用紙促進環保。2014 年時，河內政府已經將 06 號公車設定為 thí điểm（示範公車；單字原義為示範的地方），並在當年度發出 20 萬免費磁卡供民眾進行使用磁卡付費的測試，但全面性的磁卡應用至今仍未正式上路。為了提高公車服務品質，胡志明市交通部提議自 2019 年 5 月 1 日起公車漲價票價，每次搭乘車資上漲 1.000 盾。另外，搭乘公車時，車上偶爾還是有一些宵小存在，搭乘時需多留意自身財物安全。

積極地利用公車取代個人交通方式，可以為整體的社會、經濟、環保作出莫大的貢獻。

 **Bài 3**

在火車站 Ở ga tàu hỏa (ga xe lửa)

Chí Vĩ:

Khánh Linh ơi, đông người quá, anh không mua được vé.

Khánh Linh:

Anh muốn mua vé đi đâu?

Chí Vĩ:

Anh muốn mua vé tàu đi Đà Nẵng.

Khánh Linh:

Nếu xếp hàng không mua được vé, thì anh có thể đặt vé tàu tại website chính thức của Tổng công ty đường sắt Việt Nam.

Chí Vĩ:

Thật à? Đặt vé như thế nào?

Khánh Linh:

<u>Vâng (Dạ)</u>, rất là đơn giản. Anh truy cập vào website dsvn.vn, sau đó chọn "Ga đi" , "Ga đến" và điền các thông tin liên quan. Hệ thống sẽ hiển thị các thông tin về toa và ghế ngồi cho anh lựa chọn.

Chí Vĩ:

Nghe cũng đơn giản thật.

Khánh Linh:

<u>Vâng (Dạ)</u>, chỉ cần thao tác trực tuyến, tiết kiệm thời gian.

Chí Vĩ:

Vậy em hướng dẫn anh đặt vé đi.

Khánh Linh:

Được thôi.

志偉：
慶玲，太多人了，我買不到票。

慶玲：
你要買去哪裡的票？

志偉：
我想買去峴港的火車票。

慶玲：
如果排隊買不到票，那你可以在越南鐵路總公司的官網上訂火車票。

志偉：
真的嗎？要怎麼訂？

慶玲：
是的，很簡單。你上 dsvn.vn 網站，然後選擇「起程站」、「到達站」以及填寫相關資料。系統會顯示出關於車廂和座位的資料讓你選擇。

志偉：
聽起來蠻簡單的。

慶玲：
是的，只需要網路操作即可，很省時間。

志偉：
那妳教我怎麼訂票吧。

慶玲：
好呀！

★ 必學單字表現

... quá	太…了
vé tàu	火車票
đặt vé	訂票
website chính thức	官網
đơn giản	簡單
truy cập website ...	上…網站
ga đi	起程站
ga đến	到達站
điền	填、填寫
thông tin	資料、資訊
hệ thống	系統
hiển thị	顯示
thao tác trực tuyến	網路操作
tiết kiệm	節省
toa tàu	車廂

★ 會話重點

重點1 nếu ... thì ...　如果…就…

＊ Nếu... thì... 表示假設或條件。

例：**Nếu hôm nay trời mưa thì tôi không đi nữa.** 如果今天下雨，我就不去了。

＊ Nếu... thì... 表示兩件事情之間的相對應關係。

例：**Nếu bạn không cho nó ăn, thì nó sẽ chết đói.** 如果你不餵牠吃，牠會餓死的。

＊ Nếu... thì... 有比較、對比的含義。

例：**Nếu anh trai giỏi võ thuật, thì em gái lại giỏi hội họa.** 如果哥哥擅長武術，那妹妹就擅長繪畫。

重點2 đâu 的用法

＊ Đâu 的意思是「哪裡、哪邊」，用來指不確定的某個地方，常用於詢問。

例：**Em muốn đi đâu?** 妳要去哪裡？
　　Bạn từ đâu đến? 你從哪裡來？

＊ Đâu 用來指「任何地方」。

例：**Ở đâu cũng như nhau.** 在哪裡都一樣。
　　Mua đâu cũng có. 哪裡買都有。

★ 越南語的數字表現

數字	越南語	數字	越南語	數字	越南語
1	một	11	mười một	21	hai mươi mốt
2	hai	12	mười hai	22	hai mươi hai
3	ba	13	mười ba	25	hai mươi lăm / 北 hai mươi nhăm
4	bốn	14	mười bốn	40	bốn mươi
5	năm	15	mười lăm	50	năm mươi
6	sáu	16	mười sáu	60	sáu mươi
7	bảy	17	mười bảy	70	bảy mươi
8	tám	18	mười tám	80	tám mươi
9	chín	19	mười chín	90	chín mươi
10	mười	20	hai mươi	100	một trăm

tại 與 ở 的用法

> ＊tại 跟 ở 都是「在」的意思，為介係詞，指提到的人、事、物的所在位置及地點。

例　**Tôi sinh ra và lớn lên tại Hà Nội.**　　　　我在河內成長。

　　Ngày mai chúng ta sẽ tập trung tại cổng trường học.
　　明天我們會在學校大門口集合。

　　Ông Nam sống ở đây.　　　　　　　　南先生在這裡生活。

　　Quyển (Cuốn) từ điển đó đặt ở trên bàn.　那本字典放在桌上。

> ＊tại & ở 的更進一步地說明。

－ tại 是指更具體地、正確地確定地點。

例　**Chúng ta sẽ gặp nhau tại nhà em.**　　　我們會在我家見面。

－ tại 常具有表現更正式或強調的含義。

例　**Hội nghị lần này sẽ được tổ chức tại Thành phố Hồ Chí Minh.**
　　這次會議將會在胡志明市舉辦。

－ tại 不能接於 trước / sau / trong / ngoài…等方位、順序詞等之前。這時必需用 ở。

例　（1）**Em đợi anh ở trước cổng công ty.**　（✓）
　　（2）**Em đợi anh tại trước cổng công ty.**　（×）
　　我在公司門口前面等你。

－ 當用來指「（在）身體上的位置」時，只能用 ở，不能用 tại。

例　**Anh đau ở đâu?**　　　　　　　　　　你哪裡痛？

★ 短會話練習 A

B2-03-06
N2-03-06

購買火車票

Bạn mua vé đi đâu?
你要買去哪裡的票？

Tôi mua vé đi thành phố Hồ Chí Minh.
我要買去胡志明市的票。

Tôi mua vé đi Huế.
我要買去順化的票。

詢問訂票時間

Bạn đặt vé khi nào vậy?
你什麼時候訂票的？

Tôi đặt vé từ hôm qua.
我昨天訂的。

Ngày mai tôi mới đặt vé.
我明天才訂票。

詢問車廂位置

Anh ở toa số mấy?
你在幾號車廂？

Tôi ở toa số tám.
我在 8 號車廂。

Tôi ở toa số hai.
我在 2 號車廂。

詢問是否已上車

Em lên tàu chưa?
妳上車了嗎？

Em lên tàu rồi.
我上車了。

Em vẫn chưa lên tàu.
我還沒上車。

單字

mua 買	**khi nào** 什麼時候	**mấy** 幾
lên tàu 上車	**... chưa?** …了嗎？	**vẫn chưa** 還沒

B2-03-07
N2-03-07

詢問票價

Giá vé đi Nha Trang là bao nhiêu?
去芽莊的票價是多少？

600.000 đồng.
600.000 盾。

Giá vé là 750.000 đồng.
票價是 750.000 盾。

詢問發車時間

Chuyến tàu đến thành phố Hồ Chí Minh khởi hành lúc mấy giờ?
去胡志明市的車幾點起程？

Tám giờ ba mươi phút.
8 點 30 分。

Sáu giờ xuất phát.
6 點出發。

詢問抵達時間

Chuyến tàu này mấy giờ sẽ đến nơi?
這班車幾點會到達？

Bảy giờ sáng mai sẽ đến nơi.
明天早上 7 點會到達。

Khoảng chín giờ.
大概 9 點。

詢問剩餘車票

Còn vé khứ hồi đi Đà Nẵng không?
還有去峴港的來回票嗎？

Vẫn còn.
還有。

Hết vé rồi.
票賣完了。

單字

bao nhiêu 多少	**khởi hành** 起程、發車	**xuất phát** 出發
sẽ 會、將	**khoảng** 大概、大約	**sáng mai** 明天早上

★ 會話練習

1. 請聽 MP3，並依下列的單字完成所有的句子。

nếu ... thì   khởi hành   vé tàu   đâu   mua

❶ Tôi có thể mua vé tàu ở _____ ?　　　　　我可以在哪裡買火車票？

❷ _____ bạn không thích _____ đừng mua.　如果你不喜歡就不要買。

❸ Anh giúp em _____ hai vé tàu đi Đà Lạt.　你幫我買 2 張去大勒的票。

❹ _____ đi Huế bao nhiêu tiền?　　　　　去順化的火車票多少錢？

❺ Chuyến tàu này sẽ _____ lúc bảy giờ ba mươi.　這班車將在 7 點 30 時起程。

2. 請聽 MP3，並依下列中文用越南語作回答練習。

❶ 我想買 3 張。

❷ 在 6 號車廂。

❸ 來回票。

❹ 三點半出發。

❺ 還沒訂票。

3. 請將下列的句子重組。

❶ giờ / nơi / 9 / đến /.　　　　　　　9 點到達。

➡ _____

❷ ngày / 3 / đi / mai / chiều / tôi / giờ / .　明天下午 3 點我去。

➡ _____

❸ không / Hà Nội / còn / đi / vé / ?　　還有去河內的票嗎？

➡ _____

❹ đi / em / Đà Nẵng / muốn / .　　　　我想去峴港。

➡ _____

❺ trường / ở / cổng / nhau / chúng ta / gặp / .　我們在學校門口見面。

➡ _____

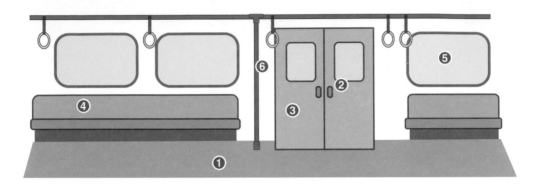

❶ hành lang toa tàu 車廂走道

❷ tay nắm cửa mở tự động
手動開門把手

❸ cửa tàu 車門

❹ chỗ ngồi 座位

❺ cửa sổ tàu hỏa 車窗

❻ tay vịn 扶手

❼ tàu hỏa 列車

❽ biển chỉ dẫn phương hướng
方向指示標誌

❾ phát thanh 廣播

❿ đường ray 軌道

⓫ khe hở sân ga 月台間隙

⑫ **vé một chiều** 單程票

⑬ **vé khứ hồi** 來回票

→ **vé điện tử** 電子車票

→ **ngày đi** 去程日期

→ **ngày về** 回程日期

→ **thời gian khởi hành / thời gian xuất phát** 出發時間

→ **thời gian đến** 到達時間

→ **tra cứu** 查詢

→ **tìm kiếm** 搜尋

→ **giá vé** 票價

→ **hủy** 取消

→ **khuyến mại** 優惠

→ **thanh toán trực tuyến** 網路付款

⑭ **cửa soát vé** 剪票口

⑮ **chuyến tàu trước** 上一班車

⑯ **chuyến tàu sau** 下一班車

⑰ **cửa tàu** 車門

⑱ **giá để hành lý** 行李架

⑲ **chỗ ngồi ưu tiên** 博愛座

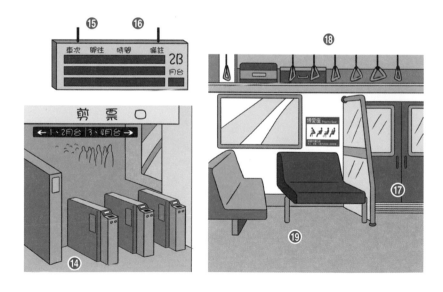

加強表現

❶ **đặt vé trực tuyến** 網路訂票

❷ **hủy đặt vé** 取消訂票

❸ **đặt vé khứ hồi** 訂來回票

❹ **thông tin vé tàu** 車票資訊

❺ **lựa chọn thời gian đi** 選擇去程時間

▲ 越南的火車

　　搭乘越南的 北 tàu hỏa / 南 xe lửa（火車）既安全、舒服又價錢合理，對於想要沿途觀賞越南風景的 du khách（遊客）來說，是再理想不過的選擇了。搭火車去旅行可謂是旅遊越南中一項格外生面的體驗，是外國遊客抵達越南旅行時，頗為不可或缺的一部分，甚至於在這趟行程中，你還可以跟越南當地的遊客聊聊天，體驗一下這裡的人情味。

　　越南的火車全國南北貫通，美中不足的就是就是行駛速度稍慢，由北方河內到南方胡志明市的 tàu tốc độ cao Thống Nhất（特快統一鐵路）線也要行駛約 30~41 小時才能抵達，沿途會在 Huế（順化）等觀光大城市靠站停車。從河內出發的主要路線有四條線，其中最重要的是河內－胡志明市這條全程 1726 公里，南北縱貫的 tuyến đường sắt（鐵路路線），即所謂的「統一鐵路」。所搭的列車 số hiệu（編號）有 SE1、SE2、TN3、TN4 數種，其中 số hiệu lẻ（單數編號）是河內發往胡志明市的列車，雙數編號則反過來是胡志明市發往河內的列車。這幾種列車中，速度最快的是 SE3 與 SE4，只需 29 小時 30 分鐘左右便能從從河內抵達胡志明市。

　　其他的三條線路為河內－海防線（約 102 公里，車次編號 HP1、HP2）、延伸至中國邊境的河內－同登線（約 169 公里，車次編號有 M1、M2、DD3 與 DD4）以及河內－老街線（約 294 公里，車次編號 SP1~SP4、SP7、SP8 和 LC1~LC4），同登和老街線因陸地相連之故，更有可轉乘駛往中國的列車。

　　從中國的境內，甚至於有來自越南的國際列車。每周四、周日會從北京西站發車駛往河內，次日可到達 Nam Ninh（南寧），第三日則能達河內；周二、五時則從河內返回，第三日則回到 Bắc Kinh（北京）。

下為越南的重要鐵路路線

Đường sắt Bắc Nam
統一鐵路（南北線路）

Hà Nội – TP. HCM　河內－胡志明市（西貢）

Đường sắt Hà Nội　河內鐵路線路

Hà Nội - Đà Nẵng　河內－峴港

Hà Nội - Vinh - Đồng Hới - Huế
河內－榮市－洞海市－順化

Hà Nội - Lào Cai　河內－老街

Hà Nội - Hải Phòng　河內－海防

Hà Nội - Thái Nguyên　河內－太原

Hà Nội - Đồng Đăng　河內－同登

Kép - Hạ Long　茹－下龍

Đường sắt Sài Gòn　西貢鐵路線路

Sài Gòn - Huế　西貢－順化

Sài Gòn - Quy Nhơn　西貢－歸仁

Sài Gòn - Nha Trang - Tuy Hòa
西貢－芽莊－綏和

Sài Gòn - Phan Thiết　西貢－潘切

　　經年累月觀察下來，基於安全的考量，台灣多數地區的鐵軌已經進入了地下化等工程措施，縱使仍有許多鐵軌路段仍與公路交會，但在對於平交道如虎口的高度意識等因素之下，使得火車的鐵軌愈來愈不「親近」群眾。如果在平溪線小火車一來時，遊客們紛紛往軌道旁的小小暫避區死命向內擠的場景就能讓你感到新鮮有趣，那不如請到越南來看看更加別開生面的畫面。

　　在越南，還有很多地方火車的軌道，仍與民宅緊密毗

▲ 越南房舍及鐵軌間狹窄毗鄰的特殊街景

連，而且距離近到超出一般人的想像。住在軌道附近的居民常常三五成群的就在坐在軌鐵道邊話家常，或是小孩子在軌道上玩耍嬉鬧，也有民家開起咖啡館，讓客人一邊享用咖啡、一邊觀賞火車到來，甚至於一些地區還有特殊的軌道市場形成。由於可以擺攤的空間狹小，所以火車沒來時，大家就把貨都擺在一旁，甚至於直接放在鐵軌上兜售。當火車接近時，就能看到攤商們火速的把貨收到安全的地方，等火車走了之後，又再擺回來繼續賣，這一整串的「慣性連動」，也莫名成了一種表演性的景象。

　　這種一般台灣人眼中的「險象環生」，卻是在地越南人們生活中的「家常便飯」。且長久下來也鮮少聽到有人因此受傷或喪生，這份居民（攤商）們與火車之間的巧妙默契，也是這項文化中最值得的玩味之處。

在出入境管理局
Ở Cục Quản lý xuất nhập cảnh

Chĩ Vĩ:

Chào chị, tôi muốn xin cấp thẻ tạm trú cho người nước ngoài.

Nhân viên:

Phiền anh điền đơn xin cấp thẻ.

Chí Vĩ:

Tôi điền xong rồi, gửi chị.

Nhân viên:

Vui lòng cung cấp hộ chiếu và giấy tờ của anh.

Chí Vĩ:

Giấy tờ của tôi đây.

Nhân viên:

Lệ phí xin cấp thẻ tạm trú là 120 đô.

Chí Vĩ:

<u>Vâng (Dạ)</u>. Xin hỏi thẻ tạm trú khi nào có thể làm xong?

Nhân viên:

Nếu không có vấn đề gì thì khoảng năm ngày làm việc.

Chí Vĩ:

<u>Vâng (Dạ)</u>.

Nhân viên:

Được rồi. Sau năm ngày làm việc, anh mang biên nhận và giấy hẹn trả hồ sơ đến nhận kết quả.

Chí Vĩ:

Cảm ơn chị. Tạm biệt.

志偉：

您好，我想申請外國人居留證。

職員：

麻煩您填寫申請表。

志偉：

我填好了，給您。

職員：

請出示您的護照和證件。

志偉：

這是我的證件。

職員：

申請居留證的手續費是 120 美金。

志偉：

好的！請問居留證什麼時候能辦好呢？

職員：

如果沒有什麼問題，就大概 5 個工作天。

志偉：

好的。

職員：

行了。5 個工作天後，請攜帶收據和領件預約單來領取。

志偉：

謝謝您。再見。

★ 必學單字表現

B2-04-02
N2-04-02

muốn	想、要
đơn xin	申請書
thẻ tạm trú / thẻ cư trú	居留證
người nước ngoài	外國人
điền	填寫
hộ chiếu	護照
cung cấp	提供
giấy tờ	證件
lệ phí	手續費
vấn đề	問題
khoảng	大概、大約
làm việc	工作
mang	帶
giấy biên nhận	收據
kết quả	結果

★ 會話重點

B2-04-03
N2-04-03

重點1 xin

「xin」是「申請」的意思。當想要向上級或有關部門說明理由，提出請求的時候，就可以說，「xin + 請求」。例：

Xin chuyển lớp. 申請轉班。
Xin cấp hộ chiếu. 申請護照。

重點2 動詞＋xong

句型「動詞＋xong」或「動詞＋受詞＋xong」表示「已完成或結束前述動作」。這個句型也可以在動詞前面加上副詞 đã（已經）或在動詞後面加上助詞 rồi（了），也表示動作已經完成。

陳述句：đã ＋動詞＋ xong ＋ (rồi)
　　　　(đã) ＋動詞＋ xong ＋ rồi

疑問句：(đã) ＋動詞＋ xong ＋ chưa?

否定句：chưa ＋動詞＋ xong

例：

1. **Anh (đã) đọc xong chưa?** 你（已經）讀完了嗎？
2. **Tôi (đã) viết xong rồi.** 我（已經）寫完了。
3. **Em chưa vẽ xong.** 我還沒畫完。
4. **A: Bạn ăn cơm xong chưa?** 你吃完了嗎？
　 B: Chưa xong. 還沒。
　　 Xong rồi. 吃完了。

★ 一定要會的年、月、日等表現

B2-04-04
N2-04-04

hôm kia 前天	hôm qua 昨天	hôm nay 今天	ngày mai 明天	北 ngày kia / 南 ngày mốt 後天
hai tuần trước 上上週	tuần trước 上週	tuần này 這週	tuần sau 下週	hai tuần sau 下下週
hai tháng trước 上上個月	tháng trước 上個月	tháng này 這個月	tháng sau 下個月	hai tháng sau 下下個月
hai năm trước 前年	năm ngoái 去年	năm nay 今年	năm sau 明年	hai năm sau 後年

muốn 的用法

＊「muốn＋動詞」的句型用於表示想要做後述動作的意志，即「想…、要…」的意思。

例 Tôi muốn ăn phở Việt Nam.　　　我想吃越南河粉。

Em muốn học tiếng Việt.　　　　　我想學越南語。

Tôi muốn đi Nhật Bản chơi.　　　　我想去日本玩。

Chị muốn mua ba quyển (cuốn) sách.　　我想買三本書。

Anh muốn nói chuyện với em.　　　我想跟妳聊天。

＊當句型前面加上了否定意思的「không」形成「không＋muốn＋動詞」的新句型時，即表示不想要做後述動作的意志，即「不想…、不要…」的意思。

例 Chị không muốn đi cùng anh ấy.　　我不想跟他一起去。

Em không muốn uống cà phê.　　　　我不想喝咖啡。

Tôi không muốn nghe nhạc.　　　　　我不想聽音樂。

Anh không muốn nhìn thấy em nữa.　我不想再看到妳。

Tôi không muốn mua táo.　　　　　　我不想買蘋果。

＊在「muốn＋動詞」的句型下，句尾應用「～ không（～嗎）、gì（什麼）、ai（誰）、đâu（哪裡）」等疑問詞，便可形成表達動作意志的疑問句。

例 Em muốn đi xem phim không?　　　妳想去看電影嗎？

Chị muốn mua gì?　　　　　　　　　妳想買什麼？

Em muốn ăn kem không?　　　　　　妳想吃冰淇淋嗎？

Anh muốn gặp ai?　　　　　　　　　你想見誰？

Bạn muốn đi đâu?　　　　　　　　　你想去哪裡？

★ 短會話練習 A

申請居留證

Đăng ký thẻ tạm trú cho người nước ngoài ở đâu ạ?
請問在哪裡申請外國人居留證呢？

Vui lòng lên tầng hai.
請上 2 樓。

Ở phòng số ba.
在 3 號房。

詢問簽證效期

Thời hạn visa là bao lâu?
簽證效期是多久呢？

Là sáu mươi ngày.
是 60 天。

Là ba tháng.
是 3 個月。

繳交護照及證件

Bạn có mang theo hộ chiếu và giấy tờ không?
請問你有帶護照和證件嗎？

Có, đây ạ.
有，在這裡。

Tôi quên không mang theo.
我忘記帶了。

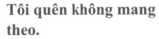

索取申請單

Xin hỏi, đơn đăng ký lấy ở đâu?
請問，申請單在哪裡拿呢？

Chị qua bàn bên kia lấy.
在那邊的桌子上就有。

Ở tủ phía bên phải.
在右邊櫃子裡。

單字

lên	上	**tầng**	樓	**phòng số ...**	...號房
thời hạn	效期	**mang**	帶	**quên**	忘、忘記
lấy	拿	**bàn**	桌子	**tủ**	櫃子

B2-04-07
N2-04-07

填寫申請單

Xin hỏi, chỗ này cần điền thông tin gì?
請問，這裡要填什麼資料？

Anh cần điền tên, địa chỉ và số điện thoại.
請你填入名字、地址和電話號碼。

Điền số hộ chiếu.
請填護照號碼。

申請簽證

Anh muốn xin cấp thị thực loại nào?
你想申請哪一種簽證？

Loại visa một tháng một lần.
一個月單次簽證。

Loại visa ba tháng nhiều lần.
三個月多次簽證。

詢問申請進度

Xin hỏi bao lâu thì có kết quả?
請問多久會辦好？

Khoảng bảy ngày làm việc.
大概 7 個工作天。

Sau bốn ngày làm việc anh đến lấy nhé.
請在 4 個工作天後過來來領取！

繳交大頭照

Cần mấy tấm ảnh (hình) ạ?
需要幾張照片？

Hai tấm ảnh (hình) 4x6.
2 張 4x6 的照片。

Ba tấm ảnh (hình) 3x4.
3 張 3x4 的照片。

單字

thông tin 資料		**tên** 名字		**địa chỉ** 地址	
số điện thoại 電話號碼		**thị thực / visa** 簽證		**loại** 種類	
một tháng một lần 一個月單次			**ba tháng nhiều lần** 三個月多次		
tấm 張		北 **ảnh** / 南 **hình** 照片			

★ 會話練習

1. 請聽 MP3，並依下列的單字完成所有的句子。

cần	xong	mang	tuần sau	muốn

❶ _____ chị Mai đi Việt Nam du lịch.　　下週梅姊去越南旅遊。

❷ Hoa ăn cơm _____ chưa?　　小花吃完飯了嗎？

❸ Anh ấy không _____ nói chuyện với tôi.　　他不想跟我說話。

❹ Xin cấp visa _____ có ba tấm ảnh (hình) 3x4.

申請簽證要提供三張 3×4 公分的照片。

❺ Bạn có _____ theo hộ chiếu không?　　你有帶護照嗎？

2. 請聽 MP3，依下列中文用越南語作回答練習。

❶ 晚餐煮好了。

❷ 我想去越南旅行。

❸ 衣服洗好了。

❹ 我不想學英文。

3. 請將下列的句子重組。

❶ đăng ký / muốn / tôi / người nước ngoài / cho / thẻ tạm trú / .

我想申請外國人居留證。

➡ _____

❷ xem phim / em / ngày mai / muốn / không / đi / ?　　明天你想去看電影嗎？

➡ _____

❸ số điện thoại / chị / tên / điền / cần / và / .　　妳需要填名字和電話號碼。

➡ _____

❹ xong / chưa / ăn / tôi / .　　我還沒吃完。

➡ _____

❺ muốn / tôi / gặp lại / không / cô ấy / nữa /.　　我不想再見到她。

➡ _____

❶ **hóa đơn** 發票

❷ **nộp** 繳

❸ **thủ tục** 手續

❹ **xuất nhập cảnh** 出入境

❺ **quản lý** 管理

❻ **quy định** 規定

❼ **thông báo** 通知

❽ **sửa đổi** 更改

❾ **bổ sung** 補充

❿ **khai báo** 申報

⓫ **visa điện tử / thị thực điện tử** 電子簽證

⓬ **quốc tịch** 國籍

⓭ **hải quan** 海關

⓮ **đối tượng** 對象

⓯ **đơn xin gia hạn thẻ tạm trú** 居留證延期申請書

▲ 出入境管理局

加強表現

❶ **nộp lệ phí** 繳費

❷ **sửa đổi thông tin** 更改資訊

❸ **làm thủ tục** 辦手續

❹ **bổ sung thông tin** 補充資訊

❺ **quy định pháp luật Việt Nam** 越南法律規定

❻ **xin cấp visa điện tử** 申請電子簽證

★ 文化專欄──外國人居留證申辦流程

第一步驟：依照法規準備以下文件，包括：

1. Đơn xin cấp thẻ cư trú（居留證申請單）

2. 申辦者有居留資格的證明文件，例如對於來越南工作者需要提供外國人的 giấy phép lao động（工作證）由事業主管機關核准函及 giấy chứng nhận tại chức（在職證明書）

3. Hộ chiếu（護照）正本與影本（含有效 visa（簽證））

4. 如果之前外國人已有居留證就要提供舊的居留證

5. 2x3 的相片 2 張

第二步驟：機關組織或個人要到這三個越南 Bộ công an（公安部）的 Cục quản lý xuất nhập cảnh（入出境管理處）之一繳交資料：

1. **北部：** 44 Phạm Ngọc Thạch, Phương Liên, Đống Đa, Hà Nội（河內市棟多郡芳蓮坊范玉石街 44 號）

2. **南部：** 196 Nguyễn Thị Minh Khai, Phường 6, Quận 3, Hồ Chí Minh（胡志明市第三郡第六坊阮氏明開街 196 號）

3. **中部：** 7 Trần Quý Cáp, Thạch Thang, Hải Châu, Đà Nẵng（峴港市海洲群石梯坊陳貴恰街 7 號）

▲ 受理外國人居留證的公安機構

辦理人員會檢查資料內容及合法性，如果資料齊全及合法就收下資料並交予申辦者領件 giấy hẹn（預約單），而若資料不足則承辦人員會指示申辦者補充需要的資料。

承辦時間：禮拜一至禮拜六（不含節日）。

第三步驟：領件者給辦理人員看領件預約單、身分證或護照，如果已有申辦結果，辦理人員收證書費並發居留證。

領件時間：禮拜一至禮拜五（不含節日）。

在人民委員會
Ở UBND (Ủy ban nhân dân)

Phong:

Chào chị, tôi muốn đăng ký kết hôn với người nước ngoài.

Nhân viên:

Phiền anh và bạn gái điền thông tin vào tờ khai đăng ký kết hôn.

Phong:

Tờ khai chúng tôi điền xong rồi. Đây là giấy xác nhận tình trạng hôn nhân và giấy tờ liên quan của chúng tôi.

Nhân viên:

Xin lỗi, giấy tờ của anh chưa đầy đủ, anh cần bổ sung thêm giấy xác nhận kiểm tra tình trạng sức khỏe của hai người.

Phong:

Vâng (Dạ), chị đợi một chút. Gửi chị.

Nhân viên:

Cảm ơn anh. Trong khoảng thời gian mười lăm ngày xét duyệt hồ sơ, chúng tôi sẽ hẹn ngày phỏng vấn và thông báo cho anh chị sau.

Phong:

Vâng (Dạ). Cảm ơn chị.

Nhân viên:

Không có gì.

阿豐：
您好，我想申請國際結婚。

職員：
麻煩您和女朋友填寫登記結婚申報表的資料。

阿豐：
申報表我們已經填好了。這是我們的單身證明及相關證件。

職員：
不好意思，您的文件不齊全，您需要補上你們的健康狀況檢查證明。

阿豐：
好的，請稍等一下。在這裡。

職員：
謝謝您。審查文件的時間一般為15日，在這段時間內，我們會預約面談並通知你們。

阿豐：
好。謝謝您。

職員：
不客氣。

★ 必學單字表現

B2-05-02
N2-05-02

đăng ký kết hôn	登記結婚
phiền	麻煩
bạn gái	女朋友
tờ khai	申報表
giấy xác nhận	證明書
tình trạng	狀況
hôn nhân	婚姻
đầy đủ	足夠
bổ sung	補充
kiểm tra	檢查
tình trạng sức khỏe	健康狀況
xét duyệt	審查
hẹn	預約
phỏng vấn	面談
thông báo	通知

★ 會話重點

B2-05-03
N2-05-03

重點1 ... và ... ⋯和⋯

「và」是連接詞，用於連接並列的單字及詞組，以表示兩個事物的並列關係。例：

Tôi và cô ấy là bạn thân. 我和她是好朋友。

Tôi thích ăn táo và xoài. 我喜歡吃蘋果和芒果。

用於詞組間的結合時，可以當作「而且⋯、且⋯」的意思。

Long rất đẹp trai và hát rất hay. 阿龍長得很帥且很會唱歌。

重點2 cần ... 要⋯、需要⋯

「cần」是及物動詞，表示「應該有或必須有」的意思。「cần」的否定式為「không cần」。例：

Chúng tôi cần sự giúp đỡ của bạn. 我們需要你的幫助。

Em cần mạnh mẽ hơn. 妳需要更加堅強。

Tôi không cần anh thương hại tôi. 我不需要你來可憐我。

Sau này anh không cần đến đón em nữa. 你以後都不用來接我了。

★ 與時間相關的表現及慣用語

B2-05-04
N2-05-04

nhanh 快　　　　　**bình thường** 普通　　　　　**lâu** 久

★ thời gian trôi qua thật nhanh：時間流逝真快。即「光陰似箭、歲月如梭」。

★ đường dài mới biết sức ngựa hay, ở lâu mới biết người ngay kẻ tà：路長才知道馬好不好，住得久才知人是忠是奸。即「路遠知馬力，日久見人心」。

sẽ 的用法

> * 「sẽ」是表示在未來時間發生的動作。即「將…、將會…」的意思。

肯定句：sẽ + 動詞　將…、將會…

例 **Ngày mai, anh sẽ đưa em đi chơi.**　　明天我會帶妳去玩。

Tuần sau, chị ấy sẽ về.　　下禮拜她會回來。

Chúng tôi sẽ nỗ lực luyện tập, quyết không bỏ cuộc.

我們會努力練習，絕不放棄。

否定句：sẽ + không + 動詞　將不…、將不會…

例 **Anh sẽ không bao giờ rời xa em.**　　我永遠不會離開妳。

Anh sẽ không giận em, phải không?　　你不會生我的氣，對吧？

疑問句：sẽ + 動詞 + (chứ) / (phải không)?　將…吧？、將會…吧？

Anh sẽ đến chứ?　　你會來吧？

> * 當與有假設意思的「nếu」組合成相結合「nếu ... sẽ ...」的文法時，便指若該假設成立，便會進行後續的動作。

例 **Nếu là tôi, tôi sẽ không bỏ qua cho anh ta.**　如果是我，我可不會放過他。

Nếu anh ấy đến, tôi sẽ đi về.　　如果他來，我就會回去。

Nếu đến muộn thì sẽ bị phạt.　　如果遲到的話，就會被罰。

★ 短會話練習 A

B2-05-06
N2-05-06

繳交文件

Hai người đã chuẩn bị đầy đủ hồ sơ chưa?
你們的文件都備齊了嗎？

Chuẩn bị đầy đủ rồi, gửi chị.
都備齊了，給您。

Tôi còn thiếu chứng minh nhân dân, có thể bổ sung sau không?
我還缺少身分證，可以之後再補嗎？

面談詢問 1

Hai người quen nhau lâu chưa?
你們認識很久了嗎？

Chúng tôi quen nhau hơn một năm rồi.
我們認識一年多了。

Gần hai năm rồi.
快兩年了。

面談詢問 2

Vợ bạn có những sở thích gì?
你老婆有什麼興趣？

Cô ấy thích đọc sách và nấu ăn.
她喜歡看書和煮飯。

Cô ấy rất thích hát và vẽ tranh.
她很喜歡唱歌和畫畫。

面談詢問 3

Vợ bạn làm nghề gì?
妳太太做什麼工作？

Cô ấy là giáo viên.
她是老師。

Cô ấy là thợ may.
她是裁縫師。

單字

chuẩn bị 準備	**thiếu** 欠、缺少	**chứng minh nhân dân** 身分證	
quen 認識	**sở thích** 興趣	**vợ** 老婆	**đọc sách** 看書
nấu ăn 煮飯	**vẽ tranh** 畫畫	**hát** 唱歌	**thích** 喜歡
nghề 職業	**giáo viên** 教師	**thợ may** 裁縫師	**chồng** 老公

面談詢問 4

Anh và vợ anh có trao đổi quà tặng cho nhau không?
你和你老婆有互相交換禮物嗎？

Có, chúng tôi thường tặng quà cho nhau.
有，我們常常互相送禮物。

Đương nhiên là có.
當然有啊。

面談詢問 5

Lễ đính hôn của bạn được tổ chức khi nào?
你的訂婚儀式什麼時候舉辦的？

Lễ đính hôn của chúng tôi tổ chức ba tuần trước.
我們的訂婚儀式 3 個禮拜前舉辦的。

Tổ chức từ tháng trước.
上個月舉辦的。

面談詢問 6

Vợ bạn có bao nhiêu anh chị em ruột?
你的老婆有多少親兄弟姊妹？

Có một anh trai và một em gái.
有一個哥哥和一個妹妹。

Cô ấy là con một.
她是獨生女。

面談詢問 7

Thu nhập của vợ bạn bao nhiêu một tháng?
你老婆的收入一個月多少？

Khoảng bảy triệu đồng / tháng.
大約一個月 7 百萬越盾。

Chín triệu đồng một tháng.
一個月 9 百萬越盾。

單字

trao đổi	交換	**quà tặng**	禮物	**lễ đính hôn**	訂婚儀式
tổ chức	舉辦	**con một**	獨生子、獨生女	**thu nhập**	收入

B2-05-08
N2-05-08

★ 會話練習

1. 請聽 MP3，用「**sẽ**」及下面的提示做會話練習。

Tuần sau, chúng tôi **sẽ** đi đăng ký kết hôn.　　下週，我們將去登記結婚。

ngày kia 後天	chị Mai 梅姊	đi Singapore 去新加坡
hai tuần nữa 再過兩週	anh Tú 秀哥	đi Đài Loan du học 去台灣留學
tháng sau 下個月	Lan Anh 蘭英	bắt đầu đi làm 開始去工作
năm sau 明年	con 孩子（對父母自稱：我）	về ăn Tết với bố (ba) mẹ 回鄉跟父母一起過節
ngày mai 明天	tôi 我	mua xe máy 買機車

2. 請將下列的句子重組。

❶ sách / cô ấy / gì / thích / đọc / ?　　　她喜歡看什麼書？

➡ _____

❷ cần / gì / chuẩn bị / tôi / giấy tờ / ?　　我需要準備什麼文件？

➡ _____

❸ nữa / sẽ / tôi / anh ấy / gặp / không / .　　我不會再跟他見面。

➡ _____

❹ anh / tôi / và / em / chồng / hai / có / gái / một / trai / .

我老公有一個哥哥和兩個妹妹。

➡ _____

❺ ở / anh / tổ chức / đâu / lễ cưới / sẽ / ?　　你會在哪裡舉行婚禮？

➡ _____

3. 請聽 MP3，依下列中文用越南語作回答練習。

❶ 我老婆喜歡看書。　　　❷ 我會來。

❸ 我需要三百萬越盾。　　❹ 蘭英和俊傑的婚禮。

B2-05-09
N2-05-09

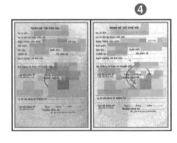

❶ **bản chính** 正本

❷ **bản sao** 影本

❸ **giấy khai sinh** 出生證明

❹ **sổ hộ khẩu** 戶口名簿

❺ **giấy thông hành** 通行證

❻ **ủy ban nhân dân (UBND)** 人民委員會

❼ **đương sự** 當事人

❽ **công chứng** 公證

❾ **phiên dịch** 翻譯

→ **xác nhận** 驗證

→ **trình tự** 程序

❿ **ly hôn** 離婚

加強表現

❶ **trình tự quy định** 規定程序

❷ **xác nhận giấy tờ** 驗證文件

❸ **cần chuẩn bị bản gốc và bản sao**
需要準備正本和影本

❹ **ủy ban nhân dân huyện** 縣人民委員會

❺ **làm thủ tục ly hôn** 辦理離婚手續

★ 文化專欄──外國人在越南辦理結婚手續流程

隨著越南社會日益的發展及開放，不少越南家庭與世界各國的人結為親家的事也早就不是罕事，而且人數日益增多。特別是台灣現在有這麼多的越南新住民，異國情緣相信大家也司空見慣。

那麼，當外國人要在越南辦理 trình tự thủ tục đăng ký kết hôn（結婚手續流程），應該怎麼進行，或有哪些需要注意的事項呢？

首先最重要的就是準備好所有的相關 giấy tờ（文件）。有許多案子被退件的原因，往往來自

▲ 河內市 Mai Dịch（梅驛）坊的人民委員會

於送繳的文件不齊全或是文件本身未符合辦理單位的要求。因此，為了節省時間，要送件之前請務必先準備好下列的這些文件，分別是「tờ khai đăng ký kết hôn（結婚登記申請書）、還有不論是越南這邊還是外國配偶這邊的 giấy xác nhận tình trạng hôn nhân（單身證明書）（外國人的「單身證明書」通常是由外國配偶的母國的相關機構發行，是由官方出示具有公信力的文件，以宣布證明外國人目前尚未擁有配偶。若配偶的母國未有發行這項文件的業務，則可使用該國有證明此人在當地未有婚姻的相關文件取代。）、chứng minh thư（越南身分證）的公證影本、外國配偶的 hộ chiếu（護照）或具法律效力可代替護照之其他文件的公證影本。有一點請須要注意的是，國外的所有相關文件都需要翻譯成越南文並進行 công chứng（公證）之後才會產生效力。

當所有文件準備齊全之後，就可以送件至越南各省或郡的 Ủy ban nhân dân（人民委員會）的 Phòng Tư pháp（司法廳）核審。依照規定，收到合格的文件之後司法廳會於 10 個工作天內（依行政區域不同，可能會有不同的等候日數審核文件並告知結果。在 Chủ tịch Ủy ban nhân dân cấp huyện（縣級人民委員會主席）簽發 giấy đăng ký kết hôn（結婚證書）之後的三個工作天，司法廳將頒發結婚證書給新人，所以在結婚證書頒發的當天，男女雙方自當必須在場簽名，以完成這件終生大事。

▲ 胡志明市的人民委員會

上述一般大方向的辦理流程，但越南人與外國人辦理結婚申請手續總是件複雜事，且也許會因地區的不同在一些細節上也有不同的要求與規定。所以不管是你是在越南的哪裡辦理結婚，穿禮服、披婚紗之前，最好還是在此基礎的了解之下，再跟當地的受理機關針對細節詢問清楚，以免如此的一樁美事，卻在辦理登記時留下了氣呼呼的回憶。

在銀行 Ở ngân hàng

Nhân viên:

Chào anh, tôi có thể giúp gì cho anh?

Chí Vĩ:

Chào chị, tôi muốn mở một tài khoản ngân hàng. Xin hỏi thủ tục mở tài khoản như thế nào?

Nhân viên:

Vâng (Dạ), thủ tục mở tài khoản ngân hàng rất đơn giản. Phiền anh cung cấp hộ chiếu, thị thực hoặc tờ khai hải quan.

Chí Vĩ:

Vâng (Dạ), đây ạ.

Nhân viên:

Cảm ơn anh. Anh vui lòng điền vào giấy đăng ký mở tài khoản ngân hàng này nhé.

Chí Vĩ:

Điền như thế này được chưa chị?

Nhân viên:

Anh ký tên vào phía dưới tên chủ tài khoản.

Chí Vĩ:

Xong rồi chị.

Nhân viên:

Vâng (Dạ), anh chờ một chút. Tôi sẽ xử lý giúp anh.

Chí Vĩ:

Cảm ơn chị.

職員：
您好，我可以幫您什麼忙嗎？

志偉：
您好，我想開一個銀行帳戶。請問該如何開戶呢？

職員：
是，開戶手續很簡單。麻煩您提供護照、簽證或入境表給我。

志偉：
好的，在這裡。

職員：
謝謝您。請您填寫這個開戶申請表。

志偉：
這樣填可以了嗎？

職員：
請您在戶名的下方簽名。

志偉：
好了。

職員：
好，請稍等一下。我會幫您辦理。

志偉：
感謝您。

★ 必學單字表現

mở	開
tài khoản	帳戶
ngân hàng	銀行
nên	應該、該
như thế nào / thế nào	如何、怎樣
đơn giản	簡單
hải quan	海關
như thế này	這樣
ký tên	簽名
phía dưới	下方
chủ tài khoản	戶名
xử lý	處理、辦理

★ 會話重點

重點 1 ... như thế nào?

「như thế nào」或「thế nào」用於更加具體地詢問某種狀況、性質、方式或方法,即「如何、怎樣」。例:

Dạo này anh thế nào? 你最近如何?
Việc này nên giải quyết như thế nào? 這件事該如何解決?
Bình thường em đối xử với anh thế nào? 平時我怎麼對你?
Nếu không thích, em sẽ từ chối anh ta như thế nào? 如果不喜歡,你會如何拒絕他?

重點 2 rất ...

「rất」是副詞,置於形容詞之前用以修飾該形容詞,表示程度相當高或超過一般的要求,等同「很」。例:

Cô ấy trông rất xinh. 她看起來很漂亮。
Câu hỏi này rất khó. 這個問題很難。
Mẹ rất thất vọng về con. 媽媽對你很失望。
Chiếc váy này rất hợp với chị. 這件裙子很適合妳。
Hôm nay đi chơi với bạn, tớ (mình) rất vui. 今天跟你去玩,我很開心。

★ 關於越南的越南的貨幣

越盾(VND)是由越南國家銀行發行的越南正式貨幣單位。現在發行的紙幣包括 200 盾、500 盾、1.000 盾、2.000 盾、5.000 盾、10.000 盾、20.000 盾、50.000 盾、100.000 盾、200.000 盾及 500.000 盾。

小提醒:越南的面額每三位數所加的符號是句點(.)而不是逗點(,)喔!這一點與台灣不同。

nên ... 的用法

＊「nên」為「應（該）…」，置於動詞之前，表示建議或委婉地勸告他人應該進行後述動作。

＊肯定句：nên + 動詞

例 **Bạn nên tha thứ cho anh ấy.**　　　　妳應該原諒他。

　　Con nên nghe lời mẹ.　　　　你應該聽媽媽的話。

＊否定句：không nên + 動詞

例 **Con không nên cãi lời bố (ba).**　　　你不應該跟爸爸頂嘴。

　　Bạn không nên cầm tiền của họ.　　　你不應該拿他們的錢。

＊疑問句：(có) nên + 動詞 + không?

例 **Tôi có nên đi gặp anh ấy không?**　　　我該不該去見他？

　　Em có nên mua chiếc xe này không?　　我該不該買這台車？

▶ Con nên nghe lời mẹ.
你應該聽媽媽的話。

★ 短會話練習 A

B2-06-05
N2-06-05

詢問開戶

Bạn muốn mở tài khoản tiền Việt hay tiền Đô?
你想申請越盾還是美金的帳戶？

Tôi muốn mở tài khoản tiền Đô.
我想申請美金的帳戶。

Tài khoản tiền Việt.
越盾的帳戶。

請求簽名

Mời anh ký tên vào đây.
請您在這裡簽名。

Vâng (Dạ), tôi biết rồi.
是，我知道了。

Chỗ này phải không?
這裡，是嗎？

詢問匯率

Hôm nay tỷ giá tiền Đô là bao nhiêu?
請問今天美金匯率是多少？

Tỷ giá tiền Đô hôm nay là 22.600 đồng.
今天的美金匯率是 22.600 越盾。

Tỷ giá hôm nay là 21.985 đồng.
今天的匯率是 21.985 越盾。

申請網路銀行

Anh có muốn đăng ký dịch vụ ngân hàng trực tuyến không?
你想申請網路銀行服務嗎？

Có, hãy đăng ký giúp tôi.
要，請幫我申請。

Không cần, cảm ơn.
不用，謝謝。

單字

tiền Việt 越盾	**tiền Đô** 美金	**tỷ giá** 匯率
dịch vụ 服務	**trực tuyến** 網路、線上	

詢問存、提款

Anh muốn gửi tiền hay rút tiền?
你想存款還是提款？

Tôi muốn gửi tiền.
我想存款。

Tôi muốn rút tiền.
我想提款。

輸入密碼

Anh vui lòng nhập mật mã vào đây.
請在這裡輸入密碼。

Vâng (Dạ).
是。

Bấm vào đây là được, phải không?
按這裡就好，是嗎？

詢問存款金額

Anh muốn gửi bao nhiêu tiền?
你想存多少錢？

Tôi muốn gửi 10 triệu đồng.
我想存 1,000 萬越盾。

Cho tôi gửi 25 triệu đồng.
幫我存 2,500 萬越盾。

利率的確認

Lãi suất kỳ hạn một năm là bao nhiêu?
一年的利率是多少？

Lãi suất là 2,6% một năm.
利率是一年 2.6%。

Lãi suất sẽ thay đổi theo từng thời kỳ.
利率會依據不同的時期而有所改變。

單字

gửi tiền 存款	**rút tiền** 提款	**nhập** 輸入
mật mã 密碼	**bấm** 按	**lãi suất** 利率
hàng năm 每年	**thay đổi** 改變	**thời kỳ** 時期

★ 會話練習

1. 請用「nên」或「không nên」的句型，依中文完成下面的句子。

❶ Em ＿＿＿＿＿＿ đi ngủ sớm.　　　　　　　你應該早點去睡。

❷ Chị ＿＿＿＿＿＿ làm cho bố (ba) tức giận.　　你不應該讓父親生氣。

❸ Anh ＿＿＿＿＿＿ tập thể dục mỗi ngày.　　　　你應該要每天運動。

❹ Em ＿＿＿＿＿＿ nhận lỗi khi làm sai.　　　　當做錯事時，你應該要認錯。

❺ Anh ＿＿＿＿＿＿ nói dối em.　　　　　　　你不應該對我說謊。

2. 請聽 MP3，並依下列的單字完成所有的句子。

| muốn | ăn | như thế nào | rất | mở | uống |

❶ Hôm nay đi chơi với mọi người, tớ (mình) ＿＿＿＿＿＿ vui.
今天跟大家一起去玩，我很開心。

❷ Bạn sẽ giải quyết chuyện này ＿＿＿＿＿＿?
你將會如何解決這個問題？

❸ Tôi nên ＿＿＿＿＿＿ tài khoản tiền Đô hay tiền Việt?
我應該開美元帳戶還是越盾帳戶呢？

❹ Anh ＿＿＿＿＿＿ gửi bao nhiêu tiền?
你想存多少錢呢？

❺ Bạn nên ＿＿＿＿＿＿ nhiều nước và ＿＿＿＿＿＿ nhiều hoa quả (trái cây).
你應該多喝水及多吃水果。

3. 請將下列的句子重組。

❶ đồng / muốn / tài khoản / tôi / 50 triệu / vào / gửi / .
我想存 5.000 萬越盾到帳戶裡。

➡ ＿＿＿＿＿＿＿＿＿＿＿＿＿＿＿＿＿＿＿＿＿

❷ của / dạo này / thế nào / công việc / anh / ?　　　　最近你的工作如何？

➡ ＿＿＿＿＿＿＿＿＿＿＿＿＿＿＿＿＿＿＿＿＿

❸ hay / bộ phim / rất / đó / .　　　　　　　　　那部電影很好看。

➡ ＿＿＿＿＿＿＿＿＿＿＿＿＿＿＿＿＿＿＿＿＿

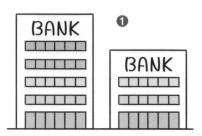

❶ chi nhánh ngân hàng 分行

❷ chuyển khoản ngân hàng 銀行轉帳

❸ quầy lễ tân ngân hàng 銀行櫃檯

❹ thủ quỹ 出納員

❺ hóa đơn 帳單

❻ gửi tiết kiệm 存款

　→ **người gửi tiền** 存戶

　→ **người nhận tiền** 收款人

　→ **người gửi tiết kiệm** 存款人

　→ **tiền gửi có kỳ hạn** 定期存款

　→ **tiền gửi không kỳ hạn** 活期存款

　**❾ máy rút tiền tự động / ATM** 自動提款機

❿ rút tiền 提款

　→ **tài khoản** 帳號

　→ **mật mã** 密碼

❼ sổ ngân hàng 存簿

　→ **số tài khoản** 帳戶號碼

❽ két sắt 保險箱

⓫ làm thẻ tín dụng 辦信用卡

　→ **ký tên** 簽名

　→ **điền** 填寫

　→ **hủy hợp đồng** 解約

⓬ thẻ tín dụng 信用卡

存　款　單			

跨行匯款申請單		

⑬ quầy gửi tiền 存款櫃檯

   → **mở tài khoản** 開戶

   → **đóng tài khoản** 除戶

⑭ nhân viên ngân hàng 銀行行員

⑮ nhân viên bảo vệ 警衛

⑯ tiền tiết kiệm 儲蓄

   → **bảo hiểm** 保險

   → **quỹ** 基金

⑳ đổi ngoại tệ 換匯

㉑ séc / chi phiếu 支票

   → **đổi tiền mặt** 兌現

   → **séc du lịch** 旅行支票

   → **séc bảo chi** 銀行保付支票

   → **người chuyển tiền** 匯款人

   → **người chuyển nhượng** 轉讓人

   → **chi tiết tài khoản ngân hàng**
     銀行帳戶明細

⑰ máy đếm tiền 點鈔機

⑱ máy camera 監視器

⑱ máy soi tiền giả 驗鈔機

⑲ con dấu 印章

❶ **đi ngân hàng rút tiền** 去銀行提款

❷ **lãi suất tiết kiệm** 儲蓄利率

❸ **dịch vụ chuyển tiền ngân hàng**
銀行轉帳服務

❹ **tra cứu tỉ giá** 匯率查詢

❺ **cất tiền vào két sắt**
將現金塞進保險箱

❻ **cách dùng máy soi tiền giả**
驗鈔機用法

❼ **chi nhánh ngân hàng Cầu Giấy**
紙橋分行

★ 文化專欄──越南銀行開戶的流程

▲ 越南的銀行

　　越南人及居留在越南的外國人都可以辦理 thủ tục mở tài khoản ngân hàng（銀行開戶的手續）。銀行開戶所需要的文件如下：

A. 越南本國人開戶所需的文件

1. chứng minh thư（身分證）（含 bản chính（正本）與 bản photo（影本））

2. đơn đăng ký mở tài khoản ngân hàng（銀行開戶單）（依銀行不同，表格也不同）

B. 外國人開戶所需的文件：

1. hộ chiếu（護照）（含 visa còn hiệu lực（有效簽證））

2. 銀行開戶單（依銀行不同，表格也不同）

越南有很多銀行，如 Agribank 銀行、BIDV 外商銀行、VIETCOMBANK 等等，大部分銀行都提供開戶服務，所以客戶可以到任何銀行辦理服務申請。

到銀行後，客戶應先從銀行的 máy lấy số thứ tự（自動號碼牌機）處 lấy số thứ tự（抽號碼牌），等輪到你的號碼時就到 quầy giao dịch（交易櫃檯）向行員提出開戶需求，行員則會指引客戶填寫銀行開戶的相關表單並，申助辦理提款卡。完成開戶申請後，銀行人員會給客戶 giấy hẹn nhận thẻ（領卡預約單），單上說明領卡的時間，通常是一個禮拜，開戶人可以依據預約時間攜帶護照或身分證去領卡。

領卡之後，開始應先去 cây rút tiền tự động ATM（自動提款機）更改密碼，通常密碼包括 6 碼，之後開戶人便可以用自己的提款卡進行 rút tiền（提款）、gửi tiền（存款）、chuyển khoản（轉帳）等各種交易了。

越南身分證小常識

去銀行辦手續，也是一定要帶身分證。提到的越南身分證，其在社會上流通的狀況有點兵荒馬亂的狀態。目前在越南流通的身分證總共有三種：有舊版的身分證、新版的身分證（這兩種都叫做 chứng minh nhân dân（縮寫為 CMND）），還有最後一種叫做 căn cước công dân（縮寫為 CCCD）的身分證。

為什麼會這麼麻煩同時存在三種身分證呢？由於自 2014 年起，為了將身分證資料透過電腦系統化的管理，越南政府執行更換身分證的專案，所以開始發行新的身分證版本。這種新的身分證版本跟舊的最大的改變是舊的版本身分證編號有 9 個數字，新版本有 12 個數字，所以舊版本越南人叫做 chứng minh nhân dân 9 số（9碼身分證），新版本則叫做 chứng minh nhân dân 12 số（12 碼身分證）。新版本的編號上是有意義的，從這組號碼中可以看出來該人的出身地、出生時段及性別資料，新版本上還有印上條碼以方便用條碼

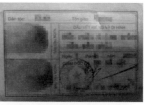

▲ 舊式 CMND 身分證的樣式之一

▲ 新式身分證 CCCD 的樣式

掃描器查詢資料，而舊版本的身分證就有這個功能。另外，設計和材料也不一樣，舊版本是用紙做的，新版本則是用塑膠做的所以比較耐用，而新版本只有一些指定的省市才可以發行。

到了 2016 年，越南政府又決定要把新版本 chứng minh ngân dân 的名稱改成 căn cước công dân，故從此不再發行所謂名為 chứng minh nhân dân 12 số 的身分證。Căn cước công dân 和 chứng minh nhân dân 12 số 的設計、材料基本上差不多，只差別在名稱而已，căn cước công dân 目前也只在部分指定的省市才得以發行，其他省市則仍在發行舊版本的身分證。預計到 2020 年，越南全國應會統一發行 căn cước công dân。

這三種身分證雖然名稱、設計不一樣但法律上的功能是一樣的。

在通訊行 Ở cửa hàng điện thoại

Nhã Đình:

Chào anh, tôi muốn đăng ký sim Mobifone thì cần những thủ tục gì và đăng ký như thế nào?

Nhân viên:

Xin hỏi, chị muốn đăng ký sim mới hay đăng ký thông tin sim đang dùng?

Nhã Đình:

Tôi muốn đăng ký sim mới.

Nhân viên:

<u>Vâng (Dạ)</u>, chị có mang theo hộ chiếu không?

Nhã Đình:

Có, đối với tôi mà nói, hộ chiếu vô cùng quan trọng nên không thể không mang theo.

Nhân viên:

<u>Vâng (Dạ)</u>, vậy tôi sẽ giúp chị đăng ký sim mới.

Nhã Đình:

Xin hỏi, phí đăng ký là bao nhiêu?

Nhân viên:

Đăng ký sim thì miễn phí, chị chỉ cần trả phí mua sim mới là được.

Nhã Đình:

Tôi hiểu rồi. Cảm ơn anh.

Nhân viên:

Không có gì.

雅婷：
您好，我想申辦 Mobifone sim 卡，請問要如何申辦並需要完成哪些手續？

通訊行行員：
請問您想申辦新的還是已用過的 Sim 卡？

雅婷：
我想申辦新的 Sim 卡。

通訊行行員：
好的，請問您有帶護照來嗎？

雅婷：
有，護照對我來說非常重要，所以一定有帶著。

通訊行行員：
好的，那麼我會幫妳申辦新的 Sim 卡。

雅婷：
請問申辦費是多少呢？

通訊行行員：
Sim 卡申辦是免費的，妳只需要付買新卡的費用就好。

雅婷：
我明白了。謝謝您。

通訊行行員：
不客氣。

★ 必學單字表現

B2-07-02
N2-07-02

sim	Sim 卡
mới	新
đang	正、正在
dùng	用、使用
phí	費（用）
miễn phí	免費
trả phí	付費
mua	買
hiểu	明白、懂
quan trọng	重要
vô cùng	非常

★ 會話重點

B2-07-03
N2-07-03

重點 1 không thể không…

không thể không 是「不得不…」的意思。當它後接動詞時，表示必須做某個動作的意思。另外，亦可以以「phải」或「cần phải」替用，意義相同。例：

Bánh ngọt này trông ngon quá, tôi không thể không ăn. 這個蛋糕看起來好好吃的樣子，不吃怎麼行！

Tôi đã nhận lời người ta rồi, không thể không đến. 我已經答應人家了，所以不得不來。

重點 2 chỉ cần...là / thì...　只要…就…

「chỉ cần」的意思是「只要」，表示達到一個必要或充足的條件之後，便會產生另一個動作，下文常與「là」或「thì」相呼應。例：

Chỉ cần con khỏe mạnh là mẹ vui rồi. 只要你健健康康的，媽媽就開心了。

Chỉ cần cố gắng thì nhất định sẽ thành công. 只要努力就一定會成功。

★ 與難易度相關的表現及慣用語

B2-07-04
N2-07-04

dễ 容易　　　　　bình thường 普通　　　　　khó 難

● 此外，「容易」的同義詞還有「dễ dàng」；「困難」的同義詞則為「khó khăn」。

★ dễ như trở bàn tay：像翻手掌一樣容易。即「易如反掌」、「垂手可得」、「探囊取物」。

★ anh hùng khó vượt ải mỹ nhân：英雄很難通過有美人存在的關隘。即「英雄難過美人關」。

★ bát nước đổ đi khó lấy lại：一碗的水倒掉了就難再收回來了。即「覆水難收」。

★ cái khó ló cái khôn：一份困難中展現出一份才智。即「急中生智」。

★ không có việc gì khó, chỉ sợ lòng không bền：沒有什麼事是困難的，只怕內心不夠堅定：「世上無難事，只怕有人心」。

★ trộm nhà khó phòng：家裡的賊難防。「日防夜防，家賊難防」。

đối với... mà nói... 對／對於…來說／而言

> ＊「**đối với... mà nói**」這個句型用來表示站在某人立場所表示的觀點或判斷。「**đối với**」後可接名詞或代名詞。

例 **Đối với tôi mà nói, việc này rất khó giải quyết.**

對我來說，這件事很難解決。

Đối với tôi mà nói, không ai có thể thay thế vị trí của cô ấy trong lòng tôi. 對我而言，沒有人可以取代她在我心中的位置。

Đối với chị Linh mà nói thì đi hay ở cũng như nhau.

對玲姐來說，離開還是留下都是一樣的。

Đối với tôi mà nói, cái giá chị đưa ra cao quá.

對我來說，妳提出的價格太高了。

Quyển (Cuốn) sách này đối với tôi mà nói vô cùng quan trọng.

這本書對我來說非常重要。

Đối với anh ấy mà nói, việc này dễ như trở bàn tay.

對他來說，這件事輕而易舉。

Đối với người mới đến mà nói thì đây là một thử thách lớn.

對於新人而言，這是一個很大的挑戰。

Từ hôm đó trở đi, đối với tôi mà nói, chị ấy chính là người thân duy nhất của tôi. 從那天起，對我來說，她就是我唯一的親人。

★ 短會話練習 A

詢問帳戶餘額

Số dư trong tài khoản điện thoại của bạn là bao nhiêu?
你手機帳戶的餘額是多少？

Còn rất nhiều, khoảng 125.000 đồng.
還有很多，大約 125.000 越盾。

Còn ít lắm, chỉ khoảng 10.000 đồng.
剩下很少，大約 10.000 越盾。

詢問觸控螢幕

Có điện thoại màn hình cảm ứng không?
有觸控螢幕手機嗎？

Tất nhiên là có ạ.
當然有的。

Dạ có, mời chị tham khảo.
有，請參考看看。

購買目的

Chị muốn mua điện thoại để mình dùng hay tặng người khác?
妳想買手機自己用還是送給別人？

Tôi muốn mua để tặng.
我想買來送的。

Tôi dùng.
我自己用。

手機顏色

Loại điện thoại này có những màu nào?
這種手機有哪些顏色？

Loại này có ba màu: đen, trắng và hồng.
這款的有三種顏色：黑色、白色和粉紅色。

Có màu đỏ và màu đen.
有紅色和黑色。

單字

số dư 餘額	**nhiều** 多	**ít** 少	**màn hình** 螢幕
cảm ứng 感應	**tham khảo** 參考	**tặng** 送	**màu** 顏色
đen 黑	**trắng** 白	**đỏ** 紅	**hồng** 粉紅

手機顏色

Chị muốn mua thẻ nạp bao nhiêu tiền?
你要買多少錢的儲值卡？

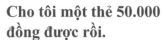

Cho tôi thẻ 100.000 đồng.
我要 100.000 越盾的卡。

Cho tôi một thẻ 50.000 đồng được rồi.
給我一張 50.000 越盾的卡就好。

優惠活動

Có chương trình khuyến mãi gì không?
有什麼優惠活動嗎？

Dạ, hiện nay đang có chương trình khuyến mãi đó ạ.
是，目前正在有優惠活動哦。

Dạ, chương trình khuyến mãi vừa kết thúc rồi.
優惠活動剛結束了。

手機上網

Điện thoại này có thể lên mạng không?
這隻手機可以上網嗎？

Có thể.
可以。

Không lên mạng được.
不行，這隻不能上網。

手機費率

Bạn muốn đăng ký gói cước nào?
你要申辦哪一種費率的呢？

Tôi muốn đăng ký gói cước MobiQ.
我想申辦 MobiQ 費率的。

Tôi muốn đăng ký gói Economy.
我想申辦 Economy 費率的。

單字

thẻ nạp / thẻ cào 儲值卡	**chương trình** 活動	**khuyến mãi** 優惠
kết thúc 結束	**lên mạng** 上網	**gói cước** 電話方案

★ **會話練習**

1. 請依「không thể không」的句型改寫下面的句子。

Ngày mai, tôi cần phải đi. → Ngày mai, tôi <u>không thể không</u> đi.

❶ Trời mưa to quá, tôi phải mặc áo mưa.　　　雨下得太大了，我不得不穿雨衣。

➡ _____

❷ Nếu bạn muốn khỏi bệnh thì phải uống thuốc.

如果你想要你的病好起來，你就必須吃藥。

➡ _____

❸ Sắp thi cuối kì rồi, tôi cần phải ôn tập.　　　快要期末考了，我不得不複習。

➡ _____

❹ Muốn đi Mỹ du học, bạn phải biết tiếng Anh.　想要去美國留學，你不得不會英文。

➡ _____

❺ Trời nóng như vậy, tôi cần phải mở <u>điều hòa (máy lạnh)</u>.

天氣那麼熱，我不得不開冷氣。

➡ _____

2. 請聽 MP3，並依下列的單字完成所有的句子。

| không thể không | 北 bị ốm / 南 bị bệnh | đối với ... mà nói |
| thì | chỉ cần | |

❶ Bạn _____ làm theo lời tôi nói là được.

你只要按照我說的去做就好。

❷ _____ tôi _____ nói dối là một hành vi khó mà chấp nhận được.

對我來說，說謊是一個難以接受的行為。

❸ Cô ấy _____ rồi, anh không thể không ở lại chăm sóc cho cô ấy.

她生病了，我不得不留下來照顧她。

❹ Chỉ cần bạn nghe lời _____ sẽ không có ai làm khó bạn.

只要妳聽話就不會有人為難妳。

❺ Đi học thì _____ làm bài tập.

上學的話就不得不做作業。

❶ điện thoại di động 手機

❷ điện thoại thông minh 智慧型手機

❸ máy tính bảng 平板

❹ sim điện thoại Sim卡

❺ thẻ nạp / thẻ cào 儲值卡

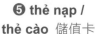

❻ pin 電池

❼ màn hình 螢幕

❽ phím bấm 按鍵

❾ phím gọi 通話鍵

❿ phím dấu sao 米字鍵

⓫ phím dấu thăng 井字鍵

⓬ phím số 數字鍵

⓭ hộp thư thoại 語音信箱

⓮ cuộc gọi video 視訊通話

⓯ chế độ máy bay 飛航模式

⓰ lỗ cắm tai nghe 耳機插孔

⓱ ứng dụng chat 通訊軟體

⓳ gửi tin nhắn / nhắn tin 傳簡訊

㉑ gõ chữ trên điện thoại 在手機上打字

㉓ bấm số điện thoại 撥電話號碼

⓲ nói chuyện bằng điện thoại di động 用手機講電話

⓴ cúp máy điện thoại 把手機掛掉

㉒ sạc điện / sạc pin 充電

㉔ lưu trữ 儲存
→ **lưu số điện thoại** 儲存電話號碼

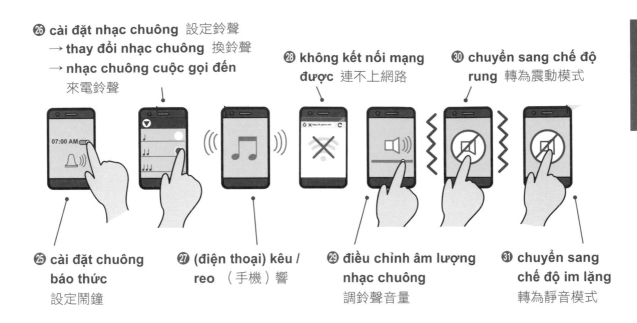

㉖ cài đặt nhạc chuông 設定鈴聲
→ thay đổi nhạc chuông 換鈴聲
→ nhạc chuông cuộc gọi đến 來電鈴聲

㉘ không kết nối mạng được 連不上網路

㉚ chuyển sang chế độ rung 轉為震動模式

㉕ cài đặt chuông báo thức 設定鬧鐘

㉗ (điện thoại) kêu / reo （手機）響

㉙ điều chỉnh âm lượng nhạc chuông 調鈴聲音量

㉛ chuyển sang chế độ im lặng 轉為靜音模式

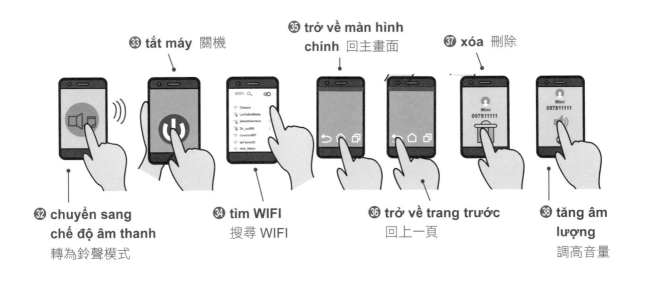

㉝ tắt máy 關機

㉟ trở về màn hình chính 回主畫面

㊲ xóa 刪除

㉜ chuyển sang chế độ âm thanh 轉為鈴聲模式

㉞ tìm WIFI 搜尋 WIFI

㊱ trở về trang trước 回上一頁

㊳ tăng âm lượng 調高音量

㊴ 北 chức năng chụp ảnh / 南 chức năng chụp hình | 照相功能

㊵ mật độ điểm ảnh | 相機畫素

㊶ mạng di động | 行動上網

㊷ trọn gói 吃到飽

㊸ cước thuê bao tháng 月租費

㊹ gia hạn hợp đồng 續約

㊺ thuê bao 用戶
㊻ cước điện thoại 電話費
　→ **trả trước** 預付
　→ **trả sau** 貨到付款
　→ **trả góp** 分期付款
　→ **giảm giá** 打折
㊼ bảo hành 保固
　→ **đổi hàng** 換貨
㊽ hệ điều hành 作業系統
　→ **tin nhắn** 簡訊

　→ **hình nền** 螢幕桌布
　→ **mất sóng** 無訊號
㊾ phụ kiện điện thoại 手機配件
　→ **ốp lưng điện thoại** 手機殼

加強表現

❶ thời gian bảo hành 保固期

❷ 3G trọn gói 3G 吃到飽

❸ tải nhạc chuông điện thoại
下載電話鈴聲

❹ giảm giá 20% 打八折

❺ hệ điều hành Android
Android 作業系統

❻ đổi hàng trong vòng 10 ngày
在 10 天內換貨

★ 文化專欄——越南手機門號申請流程

　　下飛機後，遊客會看到許多機場內的 quầy bán sim điện thoại（手機門號櫃檯）。越南人只要有身分證就可以在任何 cửa hàng điện thoại（電信門市）或 đại lý bán sim thẻ（電話卡代理商）申辦電話卡，而外國人建議在機場內購買手機門號，因為只要使用護照就能 đăng ký sim（登記門號），相當方便。

　　越南有 Viettel、Vinaphone、Mobiphone 等三家最大電信公司，皆提供 mạng 4G tốc độ cao（4G 高速網路），而且價錢很合理。選好合理價錢與適合使用需求的手機門號後，客人將護照給門市人員以辦理登記手續。Kích hoạt sim（門號開通）後，請將 sim 卡裝進手機裡以檢查服務品質，例如能否使用 3G 或 4G 上網，訊號是否夠強，按 *101# 查詢電話餘額。若發生什麼問題則立即向門市人員反映。

　　如果於越南居留的外國人想要申辦 sim trả trước（預付手機門號），需將護照（含正本與影本，thời hạn（有效期限）為 6 個月以上）拿到電信門市登記。若想登記 sim trả sau（後付門號）則要準備一些資料，如護照（含正本與影本，有效期限為 6 個月以上）、Đại sứ quán（大使館）或工作的機關、組織、公司之 giấy bảo lãnh（保證書）。保證書內容為確認國籍及越南的工作地點，同時保證於外國用戶無法付款的情況下會負擔全部電話費。外國人的電話費的計算方式則與越南客戶的沒有兩樣。

▲ 越南的通訊行

在房屋仲介公司 Ở công ty bất động sản

Khánh Linh:

Chào anh, tôi đang tìm nhà cho thuê. Anh có thể giới thiệu cho tôi được không?

Nhân viên bất động sản:

Vâng (Dạ), chị cần phòng to hay nhỏ?

Khánh Linh:

Vì tôi ở một mình, nên không cần to quá.

Nhân viên bất động sản:

Vậy có một phòng giá thuê khoảng hơn 3 triệu đồng một tháng.

Khánh Linh:

Có vẻ hơi <u>đắt (mắc)</u>, có phòng nào rẻ hơn không?

Nhân viên bất động sản:

Ồ, còn một phòng 2 triệu một tháng, tiền đặt cọc là 2 triệu. Chị thấy được không?

Khánh Linh:

Tôi có thể xem phòng đó không?

Nhân viên bất động sản:

Tất nhiên là được, tôi đưa chị đi xem.

Khánh Linh:

Cảm ơn anh.

慶玲：
您好，我正在找出租的房子，您這裡有房子可以介紹給我嗎？

房仲人員：
好的，您需要大的房子還是小的房子？

慶玲：
我只有一個人住，所以不用太大。

房仲人員：
那麼有一間，房租大約一個月300多萬越盾。

慶玲：
好像有點貴，有更便宜的嗎？

房仲人員：
哦，那還有一間 200 萬越盾的，押金則是 200 萬越盾。您覺得可以嗎？

慶玲：
我可以先看一下那間嗎？

房仲人員：
當然可以啊，我帶您去看。

慶玲：
謝謝您。

★ 必學單字表現

nhà cho thuê	出租的房屋
bất động sản	不動產
to / lớn	大
bé / nhỏ	小
phòng	房間
giá thuê	房租
北 đắt / 南 mắc	貴
rẻ	便宜
tiền (đặt) cọc	押金

★ 會話重點

重點 1　tất nhiên / đương nhiên

這兩個詞是「當然」的意思。當你回應別人時，想要表示肯定、應當這樣的內容前提，就可以以「tất nhiên」或「đương nhiên」來回應。例：

Đương nhiên không phải là tôi. 當然不是我。
Tất nhiên là tôi sẽ mời bạn đến. 我當然會請你來。

重點 2　có vẻ

「có vẻ」是「看起來（好像）」的意思，用於表示對於某人或某事的推測。「có vẻ」還有「có vẻ như」、「hình như」、「dường như」等同義詞。有時候還可以同時使用兩種說法來表達，例如：Anh ấy hình như có vẻ không thích tôi.（他看起來不喜歡我。）。在這句子裡面，它同時以「hình như」和「có vẻ」這兩個詞搭配，但最後只組出「好像」的意思。一般仍是分開使用，例：

Món này có vẻ hơi cay. 這道菜看起來有點辣。
Sao trông bạn có vẻ gầy đi. 妳怎麼看起來好像變瘦了。

★ 與距離相關的表現及慣用語

xa 遠	bình thường 普通	gần 近

dài 長	bình thường 普通	ngắn 短

★ xa mặt cách lòng：見不到面，倆心遠隔。（指戀情、感情）漸行漸遠。

★ lửa gần rơm lâu ngày cũng bén：稻草接近火，日子久了也會燒了起來。即「日久生情」、「近水樓台先得月」。

vì ... nên ... 因為…所以…

> * 「vì... nên...」是用於表示因果關係的句型。「vì」後接原因或理由，而「nên」則接依前述緣由而形成的結果。

例 **Vì trời mưa to nên tôi không ra ngoài được.** 因為下大雨，所以我不能出去。

Vì tôi bị ốm (bị bệnh) nên tôi không thể đến tham gia cuộc thi.
因為我生病，所以我不能來參加比賽。

> * 當上半句和下半句都是同一個主詞時，亦可以省略上半句或下半句的主詞，只留一個即可。

例 **Vì cô ấy thất tình nên rất buồn.** 因為她失戀，所以（她）很難過。

Vì thất tình nên cô ấy rất buồn. 因為（她）失戀，所以她很難過。

> * 此外，我們也可以將因果順序前後顛倒，這時候表示結果的「nên」可以省略。

例 **Vì tắc đường (kẹt xe) nên tôi đến muộn (trễ). →**
Tôi đến muộn (trễ) vì tắc đường (kẹt xe).
因為塞車，所以我遲到了。

> * 想要表達因果關係，我們還可以使用「sở dĩ... là vì...」的句型。在這個句型裡，「sở dĩ」後面會表示結果，而「là vì」後面會表示原因。

例 **Sở dĩ tôi đến muộn là vì xe tôi bị hỏng (hư).** 我之所以會遲到，是因為我的車壞了。

Tôi không thể tha thứ vì cô ấy luôn nói dối. 因為她一直說謊，所以我不能原諒。

Vì anh ấy hát hay nên mọi người đều yêu quý anh ấy.
因為他唱得好聽，所以大家都喜歡他。

★ 短會話練習 A

B2-08-06
N2-08-06

房屋大小

Nhà này diện tích khoảng bao nhiêu?
這個房子面積大概多少平方公尺？

Diện tích khoảng tám mươi bốn mét vuông (m2).
面積大概有 84 平方公尺。

Diện tích năm mươi tám mét vuông (m2).
面積為 58 平方公尺。

補充 用越南語詢問面積時一般會以平方公尺為基準。
1 平方公尺＝0.3025 坪。

房間數

Mỗi tầng có mấy phòng?
每層有幾個房間？

Mỗi tầng có hai phòng.
每層有兩個房間。

Mỗi tầng chỉ có một phòng.
每層只有一個房間。

出租狀況

Xin hỏi, anh còn phòng trống cho thuê không?
請問，您還有空房出租嗎？

Hiện tại vẫn còn một phòng trống.
目前還有一個空房。

Xin lỗi, hiện tại không còn phòng trống nào.
對不起，目前沒有空房了。

冷氣設備

Xin hỏi, trong phòng có điều hòa (máy lạnh) không?
請問，房子裡面有冷氣嗎？

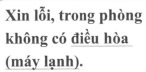

Tất nhiên là có rồi.
當然有了。

Xin lỗi, trong phòng không có điều hòa (máy lạnh).
不好意思，房間裡沒有冷氣。

單字

diện tích 面積	**mét vuông** 平方公尺	**tầng** 層、樓
phòng 房間	**phòng trống** 空房	北 **điều hòa** / 南 **máy lạnh** 冷氣

週邊環境

Khu vực gần nhà có chợ không?
房子附近有市場嗎？

Có, cách đây khoảng một trăm năm mươi mét.
有，離這裡大約 150 公尺。

Chị phải đi khoảng một kilômét mới có.
妳要走大概 1 公里才有。

租售確認

Chị muốn mua nhà hay thuê nhà?
妳要買屋還是租屋？

Tôi muốn thuê nhà.
我要租屋。

Tôi muốn mua nhà.
我要買屋。

房屋地段

Chị muốn chọn nhà ở khu vực nào?
妳想選哪個地區的房子？

Nhà ở khu vực trung tâm thành phố.
在市中心地區的房子。

Tôi muốn tìm nhà ở khu vực quận Cầu Giấy.
我要找在紙橋郡地區的房子。

講價

Giá này có thể thương lượng thêm không?
這個價格可以再商量嗎？

Xin lỗi, giá này là đã rất rẻ rồi.
不好意思，這個價格已經很便宜了。

Được chứ, không có vấn đề gì.
可以啊，沒問題。

單字

chợ 市場	**khu vực** 地區	**trung tâm** 中心	**thành phố** 城市
giá 價格	**thương lượng** 商量		**rẻ** 便宜

★ 會話練習

1. 請依「sở dĩ ... là vì ...」的句型改寫下列的句子。

Vì trời mưa nên tôi ở nhà. → Sở dĩ tôi ở nhà là vì trời mưa.
因為下雨了，所以我在家 　　　　　　我之所以在家，是因為下雨。

❶ **Vì không có tiền nên tôi không mua máy tính xách tay.**
因為沒有錢，所以我沒有買筆電。

➡ _____

❷ **Vì tôi không về nhà nên bố mẹ tôi buồn.** 　　因為我不回家，所以我爸媽難過。

➡ _____

❸ **Vì tôi tôn trọng anh nên không nói chuyện đó ra.**
因為我尊重你，所以沒有把那件事說出來。

➡ _____

❹ **Vì không thích tôi nên cô ấy từ chối lời mời của tôi.**
因為（她）不喜歡我，所以她拒絕我的邀請。

➡ _____

❺ **Vì ngày mai thi cuối kì nên tôi phải thức khuya.**
因為明天要期末考，所以我要熬夜。

➡ _____

2. 請聽 MP3，並依下列的單字完成所有的句子。

chăm lo 　　　 có vẻ như 　　　 tất nhiên 　　　 thích 　　　 vì ... nên ...

❶ **Cô ấy có vẻ không _____ người lạ.** 　　她好像不喜歡陌生人。

❷ **Anh có thể đến, _____ là em vui rồi.** 　　你可以來，我當然開心了。

❸ **_____ xe máy bị hỏng (hư) _____ tôi phải đi xe đạp.**
因為機車壞了，所以我騎腳踏車去。

❹ **Em là em gái của anh, _____ cho em là lẽ tất nhiên.**
我是你的妹妹，你照顧我是天經地義的。

❺ **Bạn ấy _____ không muốn đi cùng tôi.** 　　感覺他好像不想和我一起去。

① **nhà** 房子

② **chung cư** 公寓社區

③ **tòa nhà** 大樓

④ **thang máy** 電梯

⑤ **đồ dùng trong nhà** 家具

⑥ **bếp** 廚房

⑦ **máy giặt** 洗衣機

⑧ **phòng khách** 客廳

⑨ **phòng tắm** 浴室

⑩ **nhà vệ sinh** 廁所

⑪ **phòng** 房間

⑫ **ban công** 陽台

⑬ **sân phơi** 露台

⑭ **tư vấn** 諮詢

⑮ **đầu tư** 投資

⑯ **môi giới** 仲介

⑰ **bán nhà** 賣屋、賣房子

⑱ **mua nhà** 買屋、買房子

⑲ **thuê nhà** 租屋、租房子

⑳ **biệt thự** 別墅

㉑ **diện tích** 面積

㉒ **dài hạn** 長期

㉓ **quảng cáo** 廣告

㉔ **phí môi giới / phí hoa hồng** 佣金

㉕ **khách hàng** 客戶

㉖ **hợp đồng** 契約

㉗ **dự án** 項目

㉘ **phòng khép kín** 套房

加強表現

① **quảng cáo bán nhà** 賣屋廣告

② **phí môi giới rất cao** 佣金很高

③ **đầu tư bất động sản** 不動產投資

④ **hợp đồng thuê nhà** 租屋契約

⑤ **diện tích sử dụng** 使用面積

⑥ **dịch vụ mua nhà** 買屋服務

★ 文化專欄──河內的建築特徵

　　從戰爭時代一直走到和平建國的日子以來，河內這座古都在歷史上不斷受飽受時代交替的摧殘及洗禮之下，在文化、經濟、社會、藝術和建築發展的過程中，交織著各種不同的發展風貌。以建築來說，河內就呈現得相當地多樣化，由古至今，每種建築都具有不同的深刻印象及其文化意義。

▲ nhà ống
（越南式狹長型透天厝）

　　Kiến trúc Pháp cổ（古老的法國建築）為河內的河內建築特徵之一。這種建築方式自然是舊時法國殖民時代發展起來的。優雅的法國式建築，其迷人的特徵便是黃色的屋身與綠色的窗戶，它們現在多集中在 Tạ Hiện（謝現街）和 Hàng Bài（牌行街）等老街上，其中最具代表性指標的建築物便是 nhà hát lớn Hà Nội（河內歌劇院）。雖然已歷經一段很長的歲月，但河內仍然將古老法國建築的房舍妥善保存，保留了首都 nghìn năm văn hiến（千年文明）的古老文化特色。

　　談到河內的建築，就不能不提到常在 Hàng Bông（棉貨街）、Hàng Bạc（銀貨街） 和 Hàng Cá（魚貨街）能看到的 nhà ống（越南式狹長型透天厝）了。這種 nhà ống 通常房寬僅 3 至 4 公尺、屋長則為 7 至 15 公尺左右。

　　由於地窄人稠，各個地段又都寸土寸金，身為首都的居民們自然必須徹底善用房子的每寸角落。一樓通常用來租給別人做生意，其餘的空間則當住家使用。也因為這樣，在河內往往是多代同堂的家庭一同住在一個屋簷下，雖然這樣子在生活上也有諸多不便，但其無形中也是讓家族之間容易連絡感情。而許多河內人早已習慣這種生活方式，所以一點也不想有所改變。

▲ nhà tập thể（集體公寓）

　　此外，自上個世紀六、七十年代留下來的 nhà tập thể（集體公寓），則是首都河內另一種不同的建築象徵。集體公寓內部可使用的面積很小，一般只有 thang bộ（樓梯），不會有電梯。房舍大概只有四、五十平公尺大的空間可以居住，雖然仍備齊了 phòng bếp（廚房）、nhà vệ sinh（廁所）、與 phòng ngủ（臥室），但居住起來就非常地窄小。因此，為了更加有效的利用空間，就衍生出一種越南特殊的建築方法，越南語則稱為「chuồng cọp（虎籠）」。「虎籠」是人們把陽台加以 cải tạo（改造），用鐵材圍起來後，陽台的空間就可以當作小廚房、儲藏室或小臥室使用。但是，因為集體公寓建築多半已經年久失修，於是政府頒行了老舊公寓改建或遷移居民等多項政策以圖維持市容之美觀。

　　除了留下上個世紀留下來的古老房舍與舊集體公寓之外，目前河內也日益發展附有電梯的現代化新式高樓層公寓，藉以滿足現代人的居住需求。

　　「法式房舍、nhà ống、集體公寓、新式公寓」這幾種在不同時代背景所留下來的建築軌跡，彷彿正語重心長地訴說著河內在各個不同時代的風霜往事。

在電話中 Gọi điện thoại

(Chuông điện thoại reo)

Mẹ của Khánh Linh:

Alô!

Nhã Đình:

Alô, cháu chào bác, bác cho cháu hỏi, Khánh Linh có ở nhà không ạ?

Mẹ của Khánh Linh:

Khánh Linh có ở nhà. Cháu là …?

Nhã Đình:

Dạ, cháu là Nhã Đình, bạn học của Khánh Linh ạ.

Mẹ của Khánh Linh:

Vậy à. Chờ chút, bác gọi Khánh Linh nghe điện thoại nhé.

Nhã Đình:

Dạ, vâng ạ (Dạ). Cảm ơn bác.

(Khánh Linh nghe điện thoại)

Khánh Linh:

Alô, chị Nhã Đình à?

Nhã Đình:

Ừ, mai em có rảnh không? Có thể đèo (chở) chị đi mua sách được không?

Khánh Linh:

Được. Mấy giờ ạ?

Nhã Đình:

Hai giờ chiều nhé.

Khánh Linh:

Vâng (Dạ), vậy mai gặp nhé.

Nhã Đình:

Ok, mai gặp.

（電話鈴聲響起）

慶玲的媽媽：

喂！

雅婷：

喂！伯母您好，請問慶玲在家嗎？

慶玲的媽媽：

慶玲在家。請問妳是…？

雅婷：

我叫雅婷，是慶玲的同學。

慶玲的媽媽：

是哦！等一下，我叫慶玲來接電話。

雅婷：

好的，謝謝您。

（慶玲接起電話）

慶玲：

喂，是雅婷嗎？

雅婷：

嗯，妳明天有空嗎？可以載我去買書嗎？

慶玲：

好啊。幾點？

雅婷：

下午兩點吧。

慶玲：

好。那明天見。

雅婷：

Ok，明天見。

★ 必學單字表現

chuông	鈴聲	nghe	聽
điện thoại	電話	rảnh	有空
reo	響	có thể	可以、能
bạn học	同學	北 đèo / 南 chở	載
gọi	叫	mua	買

★ 會話重點

重點 1 alô ...

「Alô」是嘆詞，用在打電話時，就是電話接起來「喂！」的意思。當我們打電話或接電話的時候，都可以使用下面的說法：

＊打電話的人：

　Alô, (làm ơn) cho tôi gặp...　　　　　Alô, (làm ơn) cho tôi nói chuyện với...

　Alô, (xin hỏi) có phải ... không?　喂！我找…

＊接電話的人：

　Alô, ... xin nghe　（比較禮貌的說法）

　Alô, ... nghe đây　　　　　　　　　Alô, ... đây　是，我是…

例：

Alô, làm ơn cho tôi gặp giám đốc Vương. 喂，不好意思，我要找王經理。

Alô, xin hỏi có phải cô giáo Lan Hương không ạ? 喂，請問是蘭香老師嗎？

Alô, Tuấn Kiệt xin nghe. 喂，我是俊傑。

重點 2 là ...

「là」用於聯繫兩種事物，表明兩者同一關係，或後者說明前者的性質、特徵、種類、屬性、數量等等…，即等同「是」的意思。「là」後面通常是名詞、代名詞或數詞。

（疑問）主語 + có phải là + 謂語 + không?

Mai có phải là người Việt Nam không? 阿梅是越南人嗎？

Hà Nội là thủ đô của Việt Nam. 河內是越南的首都。

Giá của chiếc điện thoại này là 8 triệu đồng. 這隻手機的價格是 800 萬越盾。

（肯定）主語 + là + 謂語

Quyển sách đó là của tôi. 那本書是我的。

（否定）主語 + không phải là + 謂語

Tuấn Kiệt không phải là bạn học cùng lớp của tôi. 俊傑不是我的同班同學。

có thể ... 的用法

> * 「có thể...」後接動詞，表示「可能」或「能夠」，另外也表示「許可」的意思。句型結構如下：

（肯定）主語 + có thể + 動詞 + được
（否定）主語 + không（thể）+ 動詞 + được
（疑問）主語 + có thể + 動詞 + được +（受詞）+ không?

> * 「có thể」和「được」都表示「可以、能夠」的意思，所以有時候可以省略其中一個，兩者不一定要同時出現在一個句子。

例 **Ngày mai tôi không thể đến được.**   明天我不能來。

Em (có thể) làm bạn gái anh được không?   妳做我女朋友好嗎？

Chị Lan có thể hát tiếng Trung.   蘭姐可以唱中文歌。

Em có thể tha thứ cho anh không?   妳可以原諒我嗎？

Anh đừng hỏi nữa, em không nói được. /
Anh đừng hỏi nữa, em không thể nói được.   你別問了，我不能說。

Họ không thể ở bên nhau.   他們不能在一起。

▶ Em có thể tha thứ cho anh không?
妳可以原諒我嗎？

★ 短會話練習 A

講電話時機

Bây giờ có tiện nghe điện thoại không?
現在方便講電話嗎？

Có, anh nói đi.
方便，請説。

Không tiện lắm.
不太方便。

確認訊息

Anh nhận được tin nhắn của tôi chưa?
你收到我的訊息了嗎？

Tôi nhận được rồi.
我收到了。

Tôi vẫn chưa nhận được.
我還沒收到。

告知不在

Xin lỗi, chị Lan hiện không có ở đây, chị có thể để lại số điện thoại được không?
不好意思，蘭姐現在不在位置上，您可以留一下電話號碼嗎？

Được, số điện thoại của tôi là 0965483216.
好，我的電話號碼是 0965-483-216。

Cảm ơn, tôi sẽ gọi lại sau.
謝謝，我晚點再打給她。

確認身分

Có thể vui lòng cho tôi biết tên anh được không?
可以請教您尊姓大名嗎？

Tên tôi là Nguyễn Tuấn Minh.
我叫阮俊明。

Tôi tên Trương Hải Phong.
我是張海峰。

單字

tiện 方便	**tin nhắn** 訊息	**nhận** 收
phiền 麻煩	**tất nhiên / đương nhiên** 當然	

確認電話

Xin hỏi, đây có phải là số máy của Lan Anh không?
請問，這是蘭英的電話號碼嗎？

Vâng (Dạ), tôi là Lan Anh.
是，我是蘭英。

Không phải, anh nhầm số rồi.
不是，您打錯了。

請求保持通話

Anh có thể giữ máy một lát được không?
妳可以先別掛電話好嗎？

Vâng (Dạ), được.
好，可以。

Xin lỗi, lúc này tôi không tiện đợi lâu.
對不起，我現在不方便等太久。

詢問留話

Em có muốn để lại lời nhắn không?
你需要留言嗎？

Phiền chị nhắn bạn ấy gọi lại cho em.
麻煩請妳轉告他，請他回我電話。

Vâng (Dạ), phiền chị nhắn em tìm bạn ấy có việc gấp.
麻煩請妳轉告他，我有急事找他。

保持通話

Xin hỏi, anh từ đâu gọi tới?
請問您從哪裡打過來？

Chào chị, tôi gọi từ công ty VIPT JOB.
您好，我是從 VIPT JOB 公司打過來。

Chào chị, chúng tôi là trung tâm tiếng Trung Hoàng Long.
您好，我們是黃龍華語中心。

單字

số máy 電話號碼	**nhầm số** 撥錯號碼	**để lại lời nhắn** 留言
gấp 緊急	**trung tâm** 中心	

★ 會話練習

1. 請按照下列的提示作文法的練習。

Bạn <u>có thể đọc</u> được sách tiếng Trung <u>không</u>?　你可以（能）讀中文書嗎？
- Tôi có thể. / Tôi đọc được.　　　　　　　我可以／我能讀。
- Tôi không thể. / Tôi không đọc được.　　我不行／我不能讀。

❶ Chị Hoa có thể nói tiếng Anh không?　　花姊可以（能）說英文嗎？

❷ Anh Hùng có thể lái <u>xe ô tô (xe hơi)</u> không?　雄哥可以（能）開車嗎？

❸ Lan Anh có thể chơi đàn guitar không?　蘭英可以（能）彈吉他嗎？

2. 請聽 MP3，並完成下面的句子。

　　có phải　　　　　　chuyển lời　　　　　nhắn

❶ Cô ấy ＿＿＿＿＿ là bạn gái của anh không?　她是你的女朋友嗎？
❷ Có thể phiền anh ＿＿＿＿＿ giúp tôi được không?　你可以幫我傳話嗎？
❸ Phiền chị ＿＿＿＿＿ anh ấy gọi lại cho em.　麻煩妳轉達他回我電話。

3. 請將下列的句子重組。

❶ số / gọi / chị / rồi / nhầm / .　　　　　　妳打錯了。
➡ ＿＿＿＿＿＿＿＿＿＿＿＿＿＿＿＿＿＿＿

❷ gì / có / anh / không / nhắn / muốn / ?　　你需要留言嗎？
➡ ＿＿＿＿＿＿＿＿＿＿＿＿＿＿＿＿＿＿＿

❸ tôi / điện thoại / , / tiện / lúc này / nghe / không / xin lỗi / .
不好意思，我現在不方便接電話。
➡ ＿＿＿＿＿＿＿＿＿＿＿＿＿＿＿＿＿＿＿

★ 電話的相關單字

❶ **mã quốc gia** 國碼
❷ **mã vùng** 區碼
❸ **máy bận** 忙線
❹ **số máy lẻ** 分機號碼
❺ **danh bạ** 通訊錄
❻ **tổng đài** 總機
❼ **cuộc gọi nhỡ** 未接來電
❽ **gửi** 傳送

❾ **tín hiệu** 訊號
❿ **bật loa ngoài** 開擴音
⓫ **cuộc gọi đến** 已接來電
⓬ **cuộc gọi đi** 已撥電話
⓭ **bấm số** 撥號
⓮ **gọi không được** 打不通
⓯ **mở máy** 開機
⓰ **tắt máy** 關機

★ 從越南打回台灣的撥法

＊從越南打電話到台灣：

- 從越南打回台灣的市內電話：00886＋台灣區域號碼（不須撥 0）＋市內電話號碼
- 從越南打回台灣的行動電話：00886＋行動電話號碼（不須撥頭一碼 0）

例：0088626387764，00886987542765

＊從台灣打電話到越南：

- 從台灣打去越南的市內電話：0084＋越南區域號碼（不須撥 0）＋市內電話號碼
- 從台灣打去越南的行動電話：0084＋行動電話號碼（不須撥頭一碼 0）

例：0084244280565，0084983162710

★ 如何安裝越南人最常用的通訊軟體──Zalo

現代的越南已經習慣透過應用 Zalo、Line、Skype、Facebook 等通用又方便的通訊軟體通話，大大地節省了電話費。接著來介紹一下越南人最普遍應用的通訊軟體 Zalo 吧！並簡單地教大家如何在手機上安裝這項軟體。

1. 首先，在 Google Play 商店上搜尋 Zalo，找到了之後便點選「Cài đặt（安裝）」。接著會有一項確認通知，只要按下「Chấp nhận（接受）」之後，系統會進行下載並自動安裝。

2. 安裝好之後，就會進入註冊或登入的畫面。在這裡，你可以選擇使用越南語版本或英語版本。如果你有帳號了就可以直接登入，若還沒有，就要先註冊。

3. 點擊「Đăng ký（註冊）」。註冊需要手機的驗證碼，系統預設是越南的，所以會顯示「Vietnam（+84）」，若是越南的電話號碼，就可以在下一行直接填入越南號碼。但如果使用其他國家的手機號碼註冊，就選擇合適的地區，再輸入手機號碼，然後點擊「Tiếp tục（繼續）」即可。系統會透過簡訊發送驗證碼給你，Zalo 會自動讀取，直接跳到下一步。

4. 現在你就可以填寫個人資料，然後按「Cập nhật（更新）」。

5. 接著設定密碼，輸入兩次密碼後按「Xong（完成）」，就完成了註冊程序，便可以開始使用。

★ 文化專欄──手機在越南的現況

近年來，điện thoại thông minh（智慧型手機）已逐漸成為越南人的愛不釋手的重要物品。手機具有聯絡、娛樂、學習、購物等多項功用，所以給手機廠商帶來很大的潛能。

依據 2017 年第一季的統計，全球已賣出 34.74 億台智慧型手機，其中越南人購買了 360 萬台，總金額到達 1980 億越盾。越南的手機 chủng loại（種類）多元，造價也各有不一，除了全球知名的品牌如 Samsung（三星）、Apple（蘋果）或 Sony 之外，

▲ 越南的通訊行內

還有部分越南手機廠商如 Mobiistar、Bphone 等等。造價在 200~300 萬盾之間的平價手機是最受越南使用者歡迎的，除此之外市場上更有價格450~600 萬盾的中等價位手機及 600~1.000 萬盾的高價手機可供選擇。

Màn hình（螢幕）約 5 吋以上並使用 hệ điều hành Android（安卓作業系統）的智慧型手機在越南相當受歡迎，佔了整個市佔率約90% 左右，其次則是蘋果 iOS 作業系統的手機。

三星在越南智慧型手機市場的佔有率約為 47.61%，坐擁市場第一龍頭，接下來是 OPPO 及蘋果。三星的手機分很多種種類及價格，故在越南的市場才擁有如此屹立不搖的地位。依據 2017 年前半年的統計，在越南市場暢銷 bảng xếp hạng（排行榜）的前十名位置，三星就入圍了 4 款，分別括：Galaxy J7 Prime、J5 Prime、J2 Prime 及 Galaxy A5 2017。其中，Galaxy J7 Prime 成為前半年最熱銷的產品。

第二名是中國大陸的 OPPO，thị phần（市佔率）為 23.15%。這三年，OPPO 已採用平價而外表美觀、相機功能極佳，同時透過明星代言廣告等各種策略，達到快速增加銷量並拿下市佔率第二名的地位。

iPhone 的商品雖然只有高級手機，例如 iPhone 7 及 7 Plus，不過仍受市場大量的歡迎並達到亮眼的銷售成績。其他手機廠商如 Sony、HTC 只佔少數的市佔率，且商品大多是一些典型的智慧型手機。

為了滿足越南人的使用需求，越南的智慧型手機市場發展得越來越快。另外，三星這麼一個大規模的公司在越南投資也造就了越南飛快的經濟成長，為了不少越南人們提供了就業機會養活了不少家庭，同步地也因此改善人們的生活水準。

在街頭 Trên phố

Phong:

Xin hỏi, bạn có phải là Nhã Đình không?

Người đi đường:

Không phải, bạn nhận nhầm người rồi.

Phong:

Ồ, xin lỗi bạn.

(Một bạn nữ bước tới)

Nhã Đình:

Bạn là Phong, phải không?

Phong:

Đúng. Bạn là…

Nhã Đình:

Mình là Nhã Đình.

Phong:

À, chào bạn, lúc nãy mình nhận nhầm người.

Nhã Đình:

Vậy à, không sao đâu.

Phong:

Chúng mình tìm quán cà phê ngồi nói chuyện
cho thoải mái.

Nhã Đình:

Được, vậy vào quán kia nhé?

Phong:

Ừ, chúng mình vào đi.

阿豐：
　請問，妳是不是雅婷？

路人：
　不是，你認錯人了。

阿豐：
　哦，對不起。

（一個女生走了過來）

雅婷：
　請問你是阿峰嗎？

阿豐：
　對。請問妳是…

雅婷：
　我是雅婷。

阿豐：
　啊，妳好，我剛才認錯人了。

雅婷：
　是哦，沒關係。

阿豐：
　我們找個咖啡廳坐著聊天吧！這
　樣比較舒適。

雅婷：
　好，那就到那間去吧？

阿豐：
　嗯，我們進去吧。

★ 必學單字表現　 B2-10-02 N2-10-02

nhận nhầm	認錯
lúc nãy	剛才
tìm	找
quán cà phê	咖啡廳
ngồi	坐
nói chuyện	聊天
thoải mái	舒服

★ 會話重點　 B2-10-03 N2-10-03

重點1 có phải (là) ... không?

當你想要跟別人確認某人或某事時，可以使用「có phải là ... không?」的句型，即「是不是…？」、「是…嗎？」的意思。。例：

Anh có phải là bác sĩ không? 你是不是醫生？
Có phải bạn lấy sách của tôi không? 是你拿我的書嗎？

重點2 動詞 + nhầm

「nhầm」指因不小心、不知情而將對某人、物的認識誤弄成另一個。例：

Anh mua nhầm vé máy bay rồi. 我買錯機票了。

Xin lỗi, chị nhận nhầm người rồi, tôi không quen chị. 不好意思，妳認錯人了，我不認識妳。

★ 與冷、熱相關的表現及慣用語　 B2-10-04 N2-10-04

lạnh 冷　　**mát** 涼　　**thoải mái** 舒適　　**ấm** 暖和　　**nóng** 熱

★ môi hở răng lạnh：嘴唇半開，牙齒就感到寒涼。即「唇亡齒寒」。

★ nóng như lửa đốt：熱得像火在燒一樣。比喻非常炎熱，如「炎陽炙人」。

★ nóng như thiêu như đốt：熱得像火在烤在燒一樣。比喻非常酷熱，如「火燒火燎」。原句為口語感。

★ lạnh buốt：寒氣滲入骨頭。即「寒風刺骨」。

★ lạnh giá：手腳冰凍般的冷。即「冷颼颼」。

★ đổ gáo nước lạnh 或 dội gáo nước lạnh：潑一瓢冷水。「潑（人）冷水」。

★ ăn no mặc ấm：吃飽穿暖。即「暖衣飽食」。

★ ngồi mát ăn bát vàng：坐著乘涼，吃金碗裡的飯。即「坐享其成」。

★ 文法焦點

... đi 的用法

> ＊「đi」是語氣助詞，用在句尾，表示商量、提議、祈使、命令的意思，類似中文的「…吧！」。

例 **Em ăn hoa quả (trái cây) đi!**

妳吃水果吧！

Anh nói đi, tôi đang nghe đây!

你說吧，我在聽呢！

Ngày mai chúng ta đi xem phim đi!

明天我們去看電影吧！

Con nghe lời bố (ba) mẹ đi!

妳聽爸媽的話吧！

Hãy quên cô ấy đi!

忘了她吧！

Anh và em đi uống cà phê đi!

我和妳去喝咖啡吧！

Ra ngoài đi! Ở đây không còn việc của cô nữa.

出去吧！這裡沒有妳的事了。

Bạn ấy đang gặp khó khăn, anh hãy giúp bạn ấy đi!

他正在遇到困難，請你幫幫他吧！

126

B2-10-06
N2-10-06

Bài 10　在街頭

確認所在位置

Bạn đang ở chỗ nào?
你正在哪裡？

Tôi đang ở đường Lý Thái Tổ.
我正在李太祖路。

Tôi đang đứng trước nhà hát lớn Hà Nội.
我正站在河內歌劇院前面。

問路

Xin hỏi, cửa hàng kem Tràng Tiền đi hướng nào?
請問，錢場冰淇淋店往哪個方向走？

Anh đi khoảng ba trăm mét rồi rẽ phải là đến.
你走大概 300 公尺再右轉就到了。

Ở ngay phía trước đó.
就在前面。

選擇小吃店

Em có muốn ăn bún chả không?
妳要吃烤肉米粉嗎？

Có, chúng ta vào ăn đi.
要，我們進去吃吧！

Không, em muốn ăn quán phở bên cạnh.
不，我想吃旁邊的河粉店。

目標點確認

Bạn nhìn thấy <u>hiệu sách</u> (nhà sách) Nhã Nam chưa?
你看到雅楠書店了嗎？

Có, tớ (mình) thấy rồi.
有，我看到了。

Chưa, tớ (mình) chưa thấy.
沒有，我沒看到。

單字

đường 路	**nhà hát** 歌劇院	**kem** 冰淇淋
cửa hàng 商店	**hướng** 方向	**bún chả** 烤肉米粉
quán / tiệm 店	**phở** 河粉	**bên cạnh** 旁邊
北 **hiệu sách** / 南 **nhà sách** 書店		

詢問街名

Con phố này tên là gì?
這條街叫什麼名字？

Con phố này tên là phố Ngô Quyền.
這條街的街名是吳權街。

Phố này tên phố đi bộ Hồ Gươm.
這條街叫做還劍湖人行徒步區。

推薦名產

Kem chanh ở hồ Hoàn Kiếm rất nổi tiếng.
還劍湖的檸檬冰淇淋很有名。

Vậy mình đi ăn thử đi.
那我們去吃看看吧。

Vậy à? Tớ (Mình) chưa ăn bao giờ.
是嗎？我從來沒吃過。

推薦名產

Có thể đỗ xe (đậu xe) ở đây không?
這裡可以停車嗎？

Được, không vấn đề gì.
可以，沒問題。

Không được, chỗ này cấm đỗ xe (đậu xe).
不行，這裡禁止停車。

談論知名店家

Quán xôi (Tiệm xôi) Yến này đông khách thật đó.
阿燕糯米飯這家店好多客人哦。

Tất nhiên rồi, xôi của họ rất ngon.
那當然嘍，他們的糯米飯超好吃。

Ừ, ngày nào cũng như vậy đó.
嗯，每天都是這樣啊。

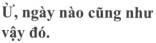

單字

phố đi bộ 人行徒步區	**kem chanh** 檸檬冰淇淋	**nổi tiếng** 有名
北 **đỗ xe** / 南 **đậu xe** 停車	**cấm** 禁止	**xôi** 糯米飯
ngon 好吃		

★ 會話練習

B2-10-08
N2-10-08

1. 請聽 MP3，並依下列的單字完成所有的句子。

muốn	đang	có phải	đi	nhầm

❶ Đây _____ là sách của bạn không?　　　這是不是你的書呢？

❷ Anh cầm _____ bút (viết) của tôi rồi.　　你錯拿到我的筆了。

❸ Có phải chị _____ tìm cái này không?　　你是不是正在找這個？

❹ Trời mưa rồi, mặc áo mưa vào _____ !　　下雨了，穿上雨衣吧！

❺ Em có _____ ăn chôm chôm không?　　　你想要吃紅毛丹嗎？

2. 請聽 MP3，依下列中文用越南語作回答練習。

❶ 是的，河內就是越南的首都。

❷ 沒錯，我們進去吧！

❸ 不是，妳認錯人了。

❹ 我還沒換手機。

❺ 有空啊，我們出去玩吧！

3. 請將下列的句子重組。

❶ tiền / tôi / đi / mượn / cho / .　　　　　　借我錢吧！

➡ _____

❷ không / có phải / tôi / bạn / điện / cho / gọi / ?　　是不是你打電話給我？

➡ _____

❸ gọi / xin lỗi / chị /, / nhầm / rồi / số / .　　　對不起，妳打錯電話了。

➡ _____

❹ hoa / đây / không / có phải / của / là / bạn / ?　　這是不是妳的花？

➡ _____

❺ vô cùng / ở / nổi tiếng / đây / kem / .　　　這裡的冰淇淋非常有名。

➡ _____

❶ đường dành cho người đi bộ 人行道

　→ **thùng rác** 垃圾桶

❷ người đi bộ 行人

❸ khu thương mại 商業區

　→ **cửa hàng quần áo** 服飾店

　→ **cửa hàng sửa xe** 修車行

❹ vạch kẻ sang đường cho người đi bộ
　斑馬線

❺ đèn xanh đèn đỏ /
　đèn giao thông 紅綠燈

❻ quán cà phê 咖啡廳

❼ ven sông 河畔

❽ trường học 學校

❾ 北 vòng xuyến / 南 bùng binh 圓環

❿ 北 cửa hàng bánh mì / 南 tiệm bánh mỳ
　麵包店

⓫ đường phố 大街

⓬ đường 路

⓭ 北 ngõ / 南 hẻm 巷

⓮ ngã tư 十字路口

⓯ quảng trường 廣場

⓰ biển báo giao thông 路標

⓱ siêu thị 超市

⓲ bảo tàng 博物館

⓳ khu dân cư 住宅區

⑳ **đông** 東

㉑ **tây** 西

㉒ **nam** 南

㉓ **bắc** 北

㉔ **ở phía bên kia** 在那個方向

㉕ **đi về phía ~** 朝著～走

㉗ **đi qua** 穿過

㉖ **đi theo ~**
沿著～走

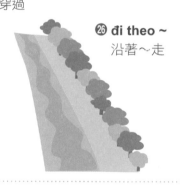

㉘ **bên trái** 左邊

㉙ **bên phải** 右邊

㉚ 北 **rẽ trái /** 南 **quẹo trái** 左轉

㉛ 北 **rẽ phải /** 南 **quẹo phải** 右轉

㉜ **bên tay trái** 在左手邊

㉝ **bên tay phải** 在右手邊

㉞ **đi thẳng** 直走

㉟ **xe đạp** 腳踏車

㊱ **xe máy** 機車

㊲ 北 **xe ô tô /** 南 **xe hơi** 汽車

㊳ **cảnh sát giao thông** 交通警察

㊴ **gánh hàng rong** 扁擔小販

㊵ **xe bán hàng rong** 攤車

加強表現

❶ **xe bán bánh mì** 麵包攤車

❷ 北 **lái xe máy /** 南 **chạy xe máy** 騎機車

❸ **đạp xe đạp** 騎腳踏車

❹ 北 **cửa hàng sửa chữa xe máy /** 南 **tiệm sửa xe máy** 機車行

❺ 北 **lái ô tô /** 南 **lái xe hơi** 開（汽）車

❻ **qua đường** 過馬路

❼ **chờ đèn xanh đèn đỏ** 等紅綠燈

❽ **vượt đèn đỏ** 闖紅燈

❾ **giao thông hỗn loạn** 交通混亂

❿ **lên giao lộ** 上交流道

⓫ **xuống giao lộ** 下交流道

⓬ **đón khách trên đường cao tốc** 在高速公路上載客

⓭ 北 **đánh võng /** 南 **lạng lách** 飆車

⓮ **xe máy nhiều nhìn hết hồn** 機車多到嚇死人

⓯ 北 **bấm còi điên cuồng /** 南 **bóp kèn điên cuồng** 狂按喇叭

⓰ **gây ra tai nạn sau đó bỏ chạy** 肇事逃逸

⓱ **tên đường đa số là lấy tên người** 路牌多以人名命名

⓲ **khu vực dành cho người đi bộ** 人行徒步區

⓳ **trên đường không có ăn xin hoặc người vô gia cư** 路邊沒有乞丐或遊民

⓴ 北 **ngõ nhỏ hẹp /** 南 **hẻm nhỏ hẹp** 巷弄狹小

㉑ **trên đường có di tích cổ** 路邊會有古蹟

㉒ **miền Bắc là vùng có nhiều hồ** 北越為多湖泊地帶

㉓ **miền Nam ít thấy hồ** 南越比較少看見湖

★　文化專欄──越南的自動販賣機介紹

Máy bán hàng tự động（自動販賣機）早已問世許久，並非新鮮事了。但是這項設備在越南仍不普遍。不過，最近這些自動販賣機卻因為其便利性的緣故，仍吸引了許多消費者的注意。

最近自動販賣機的數量在 trường học（學校）、bệnh viện（醫院）、công viên（公園）、bến xe（車站）等 nơi công cộng（公共場所）裡越來越多。早期的自動機沒有找零的設定，所以如果要買販賣機裡的東西，那麼就要把投入的錢全部買完才行。但現在新登場的自動販賣機已經不是這樣子了！不但能讓消費者輕易買到想要的商品，而且還有找零功能，這對越南人在地人來說也是一大福音。這些新式的自動販賣機能帶給消費客許多高度的便利性，例如：節省時間、商品可以低溫保存、購物時不需要大排長龍、價格又合理，甚至可能比其他地方的還便宜，所以各大利多越來越吸引消費者的使用。

▲ 越南路邊的自動販賣機

在胡志明市，在 bệnh viện Hùng Vương（雄王醫院）、bệnh viện nhân dân Gia Định（嘉定人民醫院）、bệnh viện Gò Vấp（舊邑醫院）、bệnh viện Bưu Điện（郵局醫院）、bệnh viện Đại học Y（醫學大學醫院）、bến xe Miền Tây（西部車站）、Thành Bưởi（城　）車站、công viên 23 / 9（9月23日公園）等公共場所都已經看得見自動販賣機的蹤影。在其他城市如河內、海防等，新式的自動販賣機裝設數量也日漸增多，hồ Hoàn Kiếm（還劍湖）周遭自當不話下，其他景點也開始看得到它們的蹤影。

隨著自動販賣機的普遍，人民的購物習慣也一天一天地大幅改變。像是醫院的員工、校園裡的學生、公司的職員們等，上班時不方便跑遠購物的人，若周遭有自動販賣機的話，自然方便了許多。不過，大同小異的是，越南販賣機的當然也有自動收錢後但沒找零錢，或因為紙鈔有任何原因遭到機器拒收的問題。這些問題亦仍讓越南人們傷透腦筋，仍舊是每當碰到時得向廠商努力反應，並且適應上述的各種狀況。

在電影院 Ở rạp chiếu phim

Chí Vĩ:

　Chị cho tôi hai vé "Người đẹp và Quái vật."

Nhân viên bán vé:

　Anh muốn chọn suất phim lúc mấy giờ?

Chí Vĩ:

　Hai giờ bốn mươi lăm phút.

Nhân viên bán vé:

　Xin lỗi, vé suất chiếu này bán hết rồi.

Chí Vĩ:

　Vậy suất chiếu sau là mấy giờ?

Nhân viên bán vé:

　Bốn giờ năm mươi.

Chí Vĩ:

　Vậy thì cho tôi vé suất giờ đó.

Nhân viên bán vé:

　Tổng cộng là 140.000 đồng.

Chí Vĩ:

　Gửi chị.

Nhân viên bán vé:

　Đây là vé của anh, suất chiếu lúc bốn giờ năm mươi, phòng chiếu số 6, ghế ngồi số 18 và 19, dãy C.

Chí Vĩ:

　Cảm ơn chị.

志偉：
請給我兩張《美女與野獸》的票？

售票員：
請問您要看幾點的場次？

志偉：
我要的 2 點 45 分的。

售票員：
對不起，這場的票賣光了。

志偉：
那下一場是幾點？

售票員：
4 點 50 分有一場。

志偉：
那就請給我那一場的票。

售票員：
那麼總共是 140.000 越盾。

志偉：
好的，請。

售票員：
好的，這是您的票，是 4 點 50 的場次，第 6 廳，座位是 C 排的 18 號和 19 號。

志偉：
謝謝你。

★ 必學單字表現　B2-11-02　N2-11-02

vé	票
người đẹp	美女
quái vật	怪物

> **補充** 「quái vật」一詞是「怪物」的意思，並無「野獸」之意。因在越南語的邏輯中，該角色的形象便屬「quái vật」的概念。故主要會話中是為了配合中文的既定翻譯，故譯成「野獸」。

suất chiếu	場次
bán	賣
hết	光、完
tổng cộng	總共
phòng chiếu	（影）廳
ghế ngồi	座位
dãy	排

★ 會話重點　B2-11-03　N2-11-03

重點 1 mấy giờ?

「mấy giờ」是在日常生活中，詢問他人時間點的用語，即為「幾點」的意思。例：

Bây giờ là mấy giờ? 現在是幾點？
Ngày mai mấy giờ anh đi? 明天你幾點去？
Mấy giờ anh mới đến đón em? 你幾點才來接我？

重點 2 chọn / lựa chọn

「chọn」或「lựa chọn」都是動詞，意思為「選擇、挑選」。例：

Điện thoại và máy tính, em chọn cái nào? 手機和筆電，妳選哪一個？
Em lựa chọn rời xa nơi này. 我選擇離開這裡。

當你想列一些選項讓別人做選擇時，可以說：

Bạn chọn màu đỏ hay màu vàng? 你選紅色還是黃色？

★ 與多、寡相關的表現及慣用語　B2-11-04　N2-11-04

nhiều 多　　　　**bình thường** 普通　　　　**ít** 少

★ mật ít ruồi nhiều：蜜少蒼蠅多。即「僧多粥少」。

★ lấy ít địch nhiều：取少數去抵擋多數。即「以寡擊眾」。

★ nhiều không đếm xuể：多到數不完。即「多如牛毛」。

★ của ít lòng nhiều：財少心意多。即「禮輕情義重」或「千里送鵝毛」。

★ biết nhiều khổ nhiều：懂得愈多，苦勞也就愈多。可作「能者多勞」或在抱怨時的「眼不見為淨」。

rồi 的用法

＊「rồi」用於動詞或形容詞後或句尾，表示所提到的動作或變化已經完成。

例 Tôi mua rồi.　　　　　　　　　　　我買了。

　 Anh ấy ngủ rồi.　　　　　　　　　　他睡了。

　 Tôi ăn sáng rồi.　　　　　　　　　　我吃早餐了。

　 Tôi gửi vé máy bay cho anh ấy rồi.　　我把機票寄給他了。

　 Em sai rồi, xin lỗi mọi người.　　　我錯了，對不起各位。

＊有時候，「rồi」可以跟「đã（已經）」結合，形成「đã ... rồi」的句型，也表示動作已完成。

例 Hôm qua, bạn ấy đã đi rồi.　　　　昨天他已經走了。

　 <u>Quyển (Cuốn)</u> sách đó tôi đã xem rồi.　那本書我已經看過了。

　 Họ đã kết hôn rồi.　　　　　　　　他們已經結婚了。

＊「rồi」還能表示前後時間點的連接關係。

例 Ăn xong rồi làm bài tập.　　　　　吃完後再做功課。

　 Đợi tôi mua xong rồi cùng về.　　　等我買完後再一起回去。

＊「rồi」還可以前接「xong」或是以「sắp ... rồi」的句型，表示所提到的事情或動作快要完成。

例 Bài tập làm gần xong rồi.　　　　　功課快做完了。

　 Con dọn dẹp xong rồi đi chơi.　　　你整理完再去玩。

　 Cô ấy sắp đến rồi.　　　　　　　　她快到了。

★ 短會話練習 A

確認票張數

Anh muốn mua mấy vé?
你想買幾張票？

Tôi muốn mua hai vé.
我想買 2 張。

Cho tôi bốn vé.
請給我 4 張。

以學生證購票

Có thẻ sinh viên được giảm giá không?
請問有學生證可以打折嗎？

Được, sinh viên được giảm 10%.
可以，學生可以打 9 折。

Được, làm ơn cho mượn thẻ sinh viên một chút.
可以，麻煩借一下學生證。

談論電影 1

Bạn đã xem phim này chưa?
你看過這部電影了嗎？

Chưa.
還沒。

Xem rồi.
看了。

談論電影 2

Phim này hay không?
這部電影好看嗎？

Rất hay.
很好看。

Không hay lắm.
不太好看。

單字

mấy 幾	**thẻ sinh viên** 學生證	**giảm giá** 打折
mượn 借	**xem** 看	**phim** 電影
hay 很棒、好看、好聽		

B2-11-07
N2-11-07

談論演員 1

Bạn thấy nữ chính diễn thế nào?
你覺得女主角演得怎樣？

Cô ấy diễn rất tốt.
她演得很好。

Cũng được.
還好。

談論演員 2

Phim này có diễn viên nào đóng vậy?
這部電影由哪些演員演出？

Có Bành Vu Yến đóng.
彭于晏有演。

Có Trần Kiều Ân và Nguyễn Kinh Thiên đóng.
陳喬恩和阮經天有演。

談論電影類型

Phim này thuộc thể loại gì vậy?
這部電影屬於哪一種類型？

Phim hành động.
動作片。

Phim tình cảm.
愛情片。

邀約看電影

Bạn muốn đi xem phim không?
你想去看電影嗎？

Được, đi thôi.
好啊，走吧！

Xin lỗi, tôi không thích xem phim.
不好意思，我不喜歡看電影。

單字

nữ chính 女主角	**diễn** 演	**thế nào** 怎樣、如何
thấy 覺得	**đóng** 扮演、飾	**thể loại** 類型
thuộc 屬於	**phim hành động** 動作片	**phim tình cảm** 愛情片
thích 喜歡		

★ 會話練習

1. 請聽 MP3，並依下列的單字完成所有的句子。

tại sao	thích	chọn	xem	mua
muốn	mấy giờ	hay	bán	rồi

❶ Cô ấy không thích _____ phim hành động.　　她不喜歡看動作片。

❷ _____ em không chọn cái kia?　　為什麼妳不選那個？

❸ Mọi người có _____ ăn lẩu không?　　大家想要吃火鍋嗎？

❹ Xin hỏi, quầy _____ vé ở đâu?　　請問，售票處在哪裡？

❺ Bộ phim đó có _____ không?　　那部電影好看嗎？

❻ Tối nay _____ anh về?　　今晚幾點你會回來？

❼ Bạn muốn _____ bánh mì hay phở?　　你想要選麵包還是河粉？

❽ Em _____ xem phim nào?　　你喜歡看哪種電影？

❾ Anh ấy _____ điện thoại mới rồi.　　他買了新電話了。

❿ Con đánh răng xong _____ đi ngủ nhé.　　你刷完牙之後就去睡吧！

2. 請將下列的句子重組。

❶ máy bay / giờ / anh / ngày mai / mấy / lên / ?　　你明天幾點上飛機？

➡ _____

❷ ở / đang / rạp chiếu phim / cổng / Lotte / tôi .　　我正在 Lotte 電影院門口。

➡ _____

❸ rồi / uống / đã / thuốc / cô ấy / .　　她已經吃藥了。

➡ _____

❹ em / ở lại / lựa chọn / ra đi / hay / ?　　妳選擇留下還是離開？

➡ _____

❺ đến / giờ / đón / chị Linh / sẽ / em / hai / .　　兩點時，玲姐會來接妳。

➡ _____

139

★ **電影院的相關單字**

❶ **màn hình** 螢幕

❷ **kính 3D** 3D 眼鏡

❸ **rạp chiếu phim** 電影院

❹ **công chiếu** 上映

❺ **phim 2D** 2D 電影

　→ **phim 3D** 3D 電影

❻ **bắp rang bơ** 爆米花

❼ **quầy bán vé** 售票處

❽ **đoạn quảng cáo phim mới / trailer** 預告片

❾ **áp phích quảng cáo phim** 電影宣傳海報

❿ **đồ uống** 飲料

⓫ **lịch chiếu phim** 電影時刻表

⓬ **giờ chiếu** 放映時間

⓭ **ưu đãi** 優惠

⓮ **đặt vé** 訂票

⓯ **nam chính** 男主角

⓰ **nữ chính** 女主角

⓱ **vai phụ** 配角

加強表現

❶ **đeo kính 3D** 戴 3D 眼鏡

❷ **mua bắp rang bơ và đồ uống** 買爆米花和飲料

❸ **rạp chiếu phim quốc gia** 國家電影院

❹ **xem lịch chiếu phim** 看電影時刻表

❺ **xếp hàng mua vé ở quầy bán vé** 在售票處排隊買票

❻ **kích thước màn hình** 螢幕大小

❼ **sắp đến giờ chiếu rồi** 快到放映時間了

❽ **ưu đãi đặc biệt** 特別優惠

★ **文化專欄——越南的看電影文化**

▲ 越南的國家電影院

　　越南很早期時就有 rạp chiếu phim（電影院）。當時對越南人而言，在電影院看電影也算是個 thú vui xa xỉ（奢侈的興趣），且以前電影院少、票價昂貴，所以不是每個人都肯花錢去看電影。但這十多年來，人們的收入相對提高，民眾也比較願意花錢在各種 hoạt động giải trí（娛樂活動）上，所以電影院慢慢就成為大部分年輕人的一個理想的 địa điểm giải trí（娛樂場所）。看見了這樣的需求，各方商家就來投資打造專

業的電影院。所以現在越南許多的百貨公司都有附設電影院。根據 2019 年的統計，最多的電影院是 CGV（74家），其次是 Lotte Cinema（42家）、Galaxy Cinema（14家）、BHD Cinema（9家），其中 CGV 和 Lotte Cinema 是韓資的電影院，Galaxy Cinema 和 BHD Cinema 則是越資的。在越南看電影都可以到電影院的網站或 app 看他們的優惠活動及播放表。越南電影院的票價換算下來約 200 多台幣。而每間電影院一週之內會有一天有優惠票價（相當於 65 台幣起）。另外白天比晚上便宜，平日又比週末及假日便宜，小孩和學生也有特價。

越南電影主要分成 phim nghệ thuật（藝術片）和 phim thị trường（娛樂片）兩種，其中娛樂片比較叫座。至於藝術片，許多由越南拍出的片子都曾享譽國際，得過大獎，經典的有 Áo lụa Hà Đông（穿白絲綢的女人 – 2006）、Bi, đừng sợ（紅蘋果的慾望 – 2010）、Cánh đồng bất tận（無盡稻田– 2010）、Vợ ba（落紅 – 2019）等。但部分越南藝術片會含有明確的 18 禁畫面，所以若有未成年人在場，看之前請先確定它的年齡限制分類。雖然這類藝術電影勇奪的國際獎項較多，但在普遍觀眾心中的尺規裡，這類電影終究是叫好不叫座。

接著說娛樂片，在越南每年平均都有大概約 4~5 部會上映。掀起這波娛樂片風潮的開山祖師則是票房驚人的經典電影 Gái nhảy（夜店小姐 – 2003）。娛樂片在這之後產生了五花八門的發展，其中 phim hài（搞笑片、喜劇）倍受歡迎。因為這種電影能逗人開心，又老少咸宜。故每年片商都很懂得在春節的時段，安排約 3~4 部搞笑片輪番上陣，創造高額的票房收入。這幾年來，越南年輕人比較喜歡 phim hoài cổ（懷舊片），所以很多描述越南早期背景故事的電影也因此應運而生。例如：Em là bà nội của anh（我的奶奶 20 歲 –2015）、Cô Ba Sài Gòn（西貢的三小姐 – 2017）、Mẹ chồng（婆婆 – 2017）等。除此之外，越南電影也有 phim kinh dị（鬼片），如：Mười（替屍鬼 – 2007）等。越南的 phim hành động（動作片）也不含糊，對於武打動作的紮實度也相當講究，如：Dòng máu anh hùng（鐵血叛軍 – 2007）、Hai Phượng（二鳳姊 – 2019）等。有一段時間 phim chủ đề đồng tính（同性戀主題的電影）也很紅，如：Để mai tính（讓梅小姐來安排 – 2010）、Yêu（愛 – 2015）等。電影是虛構的，但也能反映世間真實的人世百態，故可以看出越南社會對同性戀抱持偏屬開放的俗世觀。越南也拍過 phim cổ trang（古裝片），如：Mỹ nhân kế（美人計 – 2013）、Tấm Cám: Chuyện chưa kể（越南灰姑娘：不為人知的故事 – 2016），但由於越南古裝的化妝技術仍不及中、韓成熟，所以這類電影在越南就稍稍乏人問津。

除了越南電影以外，電影院也播放國外電影，包括世界上的 phim bom tấn（大片）。而且越南電影都有 phụ đề tiếng Anh（英文字幕），所以英文好的外國人，都不必擔心有鴨子聽雷的問題。

有一個小提醒，在越南去看電影時，除了在電影櫃檯買的 bắp rang (bơ)（爆米花）和 thức uống（飲料）之外，其他外食都不能帶進場。另外，播放時間前大概都有十分鐘的廣告，所以如果你稍微遲到一點也不用擔心，因為說不定還在播廣告呢！

▲ 越南電影亦朝多元發展，品質亦日益提升

在餐廳 Ở nhà hàng

Nhân viên phục vụ:

Xin hỏi, hai chị muốn dùng gì?

Nhã Đình:

Anh có thể gợi ý món nào ngon không?

Nhân viên phục vụ:

Dạ, có món mỳ cay và gà phô mai đang rất được yêu thích hiện nay.

Nhã Đình (nói với Khánh Linh):

Em không ăn được cay đúng không?

Khánh Linh:

Vâng (Dạ).

Nhã Đình:

Vậy thì đừng ăn mỳ cay. Ăn gà phô mai nhé?

Khánh Linh:

Vâng ạ (Dạ).

Nhã Đình (nói với nhân viên phục vụ):

Vậy cho tôi một suất gà phô mai và một suất mỳ cay.

Nhân viên phục vụ:

Dạ, hai chị có uống gì không ạ?

Nhã Đình:

Khánh Linh, em muốn uống gì?

Khánh Linh:

Em muốn uống trà sữa Thái.

Nhã Đình:

Vậy cho một trà sữa Thái, một nước cam.

Nhân viên phục vụ:

Vâng (Dạ), hai chị còn gọi thêm gì nữa không?

Nhã Đình:

Như vậy là được rồi. Cảm ơn anh.

Nhân viên phục vụ:

Vâng (Dạ). Xin đợi một chút.

服務生：
　請問，兩位要用什麼？

雅婷：
　你可以推薦好吃的嗎？

服務生：
　是，目前很受歡迎的有辣的麵和起司炸雞。

雅婷（跟慶玲説）：
　你不能吃辣，對嗎？

慶玲：
　是的.

雅婷：
　那就不要吃辣的麵。吃起司炸雞吧？

慶玲：
　OK.

雅婷（跟服務生説）：
　那給我一份起司炸雞和一份辣的麵。

服務生：
　好的，兩位要喝什麼嗎？

雅婷：
　慶玲，你要喝什麼？

慶玲：
　我要喝泰式奶茶。

雅婷：
　那就來一杯泰式奶茶，一杯柳橙汁。

服務生：
　好的，兩位還要再點什麼嗎？

雅婷：
　這樣就好了。謝謝你。

服務生：
　好的。請稍等。

★ 必學單字表現

B2-12-02
N2-12-02

dùng	用、使用
gợi ý	推薦、建議
đừng	不要、別
ngon	好吃
món	道（菜）
mỳ cay	辣的麵
gà phô mai	起司炸雞
hiện nay	目前、現在
được yêu thích	受歡迎
cay	辣
suất	份
uống	喝
trà sữa Thái	泰式奶茶
nước cam	柳橙汁
đợi	等

★ 會話重點

B2-12-03
N2-12-03

重點 1 anh muốn dùng gì? / chị muốn dùng gì?

在餐廳的時候，服務員可能會詢問你要用什麼，那要用越南語表達的話就可以使用結構：人稱代詞＋muốn dùng gì?（人稱代詞＋要用什麼？）我們會根據具體對象而選擇合適的人稱代詞來稱呼對方。除此之外，也可以用不同的說法來詢問。例：

A: **Chị muốn gọi món gì?** 妳要點什麼？
B: **Tôi muốn một bát (tô) phở bò và hai cái quẩy.** 我要一碗牛肉河粉和兩根油條。

重點 2 cho +人稱代詞/名詞 +名詞/名詞詞組

cho 是動詞，就是「給」的意思，用於表示使對方得到或遭受到某種東西。因此，當你想要得到什麼東西，可以使用這個結構向別人請求。另外，比較禮貌的表達，可以多加 xin、làm ơn 放在 cho 前面。例：

Làm ơn cho tôi một bát (tô) phở và một cốc (ly) trà sữa. 請給我一碗河粉和一杯奶茶。
Anh cho em cái bút (cây viết) này được không? 你給我這支筆好嗎？

★ 與味覺相關的表現

B2-12-04
N2-12-04

ngọt 甜　　chua 酸　　mặn 鹹　　đắng 苦　　cay 辣

● 在以上的味覺詞之前加上：「không」時就能表達「不（味覺）…」；加上「hơi」時就能表達「微（味覺）…」；加上「rất」時就能表達「很（味覺）…」。

● 「酸酸甜甜」的說法為「chua chua ngọt ngọt」。

● 「澀」的說法為「chát」。

đừng 的用法

> ＊đừng 用於動詞前面，就是「別、不要」的意思，表示禁止或勸阻，也可以用於某些客套話。

例 **Anh đừng đi!**　　　　　　　　　你別走！

Tôi không ăn cay, đừng cho ớt nhé.　　我不吃辣，不要加辣椒哦。

Đừng khóc!　　　　　　　　　別哭！

Đừng nghe lời cô ấy.　　　　　不要聽她的話。

Đừng khách sáo!　　　　　　別客氣！

Đừng hút thuốc nữa!　　　　　不要再抽菸了！

> ＊đừng 表示希望某些不好的事情不會發生。

例 **Anh đừng hiểu lầm em.**　　　　你別誤會我。

Hi vọng ngày mai trời đừng mưa.　　希望明天不要下雨。

Em đừng viết sai nhé!　　　　妳別寫錯哦！

Anh đừng rời xa em nhé!　　　你不要離開我哦！

Đừng trách anh nhé!　　　　　別怪我哦！

Ngày mai em đừng đến muộn nhé.　　妳明天不要遲到哦。

★ **短會話練習 A**

菜餚種類

Món này là món gì?
這道菜是什麼？

Đây là phở Việt Nam.
這是越南河粉。

Đây là nem cuốn (gỏi cuốn) Việt Nam.
這是越南生春捲。

追加點餐

Chị còn gọi gì nữa không ạ?
你還要點什麼嗎？

Cho thêm một suất phở xào.
加一份炒河粉。

Không, cảm ơn.
不用，謝謝。

口味 1

Chị thấy những món ăn này thế nào?
妳覺得這些菜怎麼樣？

Rất ngon.
很好吃。

Cũng được.
還可以。

口味 2

Em có ăn được đồ cay không?
妳能吃辣的嗎？

Không, em không ăn được đồ cay.
不能，我不能吃辣的。

Có, em ăn được.
能，我能吃。

單字

phở 河粉	北 **nem cuốn** / 南 **gỏi cuốn** 生春捲	**thêm** 加
xào 炒	**đồ cay** 辣的東西	**thế nào** 怎麼樣、如何

要求菜單

Có thể cho tôi xem thực đơn không?
可以給我看菜單嗎？

Dạ, thực đơn đây ạ.
是，這是菜單。

Mời chị xem.
請看。

水酒詢問

Chị có muốn uống rượu không?
你要喝酒嗎？

Có, cho tôi một cốc (ly) có đá.
要，請給我一杯加冰。

Có, cho tôi một cốc (ly) không đá.
要，請給我一杯不加冰。

等候時間

Chúng tôi phải chờ bao lâu?
我們要等多久？

Khoảng mười lăm phút.
大概 15 分鐘。

Sẽ nhanh thôi ạ.
會很快。

新菜推薦

Chị có muốn thử món mới của nhà hàng chúng tôi không?
妳要試一下我們餐廳的新菜嗎？

Cũng được.
也可以。

Không, cảm ơn.
不用，謝謝。

單字

xem 看	**thực đơn** 菜單	**rượu** 酒
北 **cốc** / 南 **ly** 杯	**chờ** 等	**bao lâu** 多久
nhanh 快	**thử** 試	**nhà hàng** 餐廳

★ **會話練習**

1. 請將下列的句子重組。

❶ dùng / hỏi /, / anh / xin / gì ?　　　　　　請問，你用什麼？

➡ _____

❷ phở / tôi / cho / hai / gà / <u>bát (chén)</u>.　　給我兩碗雞肉河粉。

➡ _____

❸ không / có / chị / uống / muốn / gì ?　　　　妳要喝什麼嗎？

➡ _____

❹ ở đây / không / <u>nem cuốn (gỏi cuốn)</u> / có ?　這裡有生春捲嗎？

➡ _____

❺ Đài Loan / uống / em / trà sữa / muốn.　　我想喝台灣奶茶。

➡ _____

2. 請聽 MP3，並依下列的單字完成所有的句子。

đừng　　　phở　　　cà phê　　　đợi　　　ngon

❶ Em có thích ăn _____ Việt Nam không?　妳喜歡吃越南河粉嗎？

❷ Món ăn Việt Nam rất _____ .　　　　越南菜很好吃。

❸ Chị muốn uống _____ hay nước cam?　妳要喝咖啡還是柳橙汁？

❹ Anh _____ hút thuốc!　　　　　　你不要抽菸。

❺ Xin _____ một chút!　　　　　　請稍等！

3. 請聽 MP3，依下列中文用越南語作回答練習。

❶ 我要喝咖啡。

❷ 有點鹹。

❸ 我不吃辣。

❹ 我點了一盤油條和兩碗牛肉河粉。

❺ 這裡有起司炸雞很好吃。

★ 餐具的相關單字

1 北 bát đựng canh / 南 tô đựng canh 湯碗

2 北 đĩa / 南 dĩa 盤子

3 dao ăn 餐刀

4 北 dĩa / 南 nĩa 叉子

5 北 thìa / 南 muỗng 湯匙
  → môi / muôi / vá 勺子

6 北 cốc / 南 ly 杯子

7 北 cốc cà phê 咖啡杯 / 南 ly cà phê

8 ly 高腳杯

9 mâm 大托盤

10 北 bát / 南 chén 碗

11 đũa 筷子

12 gác đũa 筷架

13 tăm (xỉa răng) 牙籤

【調理方式】

14 北 rán / 南 chiên 煎

15 nấu 煮

16 xào 炒

17 北 rán ngập dầu / 南 chiên ngập dầu 炸

【加強表現】

1 北 rửa bát / 南 rửa chén 洗碗

2 rót rượu vào ly 將酒倒進杯子

3 北 dùng dao thái bít tết / 南 dùng dao cắt bít tết 用餐刀切開牛排

4 北 dùng dĩa xiên / 南 dùng nĩa xiên 用叉子叉

5 北 dùng đĩa đựng thức ăn / 南 dùng dĩa đựng thức ăn 用盤子裝食物

6 dùng đũa gắp 用筷子夾

7 dùng môi múc canh 用勺子舀湯

8 北 ăm cơm bằng thìa / 南 ăm cơm bằng muỗng 用湯匙吃飯

★ 文化專欄──越南人用早餐的習慣

對河內人而言，早餐非常重要，是一天之始最重要一餐。所以河內人會花很多時間在張羅早餐的這件事情上。大清早，河內的早餐店裡，就能看到早餐店裡坐滿了陸續前來的客人，在這裡，並不像台灣人都習慣只吃麵包、饅頭這類的食品，而是在這個時段就已經讓帶有湯汁的料理上桌。例如：phở（河粉）、bún chả（烤肉米粉）、bún riêu cua（蟹肉米粉）、bún móng giò（豬腳米粉）、bún cá（炸魚米粉）等等。不論是酷夏還是寒冬，這些早餐的人氣都歷久不衰。

且比起冷氣開放的豪華餐廳，在路邊可見的簡易擺著凳子和桌子的攤位還更加地受到在地人們的青睞。

河內人常有呼朋引伴共進早餐的習慣，因為這是個與朋友交流、聊天的良機。部分賣 cháo lòng（豬雜粥）的店還會賣酒給男性顧客。河內人吃完早餐後也常在咖啡店喝咖啡或在路邊的小攤子喝茶續攤。因此，這些小攤子、咖啡店常選擇開在早餐店的旁邊便以吸引客人。但一些因忙碌而不想為了早餐花太多時間的人，則會選擇更容易取得的餐點，如：xôi（糯米飯）、bánh mì（法國麵包）、北 trứng vịt lộn / 南 hột vịt lộn（鴨仔蛋）、bánh cuốn（捲筒餅）或 cơm nắm muối vừng（花生粉飯糰）等，這些餐點既能輕易取得且營養豐富。

相較之下，西貢人就不是這樣囉！大部分西貢的年輕人普遍都比較晚吃早餐，大約多都是在8點到9點左右，有的人只喝咖啡就夠了。因為西貢人一般較為晚起，通常是靠近上班時間才起床，所以他們常選擇簡單、方便的早點，例如：法國麵包等。在西貢，幾乎每條路、每個巷子都能看到法國麵包店的蹤影，而且門庭若市。

如果時間充足的話，他們常選有湯的餐點，如：bún（米線）、河粉、hủ tiếu（粿條）等。西貢人跟台灣大城市的人們比較像，注重便利至上，即點哪種方便就選哪種、哪裡順路就在哪裡買，所以路邊的早餐店、街頭攤販時時刻刻訪客絡繹不絕。對西貢人而言，他們吃早餐的目的自然就是補充精力，而並不像河內人那樣想花大把時間及功夫在早餐上。

依地區的不同，越南人對於早餐吃法的講究，也不盡相同。

在傳統市場 Ở chợ

Người bán hàng:

Mua rau đi em, rau tươi lắm.

Nhã Đình:

Rau muống bán thế nào vậy chị?

Người bán hàng:

5.000 đồng một bó, rau đều rất non.

Nhã Đình:

Vậy cho em hai bó.

Người bán hàng:

Của em đây.

Nhã Đình:

Bó này không tươi lắm, chị đổi cho em bó khác.

Người bán hàng:

Vậy bó này được không em?

Nhã Đình:

Vâng (Dạ), được ạ. Em gửi chị tiền.

Người bán hàng:

Ừ, cảm ơn em nhé.

Nhã Đình:

Vâng (Dạ), cảm ơn chị.

菜販：
　小姐來買菜吧！我的菜都很新鮮。

雅婷：
　請問空心菜怎麼賣呀？

菜販：
　一把 5.000 盾，菜都很嫩喔！

雅婷：
　那請給我兩把！

菜販：
　好的，來！

雅婷：
　這把不太新鮮，麻煩妳換另外一把給我！

菜販：
　那麼這把可以嗎？

雅婷：
　可以，錢在這。

菜販：
　嗯，謝謝您喲！

雅婷：
　謝謝。

★ 必學單字表現
B2-13-02
N2-13-02

rau	蔬菜
tươi	新鮮
bán	賣
rau muống	空心菜
bó	（量詞）把、束
non	嫩
đều	都
khác	其他

★ 會話重點
B2-13-03
N2-13-03

重點1 đổi

當你想要給別人東西同時也從他們那裡取得別的東西時，就可以用動詞「đổi」來表達，也就是「換、換掉」的意思。例：

Đổi cho tôi cỡ to hơn. 請換大一點的尺寸給我。
Bây giờ tôi có thể đổi vị trí không? 請問現在我可以換位置嗎？

重點2 không＋形容詞／動詞＋名詞的詞組＋lắm

「không＋動詞＋名詞的詞組＋lắm」的句型即等同中文的「不太＋（形容詞／動詞＋名詞的詞組）」，表示讓否定的程度弱化，是一種委婉的形容表達方式。例：

Hôm nay hình như cô ấy không vui lắm. 今天她好像不太開心。

★ 與空間相關的表現及慣用語
B2-13-04
N2-13-04

to / lớn 大　　　　**bình thường 普通**　　　　**bé / nhỏ 小**

cao 高　　　　**bình thường 普通**　　　　**thấp 低**

★ 北 trèo cao ngã đau / 南 trèo cao té đau：爬得高就會跌得痛。即「爬得愈高就跌愈深」。

★ cao chạy xa bay：跑到高處，飛到遠處。即「遠走高飛」。

★ cao không tới, thấp không thông：高處到不了，低處也達不到。即「高不成，低不就」。

★ nhỏ không địch lại lớn：小的敵不過大的。指「小的力量抵抗不了大的力量」，此句用於客觀敘述，無諷刺之意。

★ trứng chọi đá：蛋與石頭對抗。即「雞蛋碰石頭」、「螳臂擋車，自不量力」、「以卵擊石」、「蚍蜉撼樹」。

★ nhỏ mà có võ：小而有武功。表示力量雖然，但實力堅強。

★ cây cao bóng cả：樹高影子大。指有勢力和信譽，形容一個人可以當別人的榜樣和靠山。

★ cá lớn nuốt cá bé：大魚吞小魚。即「大魚吃小魚」。

★ 文法焦點

đều 的用法

> ＊「đều」表示形容人、事、物相似的狀況或包含所有的含義，即等於中文的「都…」。

例 **Anh ấy và anh trai tôi đều là sinh viên trường đại học Phương Đông.**

他和我哥都是東方大學的大學生。

Tất cả mọi người trong gia đình đều mong anh về.

家裡的所有人都希望你回來。

> ＊「đều」表示同一個對象的狀態、動作或性質的統一性。

例 **Tại sao ngày nào em cũng đều đi học muộn vậy?**

為什麼妳每天上課都遲到呢？

Lần nào tôi đến tìm, anh cũng đều tránh mặt tôi.

每次我來找，你都避而不見。

▶ 河內的 trường đại học Phương Đông（東方大學）

★ 短會話練習 A

購買的數量

Em muốn mua mấy quả (trái) trứng?
你想買幾顆蛋？

Cho em năm quả (trái) trứng gà.
請給我 5 顆雞蛋。

Cho em ba quả (trái) trứng gà và hai quả (trái) trứng vịt.
請給我 3 顆雞蛋和 2 顆鴨蛋。

購買水果

Xoài có ngọt không chị?
請問芒果有甜嗎？

Có, xoài ngọt lắm em.
有，芒果很甜。

Có, em muốn mua bao nhiêu?
有，你要買多少？

販賣的確認

Chị có bán chôm chôm không?
請問妳有賣紅毛丹嗎？

Chị không bán em à.
沒有，我沒有賣。

Có, nhưng chị vừa bán hết rồi.
有，但剛剛賣完了。

推銷的談話

Còn lại hai miếng thịt này bán rẻ cho em.
剩下這兩塊肉就便宜賣你。

Được ạ.
好呀。

Không cần đâu, như vậy nhiều quá, ăn không hết.
不用了，這樣太多了，吃不完。

單字

trứng 蛋	北 **quả** / 南 **trái** （量詞）顆	**gà** 雞	**vịt** 鴨、鴨子
xoài 芒果	**ngọt** 甜	**chôm chôm** 紅毛丹	**thịt** 肉
miếng 塊	**rẻ** 便宜	**ăn** 吃	

試圖殺價 1

Rau lang 3.000 đồng một bó.
地瓜葉一把賣 3.000 盾。

Vậy cho em hai bó.
那請給我兩把。

Hai bó 5.000 đồng được không?
兩把賣 5.000 盾可不可以？

試圖殺價 2

Nho 60.000 đồng một cân (ký).
葡萄一公斤 60.000 盾。

Có thể rẻ hơn một chút được không?
可以賣便宜一點嗎？

Đắt (Mắc) vậy à? Cho tôi nửa cân (ký) thôi vậy.
這麼貴哦？那給我半公斤就好了。

存貨確認

Có còn quả (trái) dưa hấu nào nhỏ hơn chút không?
請問還有小一點的西瓜嗎？

Có, trong này vẫn còn.
有，這裡面還有。

Không còn quả (trái) nhỏ nào.
沒有，沒有小的了。

水果成熟狀況

Quả (Trái) bơ này để bao lâu thì ăn được?
請問這顆酪梨還要放多久才可以吃？

Khoảng hai đến ba ngày là ăn được.
大約再放兩到三天就可以吃了。

Ngày mai là ăn được rồi.
明天就可以吃了。

單字

khoai lang 地瓜	**nho** 葡萄	北 **cân** / 南 **ký** 公斤
北 **đắt** / 南 **mắc** 貴	**dưa hấu** 西瓜	**nhỏ** 小
北 **quả bơ** / 南 **trái bơ** 酪梨		

★ 會話練習

1. 請聽 MP3，並依下列單字完成所有的句子。

không ... lắm	đều	nên	ngọt	đổi

❶ Xoài không _____ lắm.

芒果不太甜。

❷ Hai chị em tôi _____ thích nghe nhạc của Châu Kiệt Luân.

我們倆姊妹都喜歡聽周杰倫的歌。

❸ Tôi muốn _____ vé máy bay.

我想換（更改）機票。

❹ Các em đều là học sinh _____ không được uống rượu.

你們都還是學生，所以不可以喝酒。

❺ Tôi _____ thích nấu ăn _____ .

我不太喜歡煮飯。

2. 請將下列的句子重組。

❶ muốn / trứng gà / mua / em / trứng vịt / hay / ?　　　妳要買雞蛋還是鴨蛋？

➡ _____

❷ đọc sách / cô ấy / thích / không / lắm / có vẻ / .　　　她好像不太喜歡看書。

➡ _____

❸ đến / tại sao / bạn / hôm qua / và / đều / Minh / không / ?

為什麼昨天你和小明都不來？

➡ _____

❹ hết/ , / dưa hấu / xin lỗi / bán / rồi / đã / .　　　對不起，西瓜已經賣完了。

➡ _____

❺ không / chiếc / này / lắm / váy / đẹp / .　　　這件裙子不太好看。

➡ _____

3. 請根據下面的提示，填充所有空格並找出所隱藏的關鍵字。

(1) 魚 (CÁ)

(2) 花 (HOA)

(3) 豬肉 (THỊT LỢN)

(4) 蘋果 (TÁO)

(5) 紅蘿蔔 (CÀ RỐT)

(6) 蔬菜 (RAU)

(7) 草莓 (DÂU TÂY)

(8) 榴槤 (SÀU RIÊNG)

(9) 蛋 (TRỨNG)

(10) 蝦 (TÔM)

(11) 地瓜 (KHOAI LANG)

(12) 紅毛丹 (CHÔM CHÔM)

(13) 葡萄 (NHO)

(14) 玉米 (NGÔ)

關鍵字：_____

編註 本練習遊戲以北音進行。其中部分字的南音用語如右：「玉米 = bắp」。

★ **菜市場裡常見的單字表現**

B2-13-09
N2-13-09

肉品類

❶ **thịt gà** 雞肉

❷ **cánh gà** 雞翅

❸ **đùi gà** 雞腿

❹ **trứng gà** 雞蛋

❺ **thịt vịt** 鴨肉

❻ 北 **thịt lợn /**
　南 **thịt heo** 豬肉

❼ **lạp xưởng** 香腸

❽ **giăm bông** 火腿

❾ **thịt nạc vai** 梅花肉

❿ **thịt bò** 牛肉

海鮮類

⓫ **cá** 魚

⓬ **bào ngư** 鮑魚

⓭ **lươn** 鱔魚

⓮ **tôm** 蝦

⓯ **tôm hùm** 龍蝦

⓰ **cua** 螃蟹

⓱ **mực** 魷魚

⓲ **bạch tuộc** 章魚

⓳ 北 **ngao /** 南 **nghêu** 蛤蜊

⓴ **hến** 蜊仔

蔬菜類

㉑ **cà chua** 番茄

㉒ **cà rốt / củ cải đỏ** 紅蘿蔔

㉓ **khoai lang** 地瓜

㉔ 北 **ngô /** 南 **bắp** 玉米

㉕ **rau muống** 空心菜

㉖ **măng** 竹筍

㉗ 北 **rau cải bắp /**
　南 **bắp cải** 高麗菜

㉘ **nấm** 香菇

㉙ **ớt** 辣椒

㉚ 北 **súp lơ /**
　南 **bông cải xanh** 花椰菜

水果類

③ **dâu tây** 草莓

③ **táo** 蘋果

③ **nho** 葡萄

③ 北 **dứa** / 南 **thơm** 鳳梨

③ **dưa hấu** 西瓜

③ **chôm chôm** 紅毛丹

③ **dừa** 椰子

③ **nhãn** 龍眼

③ **đu đủ** 木瓜

④ **sầu riêng** 榴槤

加強表現

❶ **hai cái đùi gà** 兩隻雞腿

❷ **hai bó rau muống** 兩把空心菜

❸ **nửa con vịt** 半隻鴨

❹ **một chùm nho** 一串葡萄

❺ **ba con mực** 三隻魷魚

❻ 北 **ba quả dứa** / 南 **ba trái dứa** 三顆鳳梨

★ 文化專欄──越南傳統市場文化

越南的經濟愈來愈發達，siêu thị（超市）及 trung tâm mua sắm（購物中心）陸續開幕，吸引許多的越南人前往朝聖。現代的超市的貨架上陳列整齊、貨品種類豐富，不管商品單價及有效日期都清楚標示，而且店員的服務態度熱情有禮。此外，許多超市及購物中心內還附設有舒適的空調及其他的 khu mua sắm（購物區）、khu ẩm thực（飲食區）、khu vui chơi giải trí（娛樂區），所以在越南，超市也變成有休閒、娛樂概念的地點了。

相形之下，chợ truyền thống（傳統市場）的環境雜亂且擁擠，購物時若看了後不買還可能遭到部分店家的白眼或辱罵。而且在傳統市場購物，能買到的食品安全衛生沒有保障，基礎設施也沒有超市或購物中心那麼好，標價不明的爭議依舊存在。雖然有這麼多的問題存在，但傳統市場仍有其利多之處，造就它不朽的存在。例如：超市的食品雖然多有冷凍保管但新鮮食品比率較少，而且價格較死，不能殺價，所以對於收入較低的人們來說不太友善等。除了利多，許多傳統的市場的「個人魅力」，仍然是真有當地特有風貌，吸引人們前去，例如：

chợ nổi miền Tây Nam Bộ（西南部水上市場）：即搭小船在水上交易的市場。

chợ phiên vùng cao（高山市場）：一般越南高山地帶，充滿原住民特色的市場。

▲ 越南的水上市場

河內市

chợ Đồng Xuân（同春市場）：販賣生活雜貨，其中以衣飾類商家最多的室內市場。

chợ Long Biên（龍邊市場）：僅次於同春市場的第二大市場。河內周遭多省的雜貨都會運到此交易的非觀光型夜市。

chợ hoa Quảng Bá（廣播花市）：以交易花卉為主的市場。

chợ Nghĩa Tân（義新市場）：以許多北方美食為主的市場。

胡志明市

chợ Bến Thành（濱城市場）：主要是常常能看到台灣人出沒的觀光型市場。

chợ Tân Bình（新平市場）：主要以批發為主的市場。

chợ Nhật Tảo（日早市場）：主要賣二手雜貨的市場。

chợ An Đông（安東市場）：主要賣黃金、衣飾、越南特產，是台灣人超愛的市場。

chợ Nga（俄羅斯市場）：主要賣保暖衣物的市場。

chợ Kim Biên（金邊市場）：主要是賣化學用品的市場。

chợ Soái Kình Lâm（同慶商圈（市場））：是主要是賣布匹、衣料的市場。

如上所述，許多傳統市場因買賣不同主題的貨品而擁有了自己的特色，因此進而轉型吸引到了觀光客（如：水上市場，因為當地客人都已習慣去購物中心購物）。傳統市場與越南人的生活文化依舊緊密相連，故存在的地位仍舉足輕重。

▲ 越南的傳統市場

 B2-14-01 N2-14-01

Bài **14**

在 3C 賣場 *Ở cửa hàng điện tử*

Nhân viên bán hàng:

Xin hỏi, anh muốn mua gì?

Phong:

Ở đây có bán tai nghe không chị?

Nhân viên bán hàng:

Dạ có. Ở đây có rất nhiều loại để anh lựa chọn.

Phong:

Xin hỏi loại tai nghe này có mẫu mới nhất không?

Nhân viên bán hàng:

Dạ đây là mẫu mới nhất của loại tai nghe này, mời anh xem. Loại tai nghe này có thiết kế thời thượng, chất lượng âm thanh rất tốt.

Phong:

Vậy loại này có chống nước không chị?

Nhân viên bán hàng:

Dạ có, loại này có khả năng chống nước.

Phong:

Vậy tôi lấy chiếc này.

Nhân viên bán hàng:

Vâng (Dạ), của anh đây. Tổng cộng 850.000 đồng ạ.

Phong:

Gửi chị. Cảm ơn.

店員：
請問您要買什麼？

阿豐：
請問這裡有賣耳機嗎？

店員：
有。這裡有很多種款式讓您挑選。

阿豐：
請問這款耳機有最新款的嗎？

店員：
有，這是這款耳機的最新款。請看，這款耳機設計時尚、音質很好。

阿豐：
那麼請問這款有防水嗎？

店員：
有，這款是防水的。

阿豐：
好的，那麼我就要這個。

店員：
好的，這是您要的耳機。總共850.000 盾。

阿豐：
好的，謝謝。

★ 必學單字表現

tai nghe	耳機
nhiều	多
lựa chọn	挑選
mẫu	款式
mới	新
xem	看
thiết kế	設計
thời thượng	時尚
chất lượng	質量
âm thanh	聲音
chống nước	防水

★ 會話重點

重點1 có bán...không?

這個句型是「有賣…嗎？」的意思。當你去買東西，想要詢問有沒有賣你需要的東西時便可以使用「có bán...không?」個句型。例如，想要問有沒有賣蘋果，只要說「có bán táo không?」即可。例：

Xin hỏi, ở đây có bán máy sấy tóc không?
請問，這裡有賣吹風機嗎？

Chị có bán bánh mì không?
請問妳有賣麵包嗎？

Quán anh có bán trà sữa Đài Loan không?
請問你的店有賣台灣的奶茶嗎？

重點2 tổng cộng

「tổng cộng」是表示合在一起的意思，也就是「總共」。例：

Của chị tổng cộng là 345.000 đồng. 妳的總共是 345.000 盾。

Lớp tôi tổng cộng có 32 học sinh. 我的班總共有 32 個學生。

Anh nợ tổng cộng bao nhiêu tiền? 你總共欠多少錢？

★ 一定要會的一些量詞表現

＊cái：用於桌子、椅子、筆、帽子、冰箱、洗衣機、耳機、微波爐…

＊chiếc：用於（一支）筷子、包包、衣服、裙子、襪子、鞋子、車、床…

＊北 quyển / 南 cuốn：用於雜誌、書、辭典、筆記本…

＊tấm：用於照片、地圖…

＊tờ：報紙、紙、錢…

＊bức：畫、照片、信…

＊con：用於生物、刀子、河流…

形容詞／動詞接名詞的詞組 + nhất 的用法

＊「nhất」是副詞，用於表示某種屬性超過所有同類的人、事、物，為最高級。「nhất」可以接在「形容詞／動詞接名詞的詞組」，例如：Tôi thấy phở bò là ngon nhất（我覺得牛肉河粉是最美味的）。這句子裡面，形容詞「ngon」就放在「nhất」的前面，表示根據說話者的看法，即「牛肉河粉是美味程度最高，沒有什麼比得上牛肉河粉」的意思。

例 **Mẹ là người tốt nhất trên đời.**

媽媽是世上最好的人。

Em thích ăn gì nhất?

妳最喜歡吃什麼？

Đây là sản phẩm mới nhất của công ty tôi.

這是我們公司最新的產品。

Ở đây nổi tiếng nhất là bún chả Hà Nội.

這裡最有名的是河內烤肉米線。

Bây giờ chắc cô ấy là người buồn nhất.

現在她應該是最難過的人。

▲ bún chả（烤肉米線）

貨品顏色

Có màu khác không?
請問有其他顏色嗎？

Còn có màu đỏ và màu đen.
還有紅色和黑色的。

Không, chỉ có một màu duy nhất.
沒有，只有唯一的一種顏色。

保固期限

Bảo hành bao lâu?
請問有保固多久？

Bảo hành một năm.
有保固一年。

Bảo hành sáu tháng.
有保固半年（6 個月）。

試用

Xin hỏi, tôi có thể dùng thử không?
請問，我可以試用嗎？

Xin lỗi, không được dùng thử ạ.
不好意思，不方便試用。

Được ạ, mời dùng thử.
可以的，請試用。

其他款式

Xin hỏi, không còn kiểu nào khác à?
請問有沒有他款式？

Xin lỗi, không còn kiểu nào khác.
不好意思，沒有其他款式了。

Dạ có, phía bên này vẫn còn có kiểu khác.
有的，這邊還有其他的款式。

 單字

màu đỏ 紅色	**màu đen** 黑色	**bảo hành** 保固
dùng thử 試用	**kiểu** 款式	**bên này** 這邊
vẫn 還	**bao lâu** 多久	**duy nhất** 唯一

要求打折

Có giảm giá không chị?
請問妳能打個折嗎？

Xin lỗi, không có giảm giá.
不好意思，不能打折。

Chỉ có thể giảm mười phần trăm.
我只能打九折。

換貨

Trong vòng bao nhiêu ngày có thể đổi hàng?
請問幾天內可以換（貨）？

Có thể đổi hàng trong vòng bảy ngày.
7 天內都可以換。

Có thể đổi hàng trong vòng mười lăm ngày.
15 天內都可以換。

其他款式

Em thấy chất lượng chiếc điện thoại này thế nào?
妳覺得這隻手機的品質如何？

Cũng được.
品質還好。

Chất lượng rất tốt.
品質很好。

品牌確認

Anh đang tìm sản phẩm hiệu gì?
您在找什麼品牌的產品呢？

Tôi đang tìm điện thoại hiệu Oppo.
我在找 Oppo（品牌）的手機。

Hiệu Asus.
Asus 的（品牌）。

單字

giảm giá 打折	**phần trăm** 百分比	**điện thoại (di động)** 手機
sản phẩm 產品	**đang** 正在	**hiệu** 品牌

★ 會話練習

1. 請聽 MP3 ，並依下列單字完成所有的句子。

thử	tổng cộng	nhất	giảm giá

❶ Chiếc váy này có _____ không?

這件裙子有降價嗎？

❷ Ở đây ai là người giỏi _____ ?

這裡誰是最優秀的？

❸ Nhà anh ấy _____ nuôi năm con mèo.

他家裡總共養了五隻貓。

❹ Xin lỗi, sản phẩm này không được dùng _____ .

抱歉，這項產品不能試用。

2. 填字遊戲（填充下面表格，並找出所隱藏的關鍵字，解答不計較音調）。

(1) 電風扇 (QUẠT ĐIỆN)　　　　(5) 冷氣 (ĐIỀU HÒA)

(2) 電鍋 (NỒI CƠM ĐIỆN)　　　　(6) 微波爐 (LÒ VI SÓNG)

(3) 手機 (ĐIỆN THOẠI)　　　　(7) 冰箱 (TỦ LẠNH)

(4) 電視機 (TI VI)　　　　(8) 電磁爐 (BẾP TỪ)

關鍵字：_____

① **đèn bàn** 檯燈

② **máy (vi) tính** 電腦

③ **bàn phím** 鍵盤

④ **chuột máy tính** 滑鼠

⑤ **máy tính xách tay / (laptop)** 筆電

⑥ **máy tính bảng** 平板電腦

⑦ **USB** USB 隨身碟

⑧ **máy in** 印表機

   → **máy in laser** 鐳射印表機

   → **máy in mực** 噴墨印表機

⑨ **tai nghe** 耳機

   → **tai nghe chụp tai** 頭罩式耳機

⑩ **máy ảnh** 相機

⑪ **tivi** 電視機

⑫ **máy phát DVD** DVD 播放器

⑬ 北 **điều hòa /** 南 **máy lạnh** 空調、冷氣

   → 北 **dàn nóng điều hòa /**
     南 **dàn nóng máy lạnh**
     （空調的）室外機

⑭ 北 **quạt điện /** 南 **quạt máy** 電風扇

⑮ **máy chiếu** 投影機

⑯ **máy ghi âm** 錄音機

⑰ 北 **bàn là /** 南 **bàn ủi** 熨斗

⑱ **tủ lạnh** 冰箱

⑲ **nồi cơm điện** 電鍋

⑳ **lò vi sóng** 微波爐

㉑ **bếp từ** 電磁爐

㉒ **máy sấy tóc** 吹風機

㉓ **máy hút bụi** 吸塵器

㉔ **máy giặt** 洗衣機

㉕ **máy sấy quần áo** 乾衣機

加強表現

① **mở tivi** 開電視機

② **tắt tivi** 關電視機

③ **sử dụng máy chiếu** 使用投影機

④ **hâm nóng** 微波加熱

⑤ **dùng máy sấy tóc sấy khô tóc**
用吹風機吹乾頭髮

⑥ 北 **dùng bàn là để là quần áo /**
南 **dùng bàn ủi để ủi quần áo**
用熨斗燙衣服

⑦ **dùng máy giặt để giặt quần áo**
用洗衣機洗衣服

⑧ **dùng lò vi sóng hâm nóng đồ ăn**
用微波爐加熱食物

⑨ **để đồ ăn vào trong tủ lạnh**
將食物放進冰箱

⑩ **thùng CPU** 電腦主機

⑪ **tiếng máy hút bụi rất ồn**
吸塵器的聲音很吵

⑫ **để vào tủ lạnh** 放入冰箱裡

⑬ **dùng USB lưu trữ dữ liệu**
用隨身碟存取資料

⑭ **điều chỉnh độ sáng đèn bàn**
調整檯燈的亮度

⑮ **máy tính bị đứng / máy tính bị đơ**
電腦當機

⑯ **máy tính tắt bất thường** 電腦不正常關機

⑰ **tivi có tiếng nhưng không có hình**
電視機有聲音但沒有影像

⑱ **tivi có hình nhưng không có tiếng**
電視機有影像但沒有聲音

⑲ **tắt tiếng tivi** 將電視關靜音

★ 文化專欄──越南 3C 賣場介紹

目前越南 cửa hàng điện máy（3C 賣場）發展的很快，3C 產品也豐富多樣，如：điện thoại di động（手機）、Laptop（筆電）、ti vi（電視）、tủ lạnh（冰箱）等。具代表性的 thương hiệu nổi tiếng（知名品牌）包括 Nguyễn Kim（阮金）、Điện Máy Xanh（藍電子）、Mediamart、HC 電子。根據 2015 年的統計，Nguyễn Kim 3C 賣場以 21 個 trung tâm mua sắm（購物中心）

▲ 越南的 3C 賣場之一

佔據 12%市場份額，接下來是 Điện Máy Xanh 的 8%，Điện máy Chợ Lớn 3C 賣場的 7.5%。每家 3C 品牌不停地改善經營模式以滿足客戶要求。例如，早期3C賣場的面積通常在 4000 至 5000 平方公尺的範圍內，不過最近開幕的3C賣場如 Điện Máy Xanh 只有 800 至 1000 平方公尺的面積，投資成本不高但卻成功開疆闢地。

每家 3C 賣場不僅改善 mô hình kinh doanh（營業模式），亦在 quảng bá thương hiệu（品牌推廣）面下本投資。雖然已有大量門市而市場份額增加得很快，但 2016 年的第四季，為了達到給 người tiêu dùng（消費者）對 Điện Máy Xanh 留下深刻印象的目標，Điện Máy Xanh 已花好幾千億做廣告，成為 chương trình gameshow truyền hình（電視綜藝節目）的 nhà tài trợ（贊助商）。此外，Thiên Hòa（天和）、Nguyễn Kim、Điện máy Chợ Lớn 等各品牌也一直給消費者提供大量優惠的活動以持維穩定收入。

除了推廣店面販賣服務之外，天和、阮金、Phan Khang（潘康）、藍電子等各家 3C 賣場也開始進軍 kênh mua hàng trực tuyến（網路購物頻道），以圖帶來更高的營業收益。

在美髮沙龍 Ở salon tóc

Thợ làm tóc:

Chào em, em muốn tạo kiểu tóc như thế nào?

Khánh Linh:

Chào anh, em muốn uốn tóc.

Thợ làm tóc:

Em muốn uốn như thế nào? Em có thể tham khảo những kiểu tóc này.

Khánh Linh:

Kiểu tóc này trông vừa đẹp vừa trẻ trung, anh uốn cho em giống kiểu này nhé.

Thợ làm tóc:

Ok. Vậy em có muốn nhuộm tóc không?

Khánh Linh:

Có ạ.

Thợ làm tóc:

Em xem bảng màu tóc nhuộm này, thích nhuộm màu gì?

Khánh Linh:

Em thích nhuộm màu hạt dẻ.

Thợ làm tóc:

Ok. Vậy em qua bên này ngồi, anh bắt đầu làm.

Khánh Linh:

Vâng (Dạ).

美髮師：
　您好，您要做什麼樣的造型？

慶玲：
　你好，我要燙髮。

美髮師：
　您要怎麼燙？您可以參考這些髮型。

慶玲：
　這種髮型看起來又漂亮又年輕，請你幫我燙成像這種的髮型好了。

美髮師：
　好的。那麼您要染髮嗎？

慶玲：
　要。

美髮師：
　請您看一下這張髮色板，喜歡染什麼顏色呢？

慶玲：
　我喜歡染栗子色的。

美髮師：
　好的。那麼請您過來坐在這邊，那麼我就開始做囉！

慶玲：
　好。

★ 必學單字表現

kiểu tóc	髮型
uốn tóc	燙髮
tham khảo	參考
trông	看起來
đẹp	漂亮、美
trẻ trung	年輕
vừa ... vừa ...	又⋯又⋯
nhuộm tóc	染髮
bảng màu tóc nhuộm	髮色板
màu hạt dẻ	栗子色

★ 會話重點

重點 **1** thích

「thích」相當於中文的「喜歡」，表示對人或事物有好感或感到興趣。例：

Tôi không thích ăn sầu riêng. 我不喜歡吃榴槤。

Linh chỉ thích đi du lịch với bạn thân. 小玲只喜歡跟好朋友去旅行。

Em thích diễn viên nào? 妳喜歡哪位演員？

Anh có thích nghe nhạc không? 你喜歡聽音樂嗎？

重點 **2** bắt đầu

「bắt đầu」表示進入某件事情、工作、過程或狀態的第一階段，即「開始」。例：

Bắt đầu từ ngày hôm nay, tôi sẽ ăn chay. 從今天開始，我會吃素。

Một ngày mới đã bắt đầu. 新的一天已經開始了。

Tôi bắt đầu thấy thích cô ấy rồi. 我開始覺得喜歡她了。

Từ ngày mai, tôi sẽ bắt đầu tiết kiệm tiền. 從明天起，我會開始節省用錢。

★ 與美、醜相關的表現

đẹp 美　　　　**bình thường** 普通　　　　**xấu** 醜

★ trai xinh gái đẹp：男的帥，女的美。即「帥哥美女」。

★ đẹp như tiên：美如仙。即「美若天仙」。

★ đẹp người đẹp nết：美人亦有美德。與「窈窕淑女」相似。

★ cái nết đánh chết cái đẹp：美德打死美貌。為「女性本身的德行比美貌來的重要多了」的意思。

★ người đẹp vì lụa：因為穿上絲綢衣，人就會變得漂亮。即「佛靠金裝，人靠衣裝」。

★ củi khô dễ nấu, chồng xấu dễ xài：乾的薪柴容易燃燒，醜的老公容易使用。意思是說長得醜老公會比較聽話、疼愛老婆。

★ xấu như ma：醜的像鬼。與「醜死了」類似。

★ 文法焦點

vừa + 形容詞／動詞接名詞的詞組 + **vừa** + 形容詞／動詞接名詞的詞組的用法

＊這個句型的結構可用於表示兩件事情同時發生或兩種性質同時存在，即「又…又…」或「一邊…一邊…」。

例 **Anh Long vừa cao vừa đẹp trai.**   龍哥又高又帥。

Cái bàn đó vừa to vừa nặng.   那張桌子又大又重。

Bây giờ em vừa đói vừa khát.   我現在又餓又渴。

Quả (Trái) táo nào vừa to vừa đỏ mới là quả ngon nhất.
哪顆蘋果又大又紅的才是最好吃的。

Cô ấy thường vừa ăn cơm vừa xem tivi.   她常常一邊吃飯一邊看電視。

Tôi không thể nào vừa đọc sách vừa nghe nhạc.
我沒有辦法一邊看書一邊聽音樂。

Anh ấy vừa là đồng nghiệp vừa là chồng của tôi.
他是我的同事也是我老公。

洗髮服務

Chị có muốn gội đầu không?
您需要洗頭（髮）嗎？

Có, gội đầu giúp tôi.
要，我要洗。

Không cần, cảm ơn.
不用了，謝謝。

等候時間

Tôi phải đợi khoảng bao lâu?
我需要等多久？

Hôm nay đông khách, ít nhất phải đợi khoảng một tiếng.
今天客人比較多，至少要等大概一個小時。

Đợi khoảng 15 phút là được.
大概等 15 分就好。

流行髮型

Hiện nay thịnh hành kiểu tóc nào?
最近流行哪種髮型？

Hiện nay rất thịnh hành kiểu tóc ngắn uốn xoăn.
目前很流行短的捲髮髮型。

Hiện nay đang thịnh hành kiểu tóc BOB dài.
現在正在流行長的鮑伯頭髮型。

詢問是否需要預約

Tôi có cần đặt lịch trước không?
我需要先預約嗎？

Dạ, chị đặt lịch trước thì không cần đợi lâu.
是的，若您先預約就不用等太久。

Dạ, không cần đặt lịch trước.
不必事先預約。

單字

gội đầu 洗髮	**đông khách** 客人多	**ít nhất** 至少
hiện nay 目前	**kiểu tóc** 髮型	**thịnh hành** 流行
tóc ngắn uốn xoăn 短捲髮	**tóc BOB** 鮑伯頭	**đặt lịch** 預約

滿意度詢問

Chị có hài lòng không?
您滿意嗎？

Có, rất hài lòng. Cảm ơn.
有的，很滿意。謝謝。

Anh có thể cắt ngắn hơn một chút nữa không?
您可以再剪短一點嗎？

瀏海的處理

Tóc mái phía trước chị muốn cắt thế nào?
請問前面的瀏海您要怎麼剪？

Phiền anh cắt tới đây giúp tôi.
請您幫我剪到這裡。

Chỉ cần giúp tôi tỉa bớt một chút là được.
只要幫我稍微修剪一下就可以了。

需求確認

Xin hỏi, chị muốn cắt tóc hay gội đầu?
請問，您要剪髮還是洗髮？

Tôi muốn cắt tóc.
我要剪髮。

Tôi chỉ cần gội đầu thôi.
我只要洗髮就好。

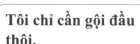

染髮完畢

Xin hỏi, khoảng mấy ngày thì mới được gội đầu?
請問，大概幾天才可以洗頭（髮）？

Ba ngày sau mới được gội đầu nhé.
三天後才可以洗。

Khoảng hai ngày là có thể gội rồi.
大概過兩天就可以洗了。

單字

hài lòng 滿意	**cắt ngắn** 剪短	**tóc mái** 瀏海
phía trước 前面	**cắt** 剪	**tỉa** 修剪
mới 才	**hay** 還是	

★ 會話練習

1. 請用「vừa＋形容詞／動詞接名詞的名組＋vừa＋形容詞／動詞接名詞的名組」的結構練習下面句子。

❶ Đồ ăn của quán này / ngon / rẻ.　　　　這間館子的食物又美味又便宜。

➡ _____

❷ Anh ấy / lái xe ô tô / nghe diện thoại.　　他一邊開車一邊講電話。

➡ _____

❸ Đôi giày này / xấu / bẩn.　　　　　　　這雙鞋又醜又髒。

➡ _____

❹ Tôi nhìn thấy Hoa / đi / ăn.　　　　　　我看到小花邊走邊吃。

➡ _____

❺ Quả dưa hấu (Trái dưa hấu) này / to / ngọt.　這顆西瓜又大又甜。

➡ _____

2. 請聽 MP3 ，依錄音內容做肯定式、否定式的應答練習。

❶ Bạn thích ăn sầu riêng không?　　　　你喜歡吃榴槤嗎？

➡ _____（肯定式）

❷ Em thích đi du lịch không?　　　　　你喜歡去旅遊嗎？

➡ _____（否定式）

❸ Bạn thích đá bóng (đá banh) không?　你喜歡踢足球嗎？

➡ _____（肯定式）

❹ Anh thích nghe nhạc Việt Nam không?　你喜歡聽越南音樂嗎？

➡ _____（肯定式）

❺ Chị thích nấu ăn không?　　　　　　妳喜歡煮飯嗎？

➡ _____（否定式）

❶ tóc dài 長髮

❷ tóc ngắn 短髮

❸ 北 tóc vic / 南 tóc ngang vai 中等長度的頭髮

❹ tóc dài đến eo 髮長及腰

❺ tóc dài đến vai 髮長及肩

❻ tóc thẳng 直髮

❼ tóc xoăn 捲髮

❽ đầu xù 爆炸頭

❾ tóc rẽ ngôi giữa 中分頭

❿ tóc rẽ ngôi bên 旁分頭

⓫ tóc húi cua / đầu đinh 平頭

⓬ đầu trọc 光頭

⓭ tóc bím 辮子

⓮ tóc đuôi gà 馬尾

⓯ tóc búi 髮髻、包頭

❶⑥ **tóc Bob** 鮑伯頭

⑰ **tóc nhuộm** （名詞）染髮

⑱ **tóc vàng** 金髮

⑲ **tóc đỏ** 紅髮

⑳ **tóc bóng láng** 有光澤的頭髮

㉑ **tóc mềm mượt** 柔順的頭髮

㉒ **tóc bạc** 白髮

㉓ **tóc đen** 黑髮

㉔ **gàu** 頭皮屑

㉕ **tóc dầu** 頭髮出油

㉖ **tóc chẻ ngọn** 頭髮分岔

㉗ **tóc khô xơ** 頭髮乾燥

㉘ **tóc mai** 鬢角

㉙ **đuôi tóc** 髮尾

㉚ **tóc mái** 瀏海

③①	dầu xả	潤絲精		③⑨	kẹp tóc	髮夾
③②	tinh dầu dưỡng tóc	護髮油／乳		④⓪	máy uốn tóc	電棒捲
③③	kéo	剪刀		④①	tông đơ cắt tóc	電動理髮器
③④	thuốc nhuộm	染劑		④②	dầu gội đầu	洗髮精
③⑤	keo xịt tóc	髮膠		④③	gội đầu	洗頭髮
③⑥	北 gương / 南 kiếng	鏡子		④④	khăn mặt	毛巾
③⑦	lược	梳子		④⑤	ghế cắt tóc	美髮椅
③⑧	lược mát-xa	按摩梳		④⑥	giường gội đầu	洗髮沖水椅

④⑦	tóc giả	假髮		⑤①	sấy tóc	吹頭髮
④⑧	tóc đuôi ngựa	馬尾		⑤②	máy sấy tóc	吹風機
④⑨	tóc bím	辮子		⑤③	nhuộm tóc	染頭髮
⑤⓪	tóc xoăn	捲髮		⑤④	uốn tóc	燙頭髮

㊿ **tìa layer** 打層次　　㊽ **ép thẳng** 燙直　　㊾ **nhuộm highlight** 挑染　　㊿ **cắt tóc mái** 剪瀏海

㊾ **để tóc mái** 留瀏海　　㊽ **làm móng / làm nail** 美甲　　㊿ **xả (tóc)** 沖洗（頭髮）　　㊿ **chải tóc** 梳頭髮

㊿ **cắt tóc Bob ngắn** 剪鮑伯頭短髮

★　文化專欄——越南的路邊理髮

對 người lớn tuổi（年紀大的人、高齡者）或 người đã về huru（退休者）來說，路邊理髮真是個適合的工作，因為只要一面 [北] gương / [南] kiếng（鏡子）、一張 bàn nhỏ（小桌子）、幾張 ghế（椅子）及一套 dụng cụ cắt tóc（理髮工具）就可以幹活了。

在早年，cắt tóc via hè（路邊理髮）的生意很好，但是這幾年來，由於新的 tiệm cắt tóc（理髮店）不斷開幕，路邊理髮攤的收入受到極大衝擊，因此難以維持而收掉的攤位日漸增多，所以現在大部分仍從事的人都是為了樂趣而做。

理髮師通常都在很多大樹的路邊幹活，雖然不用租店面，不用花 tiền điện nước（水電費），但是還是要面臨許多其他的困難。尤其是天氣的問題，因為下雨天就無法工作，還有冬天天很快就暗了，只能提早打烊。若只有一個理髮師單獨在一條路做生意，客人就不多，但若很多理髮攤位集中在一起又會造成競爭，而且警察常常巡邏整肅 via hè（人行道），導致生意越來越難做。

現代的生活形態瞬間萬變，新式的理髮店如雨後春筍般四處林立，大量滿足廣大民眾的理髮需求，甚至還有 e 化理髮店，不過路邊理髮攤位依舊存在於越南的大街上，並成為越南文化特色的一部分。

Bài 16

在健身房 Ở phòng gym

Chí Vĩ:

    Khánh Linh, lâu rồi mới thấy em đến tập.

Khánh Linh:

    <u>Vâng (Dạ)</u>, vì em bận quá nên không có thời gian ạ.

Chí Vĩ:

    Phải thường xuyên luyện tập mới có hiệu quả.

Khánh Linh:

    <u>Vâng (Dạ)</u>, em biết ạ. Anh muốn dùng máy chạy bộ này à?

Chí Vĩ:

    Ừ, không sao đâu, em cứ tiếp tục dùng đi.

Khánh Linh:

    Em sắp xong rồi, anh đợi một chút nhé, em dùng xong sẽ để cho anh dùng.

Chí Vĩ:

    Được, anh cũng không vội.

Khánh Linh:

    Ngày nào anh cũng đến tập à?

Chí Vĩ:

    Ừ, ngày nào anh cũng đến tập khoảng một tiếng.

Khánh Linh:

    Anh chăm chỉ thật đó.

志偉：
慶玲，好久沒看到妳來健身了。

慶玲：
嗯，因為我太忙了，所以都沒有時間來。

志偉：
但要經常練習才會有效果喔。

慶玲：
嗯，我知道。你有要用這台跑步機嗎？

志偉：
嗯，不過沒關係，妳繼續用吧！

慶玲：
我快用好了，你等一下哦，我用完了就給你用。

志偉：
好的，我也不急。

慶玲：
你每天都會來健身嗎？

志偉：
嗯，我每天都會來健身大概一個小時左右。

慶玲：
你好認真哦！

★ 必學單字表現

thấy	看到
tập / luyện tập	練習
vì ... nên ...	因為…所以…
thời gian	時間
bận	忙
hiệu quả	效果
biết	知道
máy chạy bộ	跑步機
vội	急
chăm chỉ	認真

★ 會話重點

重點 1 thường xuyên

「thường xuyên」是表示「經常、連續不斷」的形容詞。它可以放在動詞接名詞的詞組前或詞組後。例：

Mai thường xuyên đến nhà tôi chơi.
阿梅經常到我家玩。

Em cần phải luyện tập thường xuyên.
妳需要經常練習。

重點 2 tiếp tục

「tiếp tục＋動詞／名詞」的結構，用以表示「繼續、不間斷地」的意思。另外，有時候也可以使用「動詞＋tiếp」的結構來表示「繼續」的意思。例：

Em không nên tiếp tục tin tưởng anh ấy.
妳不應該繼續相信他。

Mọi người họp tiếp đi, tôi đợi ở bên ngoài.
大家繼續開會吧，我在外面等。

★ 一定要會的強、弱表現及慣用語

← **mạnh** 強　　　　　　**bình thường** 一般　　　　**yếu** 弱 →

★ thân thể khỏe mạnh cường tráng：身體健康又強壯。即「身強體壯」。

★ ỷ mạnh hiếp yếu：以強的脅迫弱的。即「恃強凌弱」。

★ liễu yếu đào tơ：柔弱美麗的少女。與「纖纖弱女子」相似。

★ đánh kẻ mạnh, giúp kẻ yếu：打壓強者，幫助弱者。即「鋤強扶弱」。

mới +動詞的用法

「mới」是副詞，常置於動詞之前。

> ＊「mới」用於表示動作、事情剛剛發生，或是比預期的時間還晚發生。

例 **Kem mua từ hôm qua, bây giờ mới ăn.**
現在才吃昨天買的冰淇淋。

Tan học từ lâu rồi, sao giờ này con mới về nhà?
下課那麼久了，你怎麼現在才回家？

Xin lỗi anh, hôm nay em không đi được, tám giờ tối em mới tan làm.
對不起，我今天晚上 8 點我才下班，所以沒辦法去。

Chuyện quan trọng như vậy, sao giờ em mới nói cho anh biết.
這麼重要的事，妳怎麼現在才告訴我。

> ＊「mới」用於表示只有在某種條件、情況下方能達到的目標及結果。

例 **Em phải hạ quyết tâm thì mới làm được.**
妳要下定決心後才能做到。

Chỉ có người có tiền mới dám mua đồ đắt (mắc) tiền như vậy.
只有有錢人才敢買這麼貴重的東西。

Chỉ có quen lâu rồi mới hiểu rõ tính cách của cô ấy.
只有認識久了才能了解她的性格。

Anh phải tôn trọng người khác trước thì người khác mới tôn trọng anh.
你得先尊重別人，別人才會尊重你。

以上皆能以中文「才」來理解。

★ 短會話練習 A

B2-16-06
N2-16-06

健身姿勢

Tư thế của tôi có đúng không?
我的姿勢正確嗎？

Đúng, em làm rất tốt.
正確，妳做得很好。

Chưa được, em nên làm như thế này.
還不行，妳應該這樣做。

過重

Như thế này thì quá nặng đối với tôi.
這樣對我來說太重了。

Tôi sẽ điều chỉnh lại giúp chị.
我會幫妳調整。

Vậy tôi sẽ giảm trọng lượng xuống nhé.
那我會減輕重量哦！

增加重量

Có thể giúp tôi tăng trọng lượng không?
請問可以幫我增加重量嗎？

Tất nhiên là được rồi.
當然可以了。

Anh muốn tăng bao nhiêu?
你要加多少？

健身資歷

Anh bắt đầu tập thể hình từ bao giờ?
請問你什麼時候開始健身的？

Tôi bắt đầu tập thể hình khoảng hai năm trước.
我大概兩年前就開始健身了。

Tôi tập thể hình được ba năm rồi.
我健身大概三年了。

單字

tư thế 姿勢	**đúng** 正確	**nặng** 重
đối với 對於…、對…來說	**điều chỉnh** 調整	**giảm** 減
trọng lượng 重量	**tăng** 加	**tập thể hình / tập gym** 健身

B2-16-07
N2-16-07

健身資歷確認

Đây là lần đầu tiên bạn đến phòng tập thể hình à?
這是第一次你來健身房嗎？

Đúng, lần đầu tiên.
是的，第一次。

Không, lúc trước từng đến rồi.
不是，我以前來過。

申請會員卡

Xin hỏi, chị muốn đăng ký thẻ hội viên nào?
請問，您要申請哪一種會員卡？

Tôi muốn đăng ký thẻ hội viên bình thường.
我要申請普通會員卡。

Có những loại thẻ hội viên nào vậy?
請問有哪幾種會員卡呢？

健身課程確認

Khi nào tôi có thể bắt đầu?
我什麼時候可以開始？

Bất cứ lúc nào cũng được.
隨時都可以。

Tuần sau có thể bắt đầu.
下禮拜就可以開始。

健身時間

Bạn tập bao nhiêu tiếng một ngày?
你一天健身幾個小時？

Tôi thường tập hai tiếng mỗi ngày.
我每天都健身兩個小時。

Tôi chỉ tập một tiếng một ngày.
我一天只健身一個小時。

單字

lần đầu tiên 第一次	**thẻ hội viên** 會員卡	**bình thường** 普通
mỗi ngày 每天	**tiếng** 小時	

★ 會話練習

B2-16-08
N2-16-08

1. 請聽 MP3，並依下列的單字完成所有的句子。

luyện tập	giảm	tập thể hình

❶ Anh có thường xuyên đến phòng _____ không?
你有常常上健身房嗎？

❷ Tôi sẽ tiếp tục _____ chăm chỉ.
我將繼續認真練習。

❸ Anh có thể giúp tôi _____ trọng lượng xuống không?
你可以幫我減輕重量嗎？

2. 請聽 MP3，依中文用越南語作回答練習。

❶ 我不想繼續參加。
❷ 我經常喝水。
❸ 麻煩你幫我加重量。
❹ 可以的，不會很重。
❺ 請你到櫃檯報名。

3. 請將下列的句子重組。

❶ nhé / xong / phải / con / mới / làm bài / đi / được / chơi / .
你要做完作業才可以去玩哦。

➡ _____

❷ và / vẫn / Linh / nhau / nói chuyện / tôi / thường xuyên / với / .
我和小玲還經常一起聊天。

➡ _____

❸ không / làm việc / chị Lan / tiếp tục / nữa / muốn / ở đây / .
蘭姐不想繼續在這裡工作了。

➡ _____

★ 各種健身器材的相關單字

❶ **phòng tắm** 淋浴間

❷ **tủ để đồ** 置物櫃

❸ **ghế tập tạ** 舉重椅

❹ **phòng thay đồ** 更衣室

❺ **tạ tay** 啞鈴

❻ **bao cát** 沙包

❼ **phòng tắm hơi** 蒸氣室

❽ **xe đạp tập thể dục** 健身腳踏車

❾ **ghế cong tập bụng** 腹肌訓練椅

❿ **máy đẩy ngực** 胸部推舉機　　⓭ **máy tập cơ lưng** 背部拉力訓練機

⓫ **máy đi bộ trên không** 交叉滑步訓練機　　⓮ **máy tập cơ đùi** 腿部訓練集

⓬ **máy đẩy vai** 肩部推舉機　　⓯ **máy chạy bộ** 跑步機

加強表現

❶ **bụng sáu múi** 六塊腹肌　　❷ **cử tạ** 舉重

❸ **chống đẩy** 伏地挺身　　❹ **đấm bao cát** 打沙包

❺ **ngồi gập mình** 仰臥坐起　　❻ 北 **tập xà đơn** / 南 **hít xà đơn** 拉單槓

★ 文化專欄──越南的國家運動！足球文化

▲ 越南的足球隊

　　在越南，最興盛的第一運動就是 北 bóng đá / 南 đá banh（足球）。越南人對於足球的熱愛，絕對超過多數台灣人對籃球的熱情。在世界上要是說到對於足球的熱情，越南人可是當仁不讓的，幾乎人人都是 người hâm mộ bóng đá（足球球迷）。當 đội tuyển bóng đá quốc gia Việt Nam（越南國家足球隊）於 giải bóng đá vô địch Đông Nam Á AFF Cup（東盟足球錦標賽）中與對手隊一決雌雄時，若你曾經走入那個比賽的 sân bóng（球場）裡，相信看台上的氣氛會給你相當大的震憾教育。整座球場的觀眾台遍布著紅旗黃星的旗海，這時，相信你就會了解越南人到底有多喜歡足球這種運動了！為了買到足球賽的門票，許多越南人甚至於在冬天的寒夜裡還 xếp hàng（排隊）、dựng lều（搭帳蓬）、quấn chăn（裹著棉被），在戶外睡覺，甚至真的買不到票的話，有人還願意花很多錢在 chợ đen（黑市）買黃牛票，一切都只為了能達到親眼目睹越南足球隊比賽的心願。而每當越南足球隊贏球的時候，成千上萬的人都會跑到街上慶祝，不論是是會造成交通亂象，甚至於引發車禍，越南球迷們都在所不惜，因為這時候感受 niềm vui chiến thắng（勝利的喜悅）才是最重要的。

早期電視與網路的發展未臻成熟時，越南人只對 Thể Công（體功）、Cảng Sài Gòn（西貢港）等純越南的球隊感興趣。但現今透過媒體對國外的球隊有了不斷的接觸之後，除了國內的球隊之外，越南人也開始對國際足球產生興趣。每次到 giải vô địch bóng đá châu Âu（歐洲足球錦標賽）或 giải vô địch bóng đá thế giới（世界杯）時，電器行都會一直缺貨，因為大家都跑去買一台新的電視來觀看足球競賽。另外，於電視上播放經典足球賽時，餐館與咖啡店都會「人滿為患」，越南人們都會呼朋引伴，三五成群待在裡面，幫自己的隊伍加油之外，也跟好友們共同分享聲援的喜悅。

在越南，足球賽的所有的大小細節都會吸引到球迷的注意力，同時對足球的熱愛不分年齡、性別、身分，大家都願意花時間了解足球，熱情到甚至能一名家庭主婦同時也變成專業的球評。越南人愛足球的實例還不只這樣，還有一個令世界上的報導嘖嘖稱奇的新聞。有一位叫 Vũ Xuân Tiến（武春進）的年輕人因為對於足球極度熱愛，為了見到喜歡的球星，而追著 Arsenal（阿森）足球俱樂部的巴士一起跑了幾公里後，奇蹟出現了！巴士為了他停了下來，他的誠意終於讓他可以親身跟足球偶像見到了面。

Juventus（尤文圖斯）足球俱樂部、阿森納足球俱樂部、Manchester Utd（曼徹斯特聯）足球 câu lạc bộ（俱樂部）等各世上知名足球隊很久之前就一直受到越南球迷的關注，而且越南也一直都努力邀請知名足球隊來到越南跟越南國家足球隊進行友誼性的比賽。

越南國家足球隊是參加國際足球賽事的越南代表，至今最好成績為進入 2007 年 Cúp bóng đá châu Á（亞洲盃足球賽）的 vòng tứ kết（八強賽）並在 2008 年東盟足球錦標賽中奪得 nhà vô địch（冠軍）。越南球迷則是不停地在背後幫忙加油打氣，並期待總有一天越南國家足球有更亮眼的成績及表現。

▲ 越南隊贏球後球迷上街狂歡的盛況

在郵局 *Ở bưu điện*

Phong:

Chào chị, tôi muốn gửi bưu phẩm đi Đài Loan.

Nhân viên phục vụ:

Bên trong là gì vậy?

Phong:

Chỉ là giấy tờ bình thường thôi.

Nhân viên phục vụ:

Anh muốn gửi thường hay chuyển phát nhanh?

Phong:

Gửi chuyển phát nhanh bao nhiêu tiền?

Nhân viên phục vụ:

Chuyển phát nhanh là 245.000 đồng, còn chuyển thường là 150.000 đồng.

Phong:

Vậy chuyển phát nhanh thì bao lâu sẽ tới?

Nhân viên phục vụ:

Khoảng hai đến ba ngày. Chuyển thường thì phải bảy đến mười ngày.

Phong:

Vậy cho tôi gửi chuyển phát nhanh.

Nhân viên phục vụ:

Vâng (Dạ), anh chờ một chút.

阿豐：
您好，我要寄包裹到台灣。

郵務人員：
請問裡面是什麼呢？

阿豐：
只是一般的文件而已。

郵務人員：
請問您要寄普通郵件還是寄快捷
郵件？

阿豐：
快捷郵件要多少錢呢？

郵務人員：
快捷郵件是 245.000 盾，而普通
郵件是 150.000 盾。

阿豐：
那快捷郵件多久會送達？

郵務人員：
大約要兩到三天，普通郵件就要
七到十天左右。

阿豐：
那我要寄快捷郵件。

郵務人員：
好的，請稍候。

★ 必學單字表現　 B2-17-02 N2-17-02

bưu phẩm	包裹
bình thường	普通
chuyển phát nhanh	快捷郵件
Đài Loan	台灣
bên trong	裡面
hay	還是
tiền	錢
bao lâu	多久
giấy tờ	文件

★ 會話重點　B2-17-03 N2-17-03

重點 1 chỉ ... (thôi)

「chỉ ... (thôi)」用於表示限於某個程度、範圍或情況，相當於中文的「僅、只」的意思。後面的「thôi」是「而已」的意思，一般可以省略。例：

Cô ấy chỉ là nhân viên bình thường thôi.
她只是一般員工而已。

Anh ấy là người chỉ biết nói mà không biết làm. 他是光說不練的人。

重點 2 gửi ... đi ... / gửi ... cho ...

當你想要表達「寄什麼東西到哪裡或寄給某某人」的意思，就可以使用「gửi ＋某個東西＋đi＋地址／地點」或「gửi ＋某個東西＋cho＋某某人」的句型。例：

Ngày mai em không đến công ty, anh giúp em gửi những tài liệu này cho chị Quỳnh nhé. 我明天不會進公司，你幫我把這些資料寄給瓊姊吧！

Phí gửi bưu phẩm đi Đài Loan là bao nhiêu vậy? 寄郵件到台灣的費用是多少呀？

★ 與重量相關的表現及慣用語　 B2-17-04 N2-17-04

nặng 重　　　　　　**bình thường** 一般　　　　　　**nhẹ** 輕

★ **thân lừa ưa nặng**：驢子的身體喜好載重。即「吃硬不吃軟」。

★ **ơn sâu nghĩa nặng**：恩深義重。即「恩深義重」。

★ **nhẹ tựa lông hồng**：輕似鴻毛。即「輕於鴻毛。」

★ **mặt nặng mày nhẹ**：臉重尾輕。即「扳著一張臉」、「擺臭臉」。

hay (là) ... 的用法

> *「hay (là) ...」用於疑問句中，表示選擇前述的選項或是後述的選項，意思相當於中文的「還是…」。

例 **Bây giờ tôi không biết nên rời đi hay ở lại?**

現在我不知道該走還是留下來？

Nếu như phải lựa chọn, anh sẽ chọn em hay chọn cô ấy?

如果需要做出選擇，你會選我還是選她？

Em thích túi xách màu đen hay là màu đỏ?

妳喜歡黑色的還是紅色的手提包？

Buổi họp hôm nay bắt đầu lúc một giờ hay hai giờ nhỉ?

今天的會議是從一點還是兩點開始呢？

Ngày mai anh sẽ đi xe máy hay <u>ô tô (xe hơi)</u>?

明天你會騎摩托車還是開車？

補充 關於「汽車」，北音有時會省略「xe」，只講「ô tô」，但南音則必須完整講出「xe hơi」。

★ 短會話練習 A

B2-17-06
N2-17-06

抽號碼牌

Xin hỏi lấy số thứ tự ở đâu ?
請問在哪裡抽號碼牌呢？

Lấy số thứ tự ở bàn bên kia.
在那邊的桌子抽號碼牌。

Mời qua bên này.
這邊請。

重量確認

Trọng lượng tối đa là bao nhiêu?
重量可以接受的上限是多少？

Tối đa là hai mươi cân (ký) (kg).
最多是 20 公斤。

Tối đa là hai mươi lăm cân (ký) (kg).
最多是 25 公斤。

填寫確認

Viết thế này đã được chưa ạ?
這樣寫可以了嗎？

Như vậy là được rồi.
這樣就好了。

Phiền anh ký tên ở phía dưới.
請您在下面簽名。

寄發地

Anh muốn gửi đến đâu?
你要寄到哪裡去？

Tôi muốn gửi đến Mỹ.
我要寄到美國。

Tôi muốn gửi đến Hàn Quốc.
我要寄到韓國。

單字

số thứ tự 號碼牌	**lấy** 抽取	**bàn** 桌子
trọng lượng 重量	**tối đa** 最多	北 **cân** / 南 **ký** 公斤
ký tên 簽名		

寄發方式

Tôi có thể bỏ trực tiếp vào thùng thư chứ?
我可以直接投進郵筒吧？

Được.
可以。

Anh cần dán tem rồi bỏ vào thùng thư.
你要貼了郵票後再投進郵筒。

包裝提醒

Bưu phẩm cần đóng gói cẩn thận.
包裹請好好包好。

Tôi đã đóng gói rồi.
我已經包好了。

Có thể bán cho tôi hộp giấy được không?
我可以買一個紙箱嗎？

購買信封

Tôi muốn mua phong bì (bao thư).
我要買信封。

Vâng (Dạ), anh muốn mua mấy cái?
好，請問您要買幾個？

Vâng (Dạ), gửi anh.
好的，請。

郵遞區號

Mã bưu chính là bao nhiêu, phiền anh bổ sung vào.
請問郵遞區號是多少，麻煩您補填一下。

Vâng (Dạ), được ạ.
好的。

Xin hỏi, tôi có thể tra mã bưu chính ở đâu?
請問我可以在哪裡查郵遞區號？

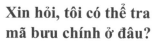

單字

trực tiếp 直接	**bỏ** 放	**hòm thư** 信箱	**dán** 貼
tem 郵票	**đóng gói** 包裝	**hộp giấy** 紙箱	北 **phong bì** / 南 **bao thư** 信封
mã bưu chính 郵遞區號		**bổ sung** 補充	**tra** 查

★ 會話練習

B2-17-08
N2-17-08

1. 請聽 MP3，並依下列單字完成所有的句子。

gửi	tem	chuyển phát nhanh	bưu phẩm

phong bì (bao thư)　　　không　　　tối đa

❶ Chị muốn _____ thư tới đâu?　　　　妳想寄信到哪？

❷ _____ khoảng một tuần sau sẽ tới nơi.　郵件大約在一個星期之後就會寄到。

❸ Em muốn gửi thường hay _____ ?　你想要寄平信還是快捷？

❹ Xin hỏi, tôi có thể mua _____ ở đâu?　請問我可以在哪裡買郵票？

❺ Em muốn mua _____ hay tem?　你想要買信封還是郵票？

❻ Trọng lượng _____ là 15kg.　可容納的重量是 15 公分。

❼ Em _____ sợ, chỉ là giấc mơ thôi.　我不怕，只是一場夢罷了。

2. 請將下列的句子重組。

❶ thư / chỉ / bưu điện / đến / gửi / thôi / tôi / .　　我只到郵局寄信而已。

➡ _____

❷ không / gửi / đắt / chuyển phát nhanh / có / ?　　寄快遞很貴嗎？

➡ _____

❸ tôi / gửi / không / tới / bánh sinh nhật / nhà / bạn / Lan Anh / giúp / được / ?
你幫我把生日蛋糕送到蘭英家好嗎？

➡ _____

❹ hay / anh / thích / Long / đá bóng (đá banh) / chơi bóng rổ / ?
龍哥喜歡打籃球還是踢足球？

➡ _____

❺ mẹ / trên đời / nhất / có / là / tốt / chỉ /.　　世上只有媽媽是最好的。

➡ _____

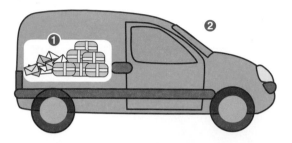

❶ **dịch vụ chuyển phát nhanh**　快捷郵件

❷ **chuyển phát nhanh**　快遞

BƯU PHẨM – BƯU KIỆN

❸ **người đưa thư** 郵差

　→ **hòm thư bưu chính** 郵政信箱

❹ **thùng thư** 郵筒

❺ **cân bàn** 磅秤

　→ **để bưu phẩm lên bàn cân**
　　把包裹放在磅秤上

　→ **nhận bưu kiện** 領取包裹

　→ **theo dõi thư đảm bảo** 追蹤掛號信

　→ **bưu kiện bị thất lạc rồi** 郵件寄丟了

　→ **viết địa chỉ** 填寫地址

　→ **ký nhận bưu kiện** 簽收包裹

　→ **biên lai / biên nhận** 收據

　→ **hồ dán / keo dán** 膠水

　→ 北 **băng dính** / 南 **băng keo** 膠帶

❶ **thư thường** 一般信件　❷ **kiện hàng / bưu kiện** 包裹　❸ **bao kiện nhỏ** 小包裹　❹ **bưu thiếp** 明信片

❺ **đồ vật dễ vỡ** 易碎物品　❻ **sách vở** 書籍　❼ **quà tặng** 禮物

❽ **vật phẩm lớn** 大件物品　❾ **giấy tờ** 文件　❿ **hóa đơn nộp phí** 繳費單

⓫ **giao hàng tại nhà** 送貨到府　⓬ **thư thường** 平信　⓭ **thư giới hạn thời gian** 限時信

⓮ **thư đảm bảo** 掛號信　⓯ **vận chuyển bằng tàu biển** 海運　⓰ **vận chuyển bằng máy bay** 空運

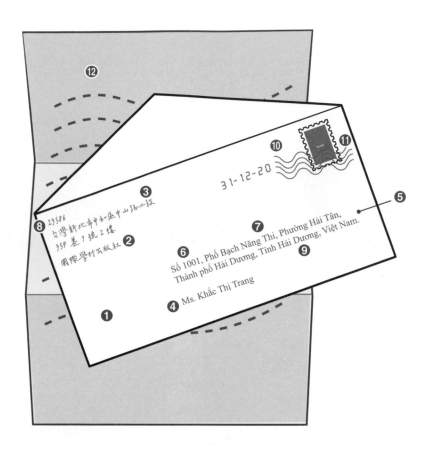

❶ 北 **phong bì** / 南 **bao thư** 信封

❷ **người gửi** 寄件人

❸ **địa chỉ người gửi** 寄件人地址

❹ **người nhận** 收件人

❺ **địa chỉ người nhận** 收件人地址

❻ **số nhà** 門牌號碼

❼ **tên đường** 路名

❽ **mã bưu chính** 郵遞區號

❾ **tên thành phố hoặc khu vực** 城市或地區名稱

❿ **dấu bưu điện** 郵戳

⓫ **tem** 郵票

⓬ **giấy viết thư** 信紙

加強表現

❶ **địa chỉ người nhận** 收件人地址

❸ **cẩn thận đồ dễ vỡ** 小心易碎品

❹ **gửi bưu thiếp tới Nhật Bản** 寄明信片到日本

❷ **vận chuyển bằng máy bay tương đối nhanh** （寄）空運比較快

❺ **số điện thoại người gửi** 寄件人電話

194

★ 文化專欄——關於越南的郵政

▲ 越南的郵局

早年的 ngành bưu chính Việt Nam（越南郵政）是由政府經營的，但現在的越南郵局於 2013 年起已走入了民營化的階段！在民營化之後，由於各郵局的積極努力，越南的郵政做出了亮眼的績效。到 2016 年為止，越南全國已達到 8,000 多家郵局，tổng doanh thu（總收入）到達約 13 萬億越盾，比 2015 年的增加 35%，lợi nhuận（利潤）到達1850億越盾，增長多 17%。

　　越南郵局為了人民提供很多服務項目，主要包括 bưu chính chuyển phát（郵務業務）、tài chính bưu chính（儲匯郵政）及 dịch vụ truyền thông（媒體服務）。

郵務業務：具體的細項有：印刷品、信件及包裹的寄送。

財務業務：具體就是提供 dịch vụ chuyển tiền（匯款服務），透過郵局的服務，可以幫助匯款人簡化 vay mượn tiền（借款）或收款的手續，減少時間及交通成本。

媒體服務：具體的也提供網路服務，讓民眾有用電腦上網的機會，接觸新知識。

　　此外，越南郵局還提供其他服務，如：dịch vụ bảo hiểm（保險服務），並代理部分 dịch vụ ngân hàng（銀行服務）及 thẻ điện thoại（電話卡）的販售等等。

　　在越南，有時候想寄信，但是郵局的據點不容易找時也不用太擔心。因為一些小雜貨店也都有代售郵票，而且郵筒也是路邊就有，寄信時依情況不一定要直接到郵局去。

▲ 越南的郵筒

▲ 胡志明市的百年郵局

　　郵局可以搖身一變成為觀光景點，在當今世上也可謂堪稱一絕。位於胡志明市已有上百年歷史的中央郵局便是如此。郵局內至今仍然持續著服務民眾的郵政作業之外，也因眾多的外國光客造訪之故，內部除了郵政作業的日常之外，也有販賣一些日用品以外的精品、紀念品等，成為一個獨特的郵政景象。

　　越南的郵局愈來愈朝向多角化的經營模式進行。下次來越南時，不管是什麼樣的業務，不妨擇一親身體驗一下越南郵局的服務吧！

Bài 18

在醫院 Ở bệnh viện

Phong:

Chào bác sĩ.

Bác sĩ:

Chào anh. Anh thấy chỗ nào không khỏe?

Phong:

Tôi thấy đầu đau như búa bổ.

Bác sĩ:

Vậy ngoài đau đầu ra, còn có triệu chứng nào khác không?

Phong:

Hôm qua bắt đầu thấy <u>ngạt mũi (nghẹt mũi)</u> và đau họng nữa ạ.

Bác sĩ:

Được rồi, để tôi khám cho anh.

Phong:

<u>Vâng (Dạ)</u>.

(Bác sĩ khám bệnh)

Phong:

Tôi bị sao vậy bác sĩ? Có gì nghiêm trọng không ạ?

Bác sĩ:

Anh bị cảm cúm rồi, không nghiêm trọng lắm đâu. Anh cần nghỉ ngơi và uống nhiều nước nhé. Nhớ uống thuốc theo đúng hướng dẫn của bác sĩ thì sẽ nhanh khỏi thôi.

Phong:

<u>Dạ vâng (Dạ)</u>, cảm ơn bác sĩ.

Bác sĩ:

Không có gì.

阿峰：
醫生，您好。

醫生：
你好。你覺得有哪裡不舒服？

阿峰：
我頭痛得好像快裂開了。

醫生：
那除了頭痛之外，還有其他症狀嗎？

阿峰：
昨天開始覺得鼻塞和喉嚨痛。

醫生：
好，讓我來幫你看一下。

阿峰：
是。

（醫生診斷之後）

阿峰：
醫生，請問我怎麼了？有沒有什麼嚴重的狀況嗎？

醫生：
還好，你只是感冒了。你要休息和多喝點水，並記得按照指示吃藥，你的病很快就會好。

阿峰：
好的，謝謝醫生。

醫生：
不客氣。

★ 必學單字表現

khỏe	好（身體）、舒服
đầu	頭
búa	斧頭、錘子
bổ	敲打
triệu chứng	症狀
北 ngạt mũi / 南 nghẹt mũi	鼻塞
đau họng	喉嚨痛
khám bệnh	看病
bác sĩ	醫生
nghiêm trọng	嚴重
cảm cúm	感冒
nghỉ ngơi	休息
uống thuốc	吃藥
hướng dẫn	指示

★ 會話重點

重點1　đầu đau như búa bổ

「đầu đau như búa bổ」是一種比喻，形容頭痛得很厲害，就好像被鎚子撞擊到的痛感。例：

Sáng nay ngủ dậy, bỗng nhiên đầu đau như búa bổ. 今天早上起床後，突然感覺到頭痛得好像快裂開了。

Uống rượu xong đầu tôi đau như búa bổ. 喝完酒後我感到頭痛欲裂。

重點2　thấy / cảm thấy ...

「thấy / cảm thấy」意指產生了某種感覺，相當於「感到」的意思。另外，也可表達對某個人、事物、事情的看法，相當於「認為」的意思。例：

Tôi cảm thấy hơi lạnh, có thể tắt <u>điều hòa</u> (máy lạnh) được không? 我覺得有點冷，可以關掉冷氣嗎？

Em thấy bạn ấy có vẻ đang hiểu lầm em. 我覺得她好像在誤會我。

★ 與疼痛相關的表現及慣用語

← **đau** 痛　　　　**bình thường** 正常　　　　**thoải mái** 舒服 →

★ một con ngựa đau, cả tàu bỏ cỏ：一匹馬生病，整座馬廄的馬都不吃草了。比喻「當有一個人逢遭劫難時，其他的個體因為主動的關心也都將手邊的事停擺下來了」。

★ đau đâu trị đấy：是頭痛卻治那裡。即「頭痛醫頭、腳痛醫腳」。

★ lòng đau như cắt：心裡痛得像刀在割。即「心如刀割」。

ngoài ... ra 的用法

> * 「ngoài ... ra」之間可以置入一些「人、事、物」，即表達該人、事、物不在此限之意。有時候還可以跟「còn」結合來表示「除了什麼之外，還有…（別的人、事、物）」。

例 **Ngoài biết hát ra, anh ấy còn biết chơi đàn nữa.**

除了會唱歌之外，他還會彈琴。

Ngoài cô ấy ra, tôi sẽ không yêu ai khác.

除了她，我不會愛上別人。

Ngoài việc nói lời xin lỗi ra, tôi không biết phải nói gì.

除了説對不起之外，我不知道該説什麼。

Ngoài em ra, anh còn tặng quà cho ai nữa?

除了我，你還送禮物給誰呢？

Cả ngày ở nhà, ngoài ăn ra thì chỉ có ngủ.

整天在家，除了吃，就是睡覺。

▲ Ngoài cô ấy ra, tôi sẽ không yêu ai khác. 除了她，我不會愛上別人。

★ 短會話練習 A

B2-18-06
N2-18-06

看診報到

Tôi có hẹn với bác sĩ Minh Long hai giờ chiều hôm nay.
我跟明龍醫生有約了今天下午兩點。

Vâng (Dạ), mời anh vào.
好的,請進。

Vâng (Dạ), phiền anh chờ một chút.
好的,請您稍等一下。

問診 1

Tình hình của anh thế nào rồi?
你的情況怎麼樣了?

Tôi đã hạ sốt rồi.
我的燒已經退了。

Tôi vẫn đang bị sốt.
我還在發燒。

問診 2

Gần đây bạn thấy thế nào?
你最近覺得如何?

Tôi thấy chóng mặt và chẳng muốn ăn gì cả.
我覺得頭會暈,什麼都不想吃。

Tôi thường xuyên bị mất ngủ.
我經常會失眠。

用藥確認

Thuốc này phải uống như thế nào?
這個藥要怎麼服用呢?

Uống ngày ba lần, mỗi lần hai viên.
一天吃三次,每次兩粒。

Ngày uống hai lần sau bữa ăn, mỗi lần một viên.
一天兩餐飯後吃,每次一粒。

單字

hẹn 約	**tình hình** 情況	**hạ sốt** 退燒	**bị sốt** 發燒
chóng mặt 頭暈	**mất ngủ** 失眠	**viên** 粒	**lần** 次

B2-18-07
N2-18-07

症狀確認

Anh còn có chỗ nào khác không khỏe không?
你還有其他不舒服的地方嗎?

Tôi còn sổ mũi nữa.
我還有流鼻涕。

Dạ, không có.
其他沒有了。

症狀確認

Ba ngày sau nhớ đến khám lại nhé.
三天後請記得來複診。

Dạ vâng (Dạ). Cảm ơn bác sĩ. 好的,謝謝醫生。

Hôm đó tôi không có thời gian, hôm khác được không?
那天我沒有空,請問可以改天嗎?

治療手段

Tôi có cần phải tiêm thuốc (chích thuốc) không?
請問我需要打針嗎?

Có, tiêm thuốc (chích thuốc) thì sẽ nhanh khỏi thôi.
要,打針的話很快就會好了起來。

Không cần, chỉ cần uống thuốc là được.
不必,你只需要服藥就行了。

看診地點

Anh khám ở bệnh viện hay phòng khám tư?
你是在醫院還是在診所看病?

Tôi đến bệnh viện khám.
我到醫院去看病。

Tôi khám ở phòng khám tư.
我在診所看病。

單字

sổ mũi 流鼻涕	**khám lại** 複診	北 **tiêm thuốc** / 南 **chích thuốc** 打針
thuốc 藥	**bệnh viện** 醫院	**phòng khám tư** 診所

★ 會話練習　

1. 請聽 MP3，並依下列單字完成所有的句子。

đúng giờ	thấy	búa	uống thuốc

❶ Ngoài _____ ra, em cần nghỉ ngơi nhiều cho khỏe.
除了吃藥之外，你還要多加休息藉以恢復健康。

❷ Tôi _____ anh ấy thực sự quan tâm đến bạn đó.
我看他是真的很關心那位朋友。

❸ Mấy ngày nay tôi thấy đầu đau như _____ bổ.
這幾天我感覺頭痛欲裂。

❹ Chị nhớ uống thuốc _____ nhé.
妳記得要準時吃藥喲！

2. 填字遊戲（填充下面表格，並找出所隱藏的關鍵字）。

(1) 醫生 (BÁC SĨ)　　　(5) 粒 (VIÊN)

(2) 打針 (TIÊM)　　　(6) 過敏 (DỊ ỨNG)

(3) 癢 (NGỨA)　　　(7) 腹瀉 (TIÊU CHẢY)

(4) 咳嗽 (HO)　　　(8) 失眠 (MẤT NGỦ)

關鍵字：_____

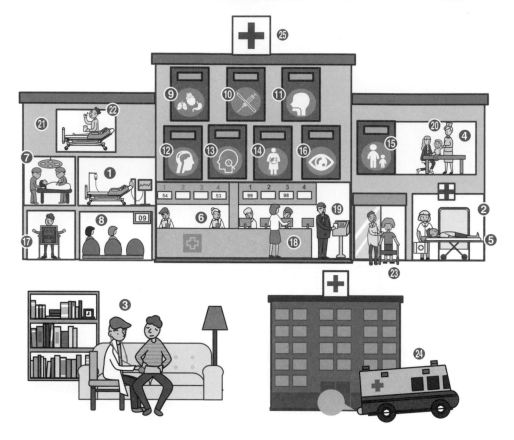

❶ phòng bệnh		病房
❷ phòng cấp cứu		急診室
❸ bác sĩ		醫師
❹ y tá		護士
❺ bệnh nhân		病人
❻ dược sỹ		藥劑師
❼ phòng phẫu thuật		手術室
→ làm phẫu thuật		動手術
❽ phòng chờ khám / khu chờ khám		候診室（區）
→ phòng chăm sóc đặc biệt		加護病房
❾ nội khoa		內科
❿ ngoại khoa		外科
⓫ khoa tai mũi họng		耳鼻喉科
⓬ khoa nội thần kinh		腦科

202

⑬ khoa da liễu　　　　　　　　　皮膚科

⑭ khoa phụ sản　　　　　　　　　婦產科

⑮ khoa nhi　　　　　　　　　　　小兒科

⑯ khoa mắt　　　　　　　　　　　眼科

⑰ chụp X quang　　　　　　　　　照 X 光

⑱ lấy số thứ tự　　　　　　　　　掛號

　→ điền thông tin　　　　　　　　填資料

　→ khám bệnh　　　　　　　　　看病

⑲ nhận thẻ số　　　　　　　　　　領號碼牌

⑳ 北 tiêm thuốc / 南 chích thuốc　　打針

㉑ nằm viện　　　　　　　　　　　住院

㉒ uống thuốc　　　　　　　　　　服藥

㉓ xuất viện　　　　　　　　　　　出院

㉔ 北 xe cứu thương / 南 xe cấp cứu　救護車

㉕ bệnh viện　　　　　　　醫院

㉖ phòng khám　　　　　　診所

㉗ 北 bị ốm / 南 bị bệnh　生病

㉘ ho　　　　　　　　　　咳嗽

㉙ 北 ngạt mũi / 南 nghẹt mũi　鼻塞

㉚ cảm cúm　　　　　　　感冒

㉛ chảy nước mũi　　　　　流鼻水

㉜ đau họng　　　　　　　喉嚨痛

㉝ hắt xì hơi　　　　　　　打噴嚏

㉞ lạnh run　　　　　　　發冷

㉟ đau bụng đi ngoài　　　拉肚子

㊱ chóng mặt　　　　　　暈眩

㊲ 北 buồn nôn / 南 muốn ói　想吐

㊳ mất ngủ　　　　　　　失眠

㊴ hôi miệng　　　　　　　口臭

㊵ suy nhược　　　　　　　虛弱

㊶ mệt mỏi　　　　　　　疲倦

㊷ nổi mề đay　　　　　　起疹了

203

㊸ **tiêu hóa không tốt**	消化不良	㊼ **viêm dạ dày**	腸胃炎
㊹ **dị ứng phấn hoa**	花粉症	㊽ **đau mắt**	眼睛痛
㊺ **chán ăn**	沒食慾	㊾ **đau bụng**	肚子痛
㊻ **bảo hiểm y tế**	健保	㊿ **đau tai**	耳朵痛
㊼ **thử máu**	驗血	59 **nôn mửa**	嘔吐
㊽ **thử nước tiểu**	驗尿	60 **sưng**	浮腫
㊾ **phục hồi chức năng**	復健	61 **chảy máu**	流血
50 **đơn thuốc**	處方箋	62 **đau tay**	手痛
51 **kê đơn thuốc**	開處方箋	63 **đau chân**	腳痛
52 **bắt mạch**	量脈博	64 **toàn thân đau nhức**	全身酸痛
53 **đau lưng**	背痛	65 **ngứa**	癢
54 **đau răng**	牙齒痛	66 **tiêu chảy**	腹瀉

加強表現

❶ **tay bị chảy máu rồi** 手流血了 ❷ **dị ứng thuốc** 藥物過敏

❸ **chân bị sưng lên rồi** 腳腫起來了 ❹ 北 **bị bỏng tay** / 南 **bị phỏng tay** 手燙傷了

❺ **toàn thân đau nhức, không ngủ được** 全身酸痛，睡不著

★ 文化專欄──關於在越南就醫

在台灣時，覺得台灣人很有趣，似乎大大小小的病痛都要上診所、醫院才會心安。然而至今在越南民眾的觀念中，「醫院」仍是個不祥之地！「病」是不祥的根源，故普遍民眾認為不論上診所或醫院看病都是件很觸霉頭的事。因此，若只是小病小痛時，等待身體自癒或是上藥房買藥則是越南人解決病痛問題之道。

但是又很矛盾的，一旦真的有大病時，還是得上醫院。所以在越南上醫院，大致的流程會是怎樣的呢？

▲ 越南醫院的看診狀況

第 1 步：準備證件

首先要準備好 giấy tờ（證件）。像是 chứng minh thư（身分證）、thẻ bảo hiểm（健保卡）。看病也可以刷卡支付，所以準備好刷用的卡，或是足夠的 tiền mặt（現金）。還有一點不同的是，在越南 sổ y bạ（病歷表）是患者要自行在醫院購買及攜帶的，所以初診時記得買一本給醫生寫，複診時也要帶去給醫院參考。

第 2 步：Lấy số thứ tự（掛號）

目前在越南仍不流通以電話 đặt lịch（預約）看病或網路掛號的服務，所以大部分都還是親自到院現場掛號。剛到醫院要先去醫院櫃檯掛號，若不知道怎麼掛號，就詢問 quầy phục vụ（服務台）。掛號的時候，請繳交身分證、健保卡並描述病情給 nhân viên phục vụ（掛號人員）了解，接著人員就通知患者要到哪個 khoa（門診科別）去看診。持有健保卡的人可以先押卡在醫院櫃檯，而沒有健保卡者要先自費付掛號費。順帶一提，在越南，健保不是全國性的保險喔！有些人自己想保才保的。而有卡及沒卡的差別當然在，有卡的人相關的費用都會比較便宜。

第 3 步：Khám bệnh（門診）

接下來到診間前等候。輪到自己後，進入診間跟醫生陳述你的 triệu chứng（症狀），讓醫生做出醫療措施。

第 4 步：Kiểm tra xét nghiệm（檢驗）

若醫生會開單要患者去做一些檢查項目，如：kiểm tra nước tiểu（驗尿）、chụp X quang（照 X 光）、điện tâm đồ（照心電圖）、thử máu（抽血檢查）、siêu âm（照超音檢）等各項檢驗時，患者必須先去 quầy thu phí（收費處）批價繳費。等繳費完成後，再按照醫生開的檢驗單到相關單位進行檢查，然後等 báo cáo xét nghiệm（檢查報告單）出來後，再到醫生那看報告。要注意，越南的檢查如果在當天較早的時間就醫，才有機會當天出報告。

第 5 步：Kê đơn thuốc（開藥單）

當醫生看完檢查報告單後，便會開藥單給患者，若病情嚴重需要 nằm viện（住院）或 làm phẫu thuật（動手術）的話，便會詢問病患的看法。若只是一般的小病，醫生只會開藥單並 dặn dò（囑咐）用藥方式並提供需留意的特別注意事項，以便早日恢復健康。所有的治療內容一般會寫在病歷表裡，若患者還有什麼要跟醫生補充的，也可以在這時向醫生提出。

第 6 步：Lấy thuốc（領藥）

醫生已開好藥單後，你要到收費處去繳費才能領回健保卡。一般來說，患者可以自行選擇藥局買藥。因為醫生是配合醫院的藥局開藥，所以在醫院裡一定都有醫生開的藥，在醫院買的藥會比較貴，但是品質比較好。相對的，自己在外面買藥的話，品質不一定之外，當然也不一定找得到醫生所指示之性質的藥。

第 7 步：Tái khám định kỳ（定期複診）

依罹患的疾病的不同，當然醫生會建議找時間回來複診。

當客居異鄉時，最好還是不要生病、受傷，不然會很麻煩。希望你人在越南時能健健康康的，以上內容只是您額外吸收到我們越南的生活知識囉！

在服飾店 *Ở cửa hàng quần áo*

Nhân viên bán hàng:

Chào chị, mời chị vào xem, đây đều là hàng mới về đấy ạ.

Nhã Đình:

Vậy à, có kiểu váy nào đẹp không chị?

Nhân viên bán hàng:

Chị thấy kiểu này thế nào?

Nhã Đình:

Kiểu này cũng được, nhưng có màu khác không?

Nhân viên bán hàng:

Còn có màu đen và màu đỏ.

Nhã Đình:

Bình thường tôi hay mặc hoặc đen hoặc trắng. Tôi có thể mặc thử không?

Nhân viên bán hàng:

Đương nhiên là được. Phòng thử đồ bên này.

Nhã Đình:

Cảm ơn chị.

Nhân viên bán hàng:

Chiếc váy này trông rất hợp với chị. Chị thấy sao?

Nhã Đình:

Cảm ơn chị. Tôi cũng rất thích.

店員：
您好，請進來看看，這些都是新品剛上架的。

雅婷：
這樣呀！有沒有比較好看的裙子款式呢？

店員：
您覺得這款如何？

雅婷：
這款雖不錯，但是有其他的顏色嗎？

店員：
有的，這款式還有黑色和紅色。

雅婷：
平時我都是常穿黑色或白色的。我可以試穿看看嗎？

店員：
當然可以了，更衣間這邊請。

雅婷：
謝謝您。

店員：
這件裙子看起來很適合您。您覺得呢？

雅婷：
謝謝您。我也蠻喜歡的。

★ 必學單字表現

hàng	貨
váy	裙子
kiểu	款式
đẹp	好看
mặc	穿
hay	常常
trắng	白
mặc thử	試穿
đen	黑
đỏ	紅
phòng thử đồ	更衣室
hợp	適合
thích	喜歡

★ 會話重點

重點 1 (hoặc ...) hoặc ...

「(hoặc...) hoặc...」的句型用於表示選擇、列舉的關係，相當於中文的「（或…）或…」。例：

Hoặc nhiều hoặc ít, em cũng phải ăn một chút đi. 或多或少，妳也要吃一點點吧！
Hoặc đúng hoặc sai, bạn cũng nên thử một lần. 是對也好是錯也罷，你也應該試一次。
Hoặc bánh mì hoặc bún chả, anh mua cái nào cũng được. 麵包或是烤肉米線都可以，你買哪個都行。

重點 2 thử

「thử」是動詞，表示「模仿正式的進行」或「僅在短時間內使用某物，以便確認其性質、品質是否符合需求」，即等同中文的「試」。此外，與動詞相接時，亦表現「嘗試進行前述動作」，常用於委婉勸說或建議。例：

Chị thử nghĩ xem có cách nào khác không? 妳想想看有沒有別的辦法？
Em muốn đi thử đôi giày này. 我想試穿這雙鞋。
Xin lỗi, quần áo ở đây không được mặc thử. 不好意思，這裡的衣服不能試穿。

★ 一定要會的穿著動詞表現

mặc 穿	**mặc áo sơ mi** 穿襯衫；**mặc quần** 穿褲子；**mặc váy** 穿裙子；**mặc áo khoác** 穿外套
北 **đi** / 南 **mang** 穿	北 **đi giày** 穿鞋子；**đi tất** 穿襪子；**đi dép** 穿拖鞋 南 **mang giày** 穿鞋子；**mang vớ** 穿襪子；**mang dép** 穿拖鞋
đeo 戴	**đeo kính** 戴眼鏡；**đeo nhẫn** 戴戒指；**đeo găng tay** 戴手套；**đeo vòng cổ (dây chuyền)** 戴項鍊；**đeo khuyên tai (bông tai)** 戴耳環；**đeo khẩu trang** 戴口罩；**đeo đồng hồ** 戴手錶；**đeo cà vạt** 打領帶；**đeo thắt lưng (dây nịt)** 繫腰帶
đội 戴	**đội mũ (nón)** 戴帽子；**đội nón lá** 戴斗笠
quàng 圍	**quàng khăn** 圍圍巾

cũng 的用法

> * 「cũng」相當於中文的「也」，表示「兩個以上的人、事、物的動作、狀態、性質」相同。

例 **Cô ấy cũng là người Đài Loan.**   她也是台灣人。

Quyển (Cuốn) sách này cũng là của bạn phải không?

這本書也是你的嗎？

Tôi cũng không thích ăn cay.   我也不喜歡吃辣的。

Chị Mai cũng chưa ăn cơm à?   梅姐也沒吃飯嗎？

> * 「cũng」表示在任何環境或條件下，動作仍然要照樣進行後述的動詞或動詞接名詞的詞組。

例 **Chân đau, em cũng phải tham gia cuộc thi này.**
雖然腳會痛，我也要參加這場比賽。

Khó khăn đến mấy tôi cũng sẽ không bỏ cuộc đâu.
不管有多困難，我也不會放棄。

Cho dù bạn thua đi nữa, tớ (mình) cũng sẽ không trách bạn.
就算你輸了，我也不會責怪你。

Trời mưa tôi cũng phải đi làm.
就是下雨了，我也要上班。

★ 短會話練習 A

B2-19-06
N2-19-06

衣飾搭配

Chiếc áo này có thể kết hợp với chân váy màu đen.
這件衣服可以搭配黑色短裙。

Vậy à? Tôi có thể thử không?
是嗎？我可以試穿看看嗎？

Trông cũng khá đẹp.
看起來也蠻好看。

褲子過長

Quần này có vẻ hơi dài.
這件褲子好像有點長。

Không sao, tôi sẽ sửa cho anh.
沒關係，我會幫您修改。

Vậy đổi chiếc này xem sao.
那換這件試試看如何？

新品上架

Hôm nay có hàng mới về không?
今天有新品上架嗎？

Có, hôm nay có rất nhiều hàng mới về.
有，今天有很多新品上架。

Chưa có, ngày kia quay lại nhé.
還沒有耶，請您後天再過來吧！

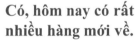

更衣室位置

Phòng thử đồ ở đâu?
請問更衣室在哪裡？

Phòng thử đồ phía bên phải ạ.
更衣室在右邊。

Mời qua bên này.
這邊請。

單字

kết hợp 搭配	**chân váy** 短裙	**dài** 長
sửa 修、修改	**đổi** 換	

B2-19-07
N2-19-07

尺寸確認

Đôi giày này chật quá, đổi cho tôi cỡ to hơn được không?
這雙鞋太緊了，可以幫我換更大尺寸的嗎？

Vâng (Dạ), anh đợi một chút.
好，請稍等。

Kiểu này không có cỡ to hơn.
這款沒有更大的尺寸了。

選擇顏色

Chị nghĩ em nên chọn màu nào thì đẹp?
您覺得我該選哪個顏色比較好看？

Màu đen và trắng không bao giờ lỗi mốt.
黑色和白色都不會退流行。

Màu vàng hiện nay đang rất thịnh hành.
現在很流行黃色。

確認喜好

Em có thích chiếc váy này không?
妳喜歡這件裙子嗎？

Chiếc váy này rất đẹp, em thích.
這件裙子很好看，我喜歡。

Em không thích lắm.
我不太喜歡。

確認衣飾感覺

Chị thấy bộ này thế nào?
妳覺得這套如何？

Mặc bộ này trông rất trẻ trung.
穿這套會看起來很年輕。

Mặc bộ này trông sẽ gầy (ốm) hơn.
穿這套能夠顯瘦。

單字

chật 緊	**cỡ** 尺寸	**lỗi mốt** 過時
thịnh hành 流行	**màu vàng** 黃色	**trẻ trung** 年輕
北 **gầy** / 南 **ốm** 瘦		

★ 會話練習

1. 請聽 MP3，並依下列單字完成所有的句子。

| thử | ngon | rất | hoặc... hoặc | cũng |

❶ Bạn _____ gọi điện cho Hương xem có nhà không?

　你撥通電話給阿香看看，看她在不在家？

❷ Chiếc váy này _____ hợp với em.

　這件裙子很適合妳。

❸ Món gà rán anh làm cũng rất _____ .

　你炸的炸雞很好吃。

❹ _____ nói _____ viết, em muốn dùng cách nào cũng được.

　用說的也好或是用寫的也罷，你用哪種方法都行。

2. 請聽 MP3，依下列中文用越南語作回答練習。

❶ 這款沒有 M 號的了。

❷ 更衣室在左邊。

❸ 當然可以啊！

❹ 我還沒吃。

3. 請將下列的句子重組。

❶ làm thế nào / em / cũng / nên / không / biết / .　　　　我也不知道該怎麼辦。

➡ _____

❷ mới / anh / muốn / loại / không / uống thử / rượu / ?　　你想試喝新的酒嗎？

➡ _____

❸ sẽ phải / hoặc / em / chăm sóc / chị / nó / ở lại / hoặc / .　或妳或我將要留下來照顧她。

➡ _____

❹ bạn / câu / đi / thử nói / tiếng Anh / một / .　　　　你試著講一句英文吧。

➡ _____

trang sức 服飾
quần áo 衣服

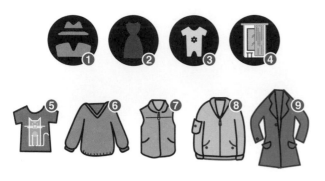

❶ quần áo nam	男裝
❷ quần áo nữ	女裝
❸ quần áo trẻ em	童裝
❹ 北 phòng thay đồ / 南 phòng thử đồ	更衣室
❺ 北 áo phông / 南 áo thun tay ngắn	T 恤
❻ áo len	毛衣
❼ áo ba lỗ	背心
❽ áo khoác	夾克；外套
❾ áo măng tô	大衣

❶ áo choàng	罩衫
❷ áo gió	風衣
❸ áo khoác lông vũ	羽絨外套
❹ áo sơ mi	襯衫
❺ Âu phục / com lê	西裝
❻ váy	裙子
❼ áo sơ mi nữ	女性襯衫

❶ áo Hoodie	帽 T
❷ áo Polo	POLO 衫
❸ Âu phục	洋裝
❹ quần yếm	吊帶褲
❺ quần short	短褲
❻ quần	褲子
❼ 北 quần bò / 南 quần jeans	牛仔褲
❽ đồ ngủ	睡衣

❶ đồ lót / nội y	內衣	
❷ quần lót (nam)	（男）內褲	
quần lót tam giác	三角褲	
北 quần lót tứ giác / 南 quần boxer	四角褲	
❸ áo lót (nữ)	（女）內衣	
quần lót (nữ)	（女）內褲	
❹ giày	鞋子	
❺ 北 tất / 南 vớ	襪子	
❻ 北 quần tất / 南 quần vớ	褲襪	
北 tất tơ tằm / 南 vớ tơ tằm	絲襪	
❼ giày da	皮鞋	
❽ giày cao gót	高跟鞋	
❾ ủng ngắn cổ	短靴	
❿ ủng cao cổ	長靴	

❶ phụ kiện	配件
❷ 北 mũ / 南 nón	帽子
❸ 北 mũ lưỡi trai / 南 nón kết	鴨舌帽
❹ 北 khăn quàng cổ / 南 khăn choàng	圍巾
❺ khăn lụa	絲巾
❻ khăn choàng vai	披肩
❼ 北 thắt lưng / 南 dây nịt	皮帶
❽ cà vạt	領帶
❾ găng tay	手套
❿ kẹp tóc	髮夾

❶ đồ thể thao	運動用品
❷ giày thể thao	運動鞋
❸ áo tắm	泳衣
❹ 北 mũ bơi / 南 nón bơi	泳帽
❺ quần bơi	泳褲

❶ sản phẩm tinh xảo	精品
❷ túi xách	手提包
❸ 北 ví da / 南 bóp da	皮夾
❹ túi da	皮包
❺ balo	背包

❶ đồng hồ đeo tay	手錶
❷ nhẫn	戒指
❸ mỹ phẩm	化妝用品
❹ 北 kính mắt / 南 mắt kính	眼鏡
❺ 北 vòng cổ / 南 dây chuyền	項鍊
❻ vòng tay	手鐲
❼ lắc tay	手鍊

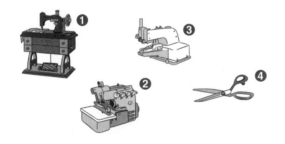

❶ **máy may** 縫紉機
- → **bàn may** 台板
- → **bệ máy may** 腳架
- → **suốt máy may** 鎖殼
- → **thuyền máy may** 鎖芯
- → **móc** 鉤針
- → **mặt nguyệt** 針板
- → **bàn đạp máy may** 壓腳踏板

❷ **máy vắt sổ** 包縫機

❸ 北 **máy đính cúc /** 南 **máy đính nút** 釘鈕機
- → 北 **bàn là /** 南 **bàn ủi** 熨斗

❹ **kéo cắt vải** 布剪刀

❺ **chỉ** 手縫線

❻ **kim** 手縫針
- → **kéo bấm chỉ** 線剪

❼ **thước dây** 布尺

❽ **vải** 布

加強表現

❶ **quần áo bị rách một lỗ** 衣服破了一個洞　　❷ **dùng kéo cắt vải** 用剪刀剪布

❸ **vải may quần áo** 製作衣服的布料　　❹ **máy may gia đình** 家庭式縫紉機

❺ **thước dây của thợ may** 縫衣工人的布尺

★ 文化專欄──越南國服

▲ áo dài（奧黛）

奧黛（áo dài）為越南婦女的傳統服裝。傳統的越南婦女通常給大家的印象，就是「đầu đội nón lá, người mặc áo dài（頭戴斗笠，身穿奧黛）」。

傳統的奧黛通常是依著每個女孩的身材特別訂製的。使用的材質為 lụa tơ tằm（絲綢），穿著時整套的上衣是一件長衫，胸袖剪裁非常合身，而兩側開高叉及 eo（腰部），下半身配上一條 quần ống rộng（寬筒褲）。現代的奧黛與早期越南的奧黛已有所不同。早期的奧黛可以從衣服的顏色窺視出其地區性，北越的女性通常喜歡 màu sắc tươi tắn（鮮艷的顏色）、中越的女性一般喜歡 màu tím（紫色），而南越的女性大體上偏愛 màu trắng（白色）或衣身上有 thêu hoa（繡花）的奧黛，不過現在幾乎全國都已經混穿了。

隨著時代的轉變，目前奧黛也開始展開 Tây hóa（西化），身穿著奧黛，腳踩高跟鞋展現出姿態 sự nhã nhặn（優雅）成為了一個新的穿著習慣，而這類穿著的女性比例正日益增加。現代還有一種很受歡迎的 xu hướng thời trang（時尚趨勢），便是 áo dài cách tân（改良式奧黛），它是一種結合傳統服裝感及現代服裝時尚的裙式奧黛，特別受到年輕女性的喜愛。不管是上述哪一種奧黛都能象徵出越南女性的獨特及美麗，尤其是每逢春節來臨，許多女孩都喜歡穿著奧黛到各地的古寺、山川、花海裡去拍藝術照，徜徉其中並留下人生美麗的回憶。

越南女性在 hôn lễ（婚禮）、buổi lễ（慶典）、tiếp khách（招待貴賓）或是 cuộc thi hoa hậu（選美比賽）等重要節正式場合都會穿著奧黛，便可知道它不僅是一件傳統的衣裳，更代表著一份隆重感。正因如此，在大間的郵局、大公司、大飯店等場合下，都會以奧黛為 đồng phục（制服）。最知名的就是 hãng hàng không Việt Nam Airlines（越南航空）的空姐，就是只要搭乘越航的飛機，一定會看到空姐、地勤穿著水藍色的奧黛，為乘客服務。在婚禮上、婚紗照裡，越南人的終生大事裡也少不了奧黛的身影。另外，現在越南的學校可以自行決定校服，但是越南政府也鼓勵國中級以上的學校將奧黛定為女學生上學的 đồng phục trường（校服），多數在大城市的學校雖多半沒有跟進，但是在越南中部、南部的郊區，還是能常常遇到女學生穿著奧黛騎腳踏車的優雅姿態。

奧黛是越南女性之美的柔美象徵，扮演讓世界認識越南的橋樑角色之一，實是功不可沒。

▲ áo dài cách tân（改良式奧黛）

在花店 Ở cửa hàng hoa tươi

Nhân viên bán hàng:

Chào anh.

Chĩ Vĩ:

Chào chị, tôi muốn mua một bó hoa tươi.

Nhân viên bán hàng:

Anh muốn mua hoa gì?

Chĩ Vĩ:

Ở đây có hoa hướng dương không?

Nhân viên bán hàng:

Xin lỗi anh, hoa hướng dương bán hết rồi. Anh có thể chọn các loại hoa khác ở đây.

Chĩ Vĩ:

Vì bạn gái tôi thích hoa hướng dương…, vậy thôi, chị có thể giới thiệu hoa nào đẹp không?

Nhân viên bán hàng:

Vâng (Dạ), bó hoa hồng đỏ này tuy trông đơn giản nhưng rất đẹp, mọi người đều coi hoa hồng là tín vật của tình yêu.

Chĩ Vĩ:

OK. Cho tôi lấy bó này, lấy thêm tấm thiệp giúp tôi.

Nhân viên bán hàng:

Vâng (Dạ).

Chĩ Vĩ:

Làm ơn gửi hoa tới địa chỉ số 68, ngõ 165, Mai Dịch, Cầu Giấy. Cảm ơn chị.

Nhân viên bán hàng:

Vâng (Dạ), không có gì.

店員：

您好。

志偉：

您好，我要買一束鮮花。

店員：

您要買什麼花呢？

志偉：

請問您有向日葵嗎？

店員：

不好意思，向日葵已經賣完了。您要不要看一看這裡的其他花種。

志偉：

因為我女朋友喜歡向日葵……，那算了，妳可以推薦哪一種好看嗎？

店員：

是的，這束紅玫瑰雖然看起來簡單但是很漂亮，大家都把玫瑰當作愛情的信物喔！

志偉：

OK。那就給我這束吧！請幫我加一張卡片。

店員：

好的。

志偉：

請幫我代送到紙橋郡梅易路 65 巷 68 號的地址去，謝謝您。

店員：

好的，不客氣。

★ 必學單字表現

hoa / 南 bông	花
bó	束
hoa hướng dương / 南 bông hướng dương	向日葵
bạn gái	女朋友
giới thiệu	推薦
hoa hồng đỏ / 南 bông hồng đỏ	紅玫瑰
đơn giản	簡單
tuy ... nhưng ...	雖然…但是…
tín vật	信物
tình yêu	愛情
tấm thiệp	卡片
gửi	送

補充 由於南音已逐漸融合講「花」為 hoa，所以本課會話篇中直接以 hoa 進行，但實際上南方人普遍還是會很口語地講 bông。故本課中出現的花種單字裡，南音的部分仍收錄 bông。

★ 會話重點

重點 1 trông

「trông」或「trông có vẻ」或「trông ＋人稱代名詞＋có vẻ」，表示「從外觀看過去的感覺」，即等於「看起來」。例：

Trông cô ấy có vẻ mệt mỏi. 她看起來好像很累。
Chiếc ti vi đó trông có vẻ đã cũ. 那台電視看起來好像已經舊了。
Trông anh rất giống một người bạn của tôi. 你看起來很像我的一個朋友。
Trông Linh có vẻ như không hiểu chúng ta đang nói gì. 小玲看起來好像不懂我們在說什麼。

重點 2 hết、動詞＋hết

「hết」用於表示事、物已盡，即「…完了、…光、…盡」的意思，常接在動詞後面。例：

Xoài đã bán hết rồi. 芒果已經賣完了。
Hùng đã ăn hết hoa quả (trái cây) trong tủ lạnh rồi. 阿雄已經把冰箱裡的水果全都吃完了。
Tối hôm qua, Linh đã đọc hết quyển (cuốn) tiểu thuyết đó rồi. 昨晚，小玲已經看完那本小說了。
Nhà mình hết gạo rồi. 我們家沒有米了。

★ 與顏色相關的慣用語

★ lo bò trắng răng：擔心牛的牙齒是白色的。即「杞人憂天」。

★ gần mực thì đen, gần đèn thì rạng / gần mực thì đen, gần đèn thì sáng：接近墨就會變黑、接近燈就會變亮。即「近朱者赤，近墨者黑」。

★ hồng nhan bạc phận：紅顏（美人的）情份薄。即「紅命薄命」。

★ đen trắng rõ ràng：黑白清晰。即「黑白分明」。

★ non xanh nước biếc：岩山綠，水青。即「山明水秀」。

★ thanh thiên bạch nhật：在青天白日（之下）。即「光天化日」。

★ đỏ bạc đen tình：賭博紅愛情則黑。指人若賭運極佳時，在情場就會失利。

★ đen bạc đỏ tình：賭博黑愛情則紅。與上一句相反，指人若情場得利時，賭運就會極差。

★ 一定要會的顏色表現

màu vàng 黃色	**màu xanh lam / màu xanh da trời / màu xanh nước biển** 藍色
màu đỏ 紅色	**màu xanh lục / màu xanh lá** 綠色
màu hồng 粉紅色	**màu tím** 紫色
màu trắng 白色	**màu bạc** 銀色
màu đen 黑色	**màu cà phê** 咖啡色
màu xám 灰色	**màu cam** 橙色
màu nâu 褐色	**màu đồng** 銅色

★ 文法焦點

tuy ... nhưng ... 的用法

＊「tuy... nhưng...」的句型結構相當於中文的「雖然…，但是…」，表示轉折的關係。其中「tuy」也可以換成「mặc dù」；而「nhưng」則可以「song」替代。

例 **Tuy tôi không phải con trai ruột của <u>bố (ba)</u>, nhưng <u>bố (ba)</u> luôn đối xử với tôi rất tốt.**

雖然我不是爸爸的親生兒子，但是爸爸一直對我很好。

Tuy nhà cách trường rất xa, nhưng Lan vẫn đi học đúng giờ.

雖然家離學校很遠，但是阿蘭還是會準時上課。

Tuy không muốn làm, nhưng Tuấn vẫn phải nhận công việc đó.

雖然不想做，但是阿俊還是得接那份工作。

Mặc dù anh ấy không nói ra, nhưng tôi biết trong lòng anh ấy rất buồn.

雖然他沒有說出來，但是我知道他心裡很難過。

Mặc dù không có tiền, nhưng cô ấy vẫn thích mua nhiều quần áo.

雖然沒有錢，但是她還是喜歡買很多衣服。

★ 短會話練習 A

購買朵數

Anh muốn mua bao nhiêu bông?
你要買幾朵？

Cho tôi chín mươi chín bông.
給我 99 朵。

Chỉ cần một bông là được.
只要 1 朵就好。

確認花種

Đây là hoa gì vậy?
這是什麼花？

Đây là hoa hướng dương.
這是向日葵。

Đây là hoa bách hợp.
這是百合花。

購買提示

Tôi muốn mua ba bông hoa hồng đỏ.
我要買 3 朵紅玫瑰。

Vâng (Dạ), mời anh chọn tự nhiên.
好，請您隨便挑。

Xin lỗi, chỉ còn hoa hồng trắng thôi.
不好意思，只剩下白玫瑰了。

開花時間

Bao lâu thì hoa mới nở?
還要多久花才會開？

Khoảng hai ngày là hoa sẽ nở.
大約再 2 天就會開了。

Trời hơi lạnh nên chắc khoảng hai đến ba ngày mới nở.
天氣有點冷，所以應該大約要 2 到 3 天才會開。

單字

bông 朵	**hoa bách hợp** / 南 **bông bách hợp** 百合花	**tự nhiên** 隨便 / 自然
hoa hồng trắng / 南 **bông hồng trắng** 白玫瑰	**nở** 開	**lạnh** 冷

推薦花種

Loại hoa nào được ưa chuộng nhất?
請問哪一種花比較多人買？

Rất nhiều người thích hoa bách hợp.
很多人喜歡百合花。

Hoa hồng vẫn được ưa chuộng nhất.
玫瑰還是最受歡迎的。

取花時

Hoa hồng có nhiều gai không?
玫瑰有很多刺嗎？

Có, anh cầm nên cẩn thận.
有的，請你小心拿。

Không, loại này không có gai.
不，這種的沒有刺。

取花時

Anh định đặt chậu hoa này ở đâu?
你打算把這盆花擺在哪裡？

Tôi sẽ đặt ở ban công.
我打算放在陽台。

Tôi sẽ đặt ở phòng khách.
我打算放在客廳。

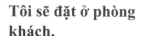

取花時

Anh định mua hoa tặng cho ai?
你打算買花送給誰？

Tôi mua tặng cho vợ.
我打算買來送給老婆。

Tôi mua tặng cấp trên.
我打算買來送給上司。

單字

ưa chuộng 受歡迎	**nhất** 最	**gai** 刺	**cẩn thận** 小心
chậu 盆	**định** 打算	**đặt** 放	**ban công** 陽台
phòng khách 客廳	**cấp trên** 上級	**vợ** 老婆	

★ 會話練習

B2-20-09
N2-20-09

1. 請聽 MP3，並依下列單字完成所有的句子。

mạc dù　　hết　　trông　　tuy... nhưng　　có vẻ

❶ _____ bạn ấy có vẻ không thích nói chuyện với tôi.
我看那位朋友好像不喜歡跟我講話。

❷ Xin lỗi chị, hoa hồng đỏ vừa bán _____ rồi.
不好意思，紅玫瑰剛剛賣完了

❸ Bạn sao vậy, trông bạn _____ không vui.
怎麼了，你看起來好像不太開心。

❹ _____ công việc rất bận, _____ anh Hùng vẫn nhận lời giúp đỡ chúng tôi.　雖然雄哥的公務繁忙，但他還是答應幫忙我們。

❺ _____ phải chờ đợi rất lâu, nhưng anh ấy cũng không hề tức giận.
即使等了很久，但他也都沒發脾氣。

2. 請將下列的句子重組。

❶ hồng trắng / chị / muốn / hoa hồng đỏ / mua / hay / ?
妳想買紅玫瑰還是白玫瑰？

➡ _____

❷ trời / sắp / có vẻ như / mưa / trông / rồi / .　　看起來好像快要下雨了。

➡ _____

❸ đồng ý / nước ngoài / đi / nhưng / Long / bố mẹ / không / vẫn / muốn / mặc dù / du học / .　　雖然爸媽不同意，但是阿龍還是想去國外留學。

➡ _____

❹ hết / ăn / trên bàn / ai / đĩa gà rán / của / đã / rồi / tôi / ?
誰已經把我桌上的炸雞那盤都吃光了？

➡ _____

❺ không bao giờ / tuy / nhiều / nhưng / anh ấy / khó khăn / gặp / bỏ cuộc / .
雖然遇到很多困難，但是他永不放棄。

➡ _____

3. 填字遊戲（填充下面表格，並找出所隱藏的關鍵字）。

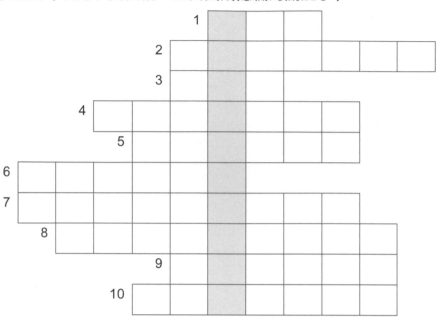

(1) 菊花（CÚC）

(2) 薔薇花（TƯỜNG VI）

(3) 蘭花（LAN）

(4) 玫瑰花（HOA HỒNG）

(5) 梅花（HOA MAI）

(6) 蓮花（HOA SEN）

(7) 蒲公英（BỒ CÔNG ANH）

(8) 石竹花（CẨM CHƯỚNG）

(9) 桃花（HOA ĐÀO）

(10) 茉莉花（HOA NHÀI）

關鍵字：_____

★ **各種與花相關的單字**

B2-20-10
N2-20-10

❶ hạt giống	種子		❼ nụ hoa	花苞	
❷ bon sai / cây cảnh	盆栽		❽ nở hoa	開花	
❸ mầm	芽		❾ phấn hoa	花粉	
❹ thân cây / cọng	莖		❿ 北 quả / 南 trái	果實	
❺ gốc	根				
❻ lá	葉子				

⑪ 北 lọ hoa / 南 bình hoa　　花瓶

⑫ bó hoa　　　　　　　　　　花束

　　một bó hoa　　　　　　　　一束花

⑬ nghệ thuật cắm hoa　　　　插花藝術

⑭ vòng hoa　　　　　　　　　花環

★　各種花卉的相關單字

❶ hoa diên vĩ	鳶尾花		❷ hoa rum	海芋	
❸ hoa lài / hoa nhài	茉莉花		❹ hoa thủy tiên	水仙	
❺ hoa violet	紫羅蘭		❻ hoa oải hương	薰衣草	
❼ hoa bồ công anh	蒲公英		❽ hoa trạng nguyên	聖誕紅	
❾ hoa cúc	雛菊		❿ hoa lay ơn	劍蘭	
⑪ cây xương rồng	仙人掌		⑫ cỏ bốn lá	幸運草	
⑬ hoa cẩm chướng	康乃馨		⑭ hoa hướng dương	向日葵	

⑮ **hoa hồng**	玫瑰花		⑯ **hoa cúc**	菊花	
⑰ **hoa mẫu đơn**	牡丹花		⑱ **hoa sao baby**	滿天星	
⑲ **hoa tulip**	鬱金香		⑳ **hoa lan**	蘭花	
㉑ **hoa anh đào**	櫻花		㉒ **hoa đào**	桃花	
㉓ **hoa đồng tiền**	非洲菊		㉔ **hoa giấy**	九重葛	
㉕ **hoa mai**	梅花		㉖ **hoa sen**	荷花、蓮花	
㉗ **hoa thược dược**	大麗菊、大理花		㉘ **hoa ti-gôn**	珊瑚藤	
㉙ **hoa tường vi**	薔薇花		㉚ **hoa cẩm tú cầu**	繡球花	

加強表現

❶ **một bó hoa cẩm tú cầu** 一束繡球花　❷ **hoa anh đào vẫn chưa nở** 櫻花還沒開

❸ **ba bông hoa hướng dương**
　三朵向日葵

❹ **hoa hồng tượng trưng cho tình yêu** 玫瑰花象徵愛情

❺ **tường vi đỏ, hoa hồng trắng**
　紅薔薇，白玫瑰

❻ **ngày Phụ nữ Việt Nam tặng hoa cho vợ** 越南婦女節送花給老婆

❼ **ý nghĩa hoa hướng dương** 向日葵的花語　❽ **hoa nở hoa tàn** 花開花謝

★ 文化專欄——西就花村～精彩的取景聖地

在越南，有一種特殊的民間聚落形式，稱為 làng nghề（行業型村莊）。簡單的說，就是早期發展的時候，同一處的村莊裡有 7~8 個家庭都以投入生產相同產品為業的一種村莊模式。其中，當然也有整片村莊都是生產花的，這種村莊的越南語就稱之為「làng hoa」，即「花（業）村」。在越南也有許多花村，接下來擇一介紹 làng hoa Tây Tựu（西就花村）。

西就花村位於距離河內中心大約 15 公里處的位置，隸屬現今的 Bắc Từ Liêm（北慈廉）郡。部分土地靜臥於 sông Hồng（紅河）邊的這座村落，早年便因持有傳統的花村風格而遠近馳名。這裡，始終被視為河內的最大的花村。雖然受都市化的影響，

▲ 以花為業的村落

小村裡的城市化步調愈來愈快，但是西就村的村民們仍然保留耕田種花的傳統生活。

▲ 在花田中工作的村民們

由於西就花村裡一年四季都看得到不同的花田，所以很適合遊客隨時到訪欣賞美景。不過，造訪西就花村最洽當的季節則是農曆十一月到十二月之間，因為此時家家戶戶都在準備春節時要用的鮮花，故此時能看到的花種及數量相對豐富。

此花村主要種植的花種之一是菊花。其盛產黃菊花、白菊花、紫菊花、非洲菊、大麗菊等不同菊種。此外，常見的還有還有百合花、向日葵及玫瑰花。玫瑰花亦為西就花村最普遍的花種之一，種植時受到花農們非常仔細地栽培及照料。花農們會用報紙將每朵花包起來，在收穫日前才剪下來賣。特別是百合花、非洲菊等高價的花種，花農們會採用更仔細的栽培方式，甚至加蓋像玻璃屋的 nhà vòm kính（溫室）以確保花能順利成長並達到品質要求。

西就花村自早年起，便已是不分男女老少，各種不同的訪客所熱愛的 địa điểm chụp ảnh（攝影景點）。在部分時節裡，這裡能取得碩大的 rừng hoa（花海）為背景，與心愛的人留下一生最美麗的回憶，因此許多情侶決定來這裡取景拍攝婚紗照。此外，由於這裡也是產地，喜歡花的人更能夠在這裡買到物美價廉的 hoa tươi（鮮花）來送給情人、親人及朋友。

來到西就花村，除了欣賞燦爛的鮮花之外，遊客還能感受到花農們在 ruộng hoa（花田）裡辛勤工作的熱鬧氣氛。如果有機會，至少可以參觀西就花

▲ 在溫室的花田中取景留念

村一次，可以購買到浪漫、溫情的花朵，更能忘情地陶醉在如詩如畫的花田景色之中。

在警察局 *Ở sở cảnh sát*

Cảnh sát:

Chào chị, tôi có thể giúp gì cho chị?

Nhã Đình:

Chào anh, tôi bị trộm mất túi xách!

Cảnh sát:

Chị có thể kể lại toàn bộ quá trình sự việc được không?

Nhã Đình:

Tôi đang đi dạo phố, rồi có vào một cửa hàng mua đồ và để túi xách bên cạnh, sau đó thì phát hiện túi xách không cánh mà bay.

Cảnh sát:

Túi xách của chị màu gì và trông như thế nào?

Nhã Đình:

Đó là một chiếc túi xách màu đen.

Cảnh sát:

Bên trong túi có đồ gì quan trọng không?

Nhã Đình:

Bên trong túi có <u>ví tiền (bóp tiền)</u>, hộ chiếu và nhiều giấy tờ cá nhân khác.

Cảnh sát:

Được. Chúng tôi sẽ nhanh chóng giúp chị tìm lại túi xách.

Nhã Đình:

Cảm ơn anh.

警察：

您好，請問有什麼事嗎？

雅婷：

不好意思，我的手提包被偷走了。

警察：

麻煩您說明一下整件事的過程好嗎？

雅婷：

嗯！我正在逛街，然後走進一家店買東西，手提包就放在旁邊，後來就發現它不翼而飛了。

警察：

請問您的的手提包是什麼顏色的？，長什麼樣子？

雅婷：

我的手提包是黑色的。

警察：

請問裡面有什麼重要的東西嗎？

雅婷：

裡面有錢包、護照和其他的個人證件。

警察：

好的。我們會盡快幫您找回手提包。

雅婷：

謝謝您。

★ 必學單字表現 B2-21-02 N2-21-02

trộm	偷
túi xách	手提包
kể lại	陳述
toàn bộ	全部
quá trình	過程
sự việc	事情
dạo phố	逛街
phát hiện	發現
quan trọng	重要
北 ví tiền / 南 bóp tiền	錢包
hộ chiếu	護照
nhanh chóng	快速
giấy tờ	證件

★ 會話重點 B2-21-03 N2-21-03

重點1 sau đó

「sau đó」前接已發生的某個動作或某件事情，並在後述表達接著要進行或發生的事情。也可用於過去的某個時間點。意思相當於中文的「然後」、「後來」。例：

Chúng ta đến nhà Giang trước, sau đó về nhà tôi. 我們先到阿江家去，然後再回我家。
Tôi ăn sáng xong, sau đó mới đi làm. 我吃完早餐後才去上班。
Khi đó, Lan chỉ gửi cho tôi một bức thư, sau đó thì không thấy tin tức gì nữa. 那時候，阿蘭只寄一封信給我，然後就音信全無了。
Em đi ra chợ mua rau, sau đó đi về nhà luôn. 我去市場買菜，然後就直接回家。

重點2 không cánh mà bay

「không cánh mà bay」意指比喻某種東西突然不見了但卻沒有人發現，意思相當於中文的「不翼而飛」。例：

Cái bút (Cây viết) em để trên bàn, tự dưng không cánh mà bay. 我的筆放在桌上，突然就不翼而飛。
Số tiền tôi để trong tủ tại sao lại không cánh mà bay? 我放在櫃子裡的那筆錢，為什麼不翼而飛了呢？
Tối hôm qua, chiếc xe đạp mới mua của Minh đã không cánh mà bay. 昨天晚上小明剛買的腳踏車已經不翼而飛了。

★ 與精神狀態相關的表現 B2-21-04 N2-21-04

← **căng thẳng** 緊張　　**bình thường** 普通　　**ung dung** 從容 →

227

bị 的用法

> ＊「bị」的意思相當於中文的「被」，常放在動詞前面表示被動。

例 **Hôm qua Long bị người khác đánh.**

昨天阿龍被別人打。

Lâm không làm bài tập nên bị phạt.

小林沒有做功課所以被罰。

Ông ấy bị lừa rất nhiều tiền.

他被騙了很多錢。

> ＊「bị」不只用於被動句，也可以用來表示主語遭受到不好的事情，形同中文的「遭（到）…」。

Em gọt hoa quả (trái cây) không cẩn thận nên bị đứt tay.

我削水果時，不小心割傷了手。

> ＊此外，在新的流行口語中，「bị」可以接在「hơi」之後，再接在形容詞前面，有強調該形容詞的意思，是詼諧的用法。

例 **Cô ấy hơi bị thông minh đó.**

她蠻聰明唷。

Dạo này anh có vẻ nói hơi bị nhiều.

你最近好像話說得蠻多哦。

Món này hơi bị ngon đấy.

這道菜蠻好吃的哦。

★ 短會話練習 A

遺失錢包

> **Ví tiền (Bóp tiền) của tôi bị mất rồi.**
> 我把錢包弄丟了。

> **Bị mất ví tiền (bóp tiền) ở đâu?**
> 錢包是在哪裡弄的？
>
> **Còn nhớ bị mất khi nào không?**
> 請問您還記得什麼時候弄丟的嗎？

遭到搶劫

> **Tôi vừa bị cướp trên đường.**
> 我剛剛在路上被搶劫了。

> **Cô còn nhớ mặt tên cướp không?**
> 您還記得強盜的長相嗎？
>
> **Cô bị cướp mất gì?**
> 您被搶了什麼？

被盜物品確認

> **Trong túi có đồ gì khác không?**
> 包包裡面有其他物品嗎？

> **Chỉ có những thứ này thôi.**
> 只有這些而已。
>
> **Bên trong còn có thẻ ngân hàng nữa.**
> 裡面還有金融卡。

被盜物品外觀

> **Chiếc điện thoại trông như thế nào?**
> 那隻手機是長什麼樣子？

> **Là điện thoại Oppo màu đen.**
> 是黑色的 Oppo 手機。
>
> **Là điện thoại iPhone 7 màu hồng.**
> 是粉紅色的 iPhone 7 手機。

單字

mất 弄丟、丟	**cướp** 搶劫	**vừa** 剛剛
tên cướp 強盜	**thẻ ngân hàng** 金融卡	**màu hồng** 粉紅色

談論搶犯

Người giật điện thoại trông như thế nào?
搶電話的人長什麼樣子？

Là một nam thanh niên khoảng 25 tuổi.
是一個大約 25 歲的年輕人，男性。

Là hai nam thanh niên đi xe máy màu xanh lam.
是兩個騎著藍色機車的年輕人，男性。

遭搶金額

Bên trong túi có bao nhiêu tiền mặt?
包包裡面有多少現金？

Tiền mặt không có nhiều.
沒有很多。

Có khoảng 50 triệu đồng vừa rút từ ngân hàng ra.
有大約 5.000 萬左右剛從銀行領出來的越盾。

連絡資訊

Phiền chị để lại thông tin liên lạc.
請您留下聯絡資訊。

Vâng (Dạ). Nếu tìm được ví tiền (bóp tiền), phiền anh liên hệ với tôi.
好的。如果找到錢包的話，煩請您聯絡我。

Vâng (Dạ). Phiền anh giúp tôi tìm lại ví tiền (bóp tiền).
好的。再麻煩您幫我找回錢包。

受理案件完畢

Cảm ơn sự phối hợp và hỗ trợ của chị.
感謝你的配合和協助。

Nếu có tình hình gì mới, phiền anh thông báo cho tôi.
如果有什麼新情況，再麻煩請通知我。

Hi vọng sẽ sớm có kết quả.
希望早日有結果。

單字

giật 搶奪	**thanh niên** 青年	**xe máy** 機車
tiền mặt 現金	**thông tin liên lạc** 聯絡資訊	**phối hợp** 配合
hỗ trợ 協助	**hi vọng** 希望	

★ **會話練習**

1. 請聽 MP3，並依下列單字完成所有的句子。

bị　　　sau đó　　　báo　　　nhanh　　　không cánh mà bay

❶ **Em về nhà lấy đồ, _____ sẽ quay lại đây.**

我回家拿個東西，然後會再回來。

❷ **Lan đang đi trên đường thì _____ giật điện thoại.**

阿蘭走在路上時電話被搶了。

❸ **Ba lô của tôi to như vậy, không thể nào bỗng dưng _____ được.**

我的背包那麼大，怎麼樣也不會突然不翼而飛的。

❹ **Chị ấy làm việc hơi bị _____ đấy.**

她做事快到不行呀！

❺ **Cô đã đi _____ công an chưa?**

妳去報警了沒？

2. 請聽 MP3，依下列中文用越南語作回答練習。

❶ 他們有三個人。

❷ 我的電話是紅色的。

❸ 事情發生在昨晚七點時。

❹ 我被騙了五千萬越盾（50.000.000 VND）。

❺ 我們是在公園附近找到的。

3. 請將下列的句子重組。

❶ **mất / chiếc / tôi / màu đen / của / bị / rồi / điện thoại / .**

我的黑色手機丟了。

➡ _____

❷ **anh / nếu / sẽ / được / , / chúng tôi / tìm / cho / thông báo / .**

如果找到，我們會通知你。

➡ _____

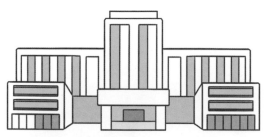

❶ sở cảnh sát 警察局
→ **sở công an** 公安局

❷ cục trưởng cảnh sát
警察局長

❸ cảnh sát 警察
→ **công an** 公安

❹ cảnh sát giao thông 交通警察
→ **tai nạn giao thông** 車禍
→ **sự cố ngoài ý muốn** 意外故事

❺ cảnh sát tuần tra 巡邏公安
→ **báo cảnh sát** 報警
→ **ghi chép** 做筆錄
→ **chứng cứ** 證據
→ **nhân chứng** 證人
→ **nhân chứng** 目擊者
→ **bị lạc** 走失
→ **chó nghiệp vụ** 警犬

❻ áo chống đạn
防彈背心

❼ đạn 子彈

❽ đồng phục cảnh sát 警察制服
❾ 北 mũ cảnh sát /
南 nón cảnh sát 警帽
❿ huy hiệu cảnh sát 警徽
→ **còng tay** 手銬

⑬ **dùi cui** 警棍

⑭ **dùi cui điện**
電動警棍

⑪ **bộ đội vũ trang** 武裝部隊　⑫ **súng** 槍

⑮ **mũ sắt** 頭盔

⑯ **còi** 哨子

⑰ **xe mô tô cảnh sát**
警用機車

⑱ **xe cảnh sát** 警車
→ **máy bộ đàm** 無線電對講機

⑲ **xe tuần tra** 巡邏車
→ **còi xe cảnh sát** 警笛

⑳ **nghi phạm** 嫌犯
→ **tên trộm** 小偷
→ **tên móc túi** 扒手
→ **trộm cắp** 竊盜
→ **bọn cướp** 強盜

㉑ **buôn người**
販賣人口

→ **kẻ buôn người**
人口販子

- Có ai biết tiếng Trung không? 請問有人會中文嗎？

- Anh có nói được tiếng Trung không? 您會講中文嗎？

- Có ai biết tiếng Anh không? 請問有人會英文嗎？

- Anh có thể dịch giúp tôi không? 請問您可以幫我翻譯嗎？

- Vô cùng khẩn cấp. 非常緊急。

- Xin hãy giúp tôi! 請幫幫我！

- Tôi bị lạc đường. 我迷路了。

- Tôi bị cướp. 我被搶了。

- Tôi bị người ta đánh. 我被人打了。

- Tôi bị mất xe. 我的車被偷了。

- Tôi bị người khác lừa. 我被別人騙了。

- Bạn tôi bị bắt cóc. 我朋友被綁架了。

- Tôi muốn báo án. 我要報案。

- Tôi cần người phiên dịch giúp. 我需要翻譯。

- Tôi cần các anh giúp đỡ. 我需要你們幫忙。

加強表現

❶ **đeo còng tay** 銬上手銬

❷ **tiếng còi xe cảnh sát** 警笛聲

❸ **cảnh sát đeo súng bên người**
警察配槍

❹ **dùng máy bộ đàm chỉ huy**
用無線電指揮

❺ **huấn luyện chó nghiệp vụ** 訓練警犬

❻ **cảnh sát giao thông thổi còi**
交通警察吹哨

❼ **thu thập chứng cứ** 蒐集證據

❽ **cảnh sát giao thông đi tuần tra**
交通警察去巡邏

❾ **cảnh sát kiểm tra đột xuất** 警察臨檢

❿ **bắt người uống rượu bia lái xe** 抓酒駕

⓫ **xe tuần tra đuổi những người bán hàng rong trái phép** 巡邏車驅趕非法小販

★ 文化專欄──在越南的報案流程

　　在越南時，任何財物遭到竊盜或遇上任何事件都是超級麻煩事，所以為了保障自身及財物的安全，無時無刻都要小心、小心再小心為上。萬一真的發生了事故，不得不上警察局報案時，我們也要了解要報案流程該怎麼做？

1. Báo án（報案）程序

　　發生案件時，請立即 báo công an（報警）。報案的管道很多，可以透過撥打 113 專線報案，或親自到 đồn công an（警局）去報案，待 công an trực ban（值班警員）受理之後，就填寫 đơn trình báo（報案單），便正式的完成報案。

2. Án trộm tài sản（竊案）處理方式

＊清楚陳述 tài sản bị trộm（失竊物品）的 số lượng（數量）、giá trị（價值）、hình thức（物品樣式）、thương hiệu（廠牌）、màu sắc（顏色）及 đặc điểm（特徵）等相關資料。

＊保持發生竊案現場的完整，並立即向警察單位報案處理，警察處置後需記得填寫報案單。

＊當是在家中發生竊案時，除了立即報案之外，並通知 hàng xóm láng giềng（街坊鄰居），讓大家 đề cao cảnh giác（提高警覺），不讓宵小再有可乘之機。

3. Án cướp giật tài sản（搶案）處理方式

＊被搶後，請記住 kẻ cướp（歹徒）特徵（衣服、身材等）、交通工具（số xe（車號）、顏色、廠牌等）及其 tháo chạy（逃逸）方向。

＊立刻撥打 113 報案，以警察馬上進行 vây bắt（圍捕）。

＊親自到 đồn công an（派出所）報案，清楚交代案情，以利警察進行正式的偵查。這樣警察才能去調看 camera theo dõi（監視器）系統等偵查工作，找出可疑的疑犯。

＊報案完成後，向派出所受理員警填寫報案單。

　　另外也要弄清楚警察的種類。穿著深綠色衣服的是一般的警察，而穿著米黃色衣服的則是交通警察。依事故的不同，找對的警察處理才能比較省事。

▲ 深綠色制服為處理一般案件的警察

▲ 米黃色制服為交通警察

Bài 22

在飯店 Ở khách sạn

Chí Vĩ:

Chào chị, tôi muốn làm thủ tục nhận phòng. Tôi đã đặt phòng trước rồi.

Nhân viên lễ tân:

<u>Vâng (Dạ)</u>. Xin hỏi tên anh là gì?

Chí Vĩ:

Tên tôi là Lâm Chí Vĩ.

Nhân viên lễ tân:

Anh vui lòng cho tôi mượn hộ chiếu của anh được không?

Chí Vĩ:

<u>Vâng (Dạ)</u>. Hộ chiếu của tôi đây.

Nhân viên lễ tân:

Anh đã đặt một phòng đơn đúng không ạ?

Chí Vĩ:

<u>Vâng (Dạ)</u>, đúng rồi. Xin hỏi bây giờ có thể đổi sang phòng hai giường đơn không?

Nhân viên lễ tân:

Xin lỗi, hiện tại không còn phòng trống nên rất khó đổi giúp anh. Mong anh thông cảm.

Chí Vĩ:

Vậy thôi, không sao. Cảm ơn chị.

Nhân viên lễ tân:

Đây là chìa khóa phòng của anh, phòng của anh là phòng số 3223. Thang máy phía bên này, mời anh lên tầng 3.

Chí Vĩ:

<u>Vâng (Dạ)</u>. Cảm ơn chị.

Nhân viên lễ tân:

Không có gì ạ.

志偉：
您好，我要辦理入住。我有事先預訂了。

櫃檯人員：
好的。請問您的大名是什麼？

志偉：
我叫林志偉。

櫃檯人員：
麻煩您借我您的護照好嗎？

志偉：
好的。這是我的護照。

櫃檯人員：
您訂了一個單人房是嗎？

志偉：
是，沒錯。請問現在可以換成兩張單人床的房間嗎？

櫃檯人員：
不好意思，目前沒有空房了，所以很難幫您換房間。請您見諒。

志偉：
那算了，沒關係。謝謝您。

櫃檯人員：
這是您的房間鑰匙，您的房間是 3223 號房。電梯在這邊，請上 3 樓。

志偉：
好。謝謝您。

櫃檯人員：
不會。

★ 必學單字表現

thủ tục	手續
nhận phòng	住房
phòng đơn	單人房
đổi	換
phòng hai giường đơn	（兩張單人床的）雙床房
phòng trống	空房
khó	難
nên	所以
thông cảm	見諒
chìa khóa	鑰匙
thang máy	電梯

★ 會話重點

重點1 mong ＋…＋ thông cảm

當你希望別人諒解你的苦衷並請求原諒的時候，可以使用「mong ＋ … ＋ thông cảm」的句型。這是很禮貌的說法，意思相當於「請…見諒」。例：

Đây là quy định của công ty, tôi không thể giúp chị được, mong chị thông cảm.
這是公司的規定，我沒辦法幫妳，請妳諒解。

Bây giờ tôi có việc gấp phải đi, mong anh thông cảm, chúng ta hẹn ngày khác nhé.
我現在有急事要走，請您見諒，我們改天再約吧！

重點2 rất khó + 動詞

「rất khó ＋ 動詞」這個句型用於表示「做（某動作）很困難」的意思。例：

Tính cách của Mai là một khi đã quyết thì rất khó thay đổi ý định. 阿梅的性格是一旦決定了就很難再改變主意。

Chuyện này rất khó nói. 這件事很難講。

★ 與潔淨程度相關的表現及慣用語

sạch 乾淨 / sạch sẽ 乾淨　　　bình thường 普通　　　bẩn 髒 / bẩn thỉu 骯髒

★ nhà sạch thì mát, bát sạch ngon cơm：房子乾淨就顯得涼快，飯碗乾淨飯就變得好吃。指「生活空間保持乾淨、整潔，生活便能舒適愉快。」

★ đói cho sạch, rách cho thơm：餓要餓得清白、窮要窮得有節操。即「人窮志不窮」。

★ ở dơ sống lâu：住得髒，活得久。指回應他人「即使不乾淨也無所謂」的一句詼諧句。

đã 的用法

> *「đã」放在動詞前面，相當於「已經」的意思，表示事情已完成或過去。

例 Em đã đến công ty rồi.　　　　　　　　　我已經到公司了。

Chị Hằng đã viết xong luận văn tốt nghiệp rồi.

姮姊已經寫完畢業論文了。

Có người đã thay đổi mật khẩu của bạn.　有人已經改掉了你的密碼。

Anh đã làm sai gì chứ?　　　　　　　　　我做錯什麼了嗎？

> *「đã」用於確定的時間帶。

例 Tôi sống ở Việt Nam đã ba năm rồi.　　　我在越南生活已經三年了。

Chúng tôi chia tay nhau đã năm tháng nay rồi.　我們分手已經五個月了。

Đã một tuần nay, Hùng không ra khỏi nhà.

已經一個禮拜了，阿雄都沒有出門。

> *「đã」也可以跟「thì」、「là」、「lại」、「còn」搭配應用，用來表示
> 「強調」的意思。

例 Anh đã nói thì phải làm.　　　　　　　　你既然說了，就要做。

> *「đã」也能以「đã ... thì ...（既然⋯就⋯）」及「đã ... lại ...（既⋯又⋯）」
> 的句型使用。

例 Anh ấy đã đẹp trai lại nhà giàu.　　　　　他既英俊又很富有。

★ 短會話練習 A

住房天數

Anh dự định ở mấy ngày?
您打算住幾天？

Tôi sẽ ở ba ngày.
我會住 3 天。

Tôi chỉ ở một ngày.
我只住 1 天。

需要房型

Anh chị muốn loại phòng như thế nào?
你們要什麼樣的房間？

Chúng tôi muốn loại phòng có cửa sổ nhìn ra biển.
我們要可以從窗戶看到海邊的房間。

Chúng tôi muốn loại phòng có bồn tắm.
我們要有浴缸的房間。

早餐確認

Có bao gồm bữa sáng không?
請問有包含早餐嗎？

Có, đã bao gồm bữa sáng.
有，已經包含早餐。

Không bao gồm bữa sáng.
不包含早餐。

游泳池

Khách sạn có bể bơi (hồ bơi) không?
請問飯店有游泳池嗎？

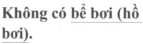

Có bể bơi (hồ bơi).
有游泳池。

Không có bể bơi (hồ bơi).
沒有游泳池。

單字

cửa sổ 窗戶	**biển** 海、海邊	**bồn tắm** 浴缸
bữa sáng 早餐	**bao gồm** 包含	**khách sạn** 飯店
北 **bể bơi** / 南 **hồ bơi** 游泳池		

空房確認

Khách sạn còn phòng trống không?
請問飯店還有空房嗎？

Dạ, còn một phòng trống.
有的，還有一間空房。

Xin lỗi, không còn phòng trống nào.
對不起，沒有空房了。

WIFI 的有無

Trong phòng có wifi không?
房間裡有 wifi 嗎？

Dạ, có wifi.
有的，有 wifi。

Trong phòng không có wifi.
房間裡沒有 wifi。

退房時間

Xin hỏi phải trả phòng trước mấy giờ?
請問要在幾點前退房？

Trước mười hai giờ.
在 12 點前。

Phải trả phòng trước mười một giờ.
要在 11 點前退房。

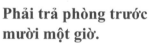

需求房型

Anh muốn phòng đơn hay phòng đôi?
請問您要單人房還是雙人房？

Cho tôi phòng đôi.
請給我雙人房。

Cho tôi phòng đơn được rồi.
給我單人房好了。

單字

trả phòng 退房　　**phòng đôi** 雙人房　　**hay** 還是

phòng 房間

★ **會話練習**

1. 請聽 MP3，並依下列單字完成所有的句子。

khó   thông cảm   đã   bữa sáng   trả phòng

❶ Bây giờ tôi phải đi họp nên không thể đi đón anh được, mong anh _____ .
因為我要去開會，所以不能去接你了，請你見諒。

❷ Nghe nói tiếng Nhật rất _____ học.   聽說日語很難學。

❸ Em _____ thi xong chưa?   你已經考完了嗎？

❹ 10 giờ sáng mai chúng tôi sẽ _____ .   明天早上 10 點我會退房。

❺ Khách sạn có cung cấp _____ không?   飯店有附早餐嗎？

2. 請聽 MP3，依下列中文用越南語作回答練習。

❶ 我剛回到家了。

❷ Wifi 密碼是 888000。

❸ 我大概下午一點會到登記入住。

❹ 有，我們有免費洗衣服務。

❺ 不用，謝謝。

3. 請將下列的句子重組。

❶ anh / khách sạn / đã /, / chúng tôi / hết / mong / phòng trống / thông cảm /.
（我們飯店已經沒有空房了，請您見諒。）

➡ _____

❷ nhanh / con mèo / được / chạy / rất /, / đó / bắt / rất khó / nó /.
（那隻貓跑得很快，很難抓。）

➡ _____

❸ anh / đã / cùng bàn / yêu / rồi / ngồi / cô gái / đó /.
（我已經愛上同桌的那個女孩了。）

➡ _____

① **khách sạn một sao** 一星級飯店
② **khách sạn hai sao** 二星級飯店
③ **khách sạn ba sao** 三星級飯店
④ **khách sạn bốn sao** 四星級飯店
⑤ **khách sạn năm sao** 五星級飯店
⑥ **nhà nghỉ** 賓館

① **sảnh khách sạn** 飯店大廳

② **phòng để hành lý** 行李間
③ **quầy lễ tân khách sạn** 飯店櫃檯
④ **xe đẩy hành lý** 行李推車
⑤ **nhân viên hành lý** 行李員
⑥ **nhân viên gác cửa** 門僮

⑦ **phòng khách** 客房

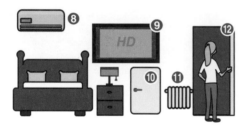

→**phòng đơn** 單人房
→**phòng đôi (một giường to)** 雙人房（一大床）
→**phòng hai giường đơn** 雙床房
→**phòng gia đình** 家庭房
→**phòng studio** 套房
⑧ 北 **điều hòa /** 南 **máy lạnh** 空調
⑨ **ti vi** 電視
⑩ **tủ lạnh mini** 小冰箱
⑪ **lò sưởi** 暖氣
⑫ **khách thuê nhà** 房客

⑬ 北 **bể bơi trong nhà /** 南 **hồ bơi trong nhà** 室內游泳池
⑭ **trung tâm thể hình** 健身中心
⑮ **nhà ăn** 餐廳
⑯ 北 **dịch vụ giặt là /** 南 **dịch vụ giặt ủi** 洗衣服務

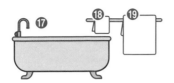

⑰ **bồn tắm** 　浴缸
⑱ **khăn mặt** 　毛巾
⑲ **khăn tắm** 　浴巾

⑳ **số phòng** 　房間號碼
㉑ **thẻ phòng** 　房卡

㉒ **dịch vụ báo thức**
起床服務

㉓ **dịch vụ vệ sinh phòng**
客房清潔服務

❶ **dịch vụ phòng** 客房服務
❷ **dịch vụ ăn uống** 餐飲服務
❸ **dịch vụ cung cấp internet** 網路提供服務
❹ **dịch vụ gửi hành lý tại khách sạn**
飯店寄放行李服務
❺ **dịch vụ giặt ủi quần áo** 洗衣服務
❻ **dịch vụ văn phòng** 辦公室服務
❼ **dịch vụ xe đưa đón sân bay**
機場接送服務
❽ **dịch vụ spa** Spa 服務
❾ **phòng tập thể dục / phòng gym** 健身房
❿ **dịch vụ hội họp** 會議服務
⓫ 北 **bể bơi /** 南 **hồ bơi** 游泳池
⓬ **dịch vụ karaoke** KTV 服務
⓭ **dịch vụ đặt vé máy bay, xe, tàu thuyền** 訂購飛機、車、船票服務

① 北 khách sạn co bể bơi /
南 khách sạn co hồ bơi 飯店有提供游泳池

② giúp tôi đặt mua vé máy bay đi Hồng Kông 幫我訂購到香港的機票

③ có thể sử dụng dịch vụ hát karaoke 可以使用 KTV 服務

④ giúp tôi dọn dẹp phòng 請幫我整理房間

⑤ phòng tập thể dục ở tầng 8 健身房在 8 樓

★ 文化專欄——越南的飯店文化

在越南，一些比較大的觀光區，都會有很多不同的 khách sạn（飯店），可以滿足外國旅客不論是為了觀光、商務、探親等各種理由來到越南時的過夜問題。而越南的飯店，會跟台灣人想像中的有一些些不太一樣。接下來會介紹越南的飯店，特別是對越南來說初來乍到的台灣人，可得好好細讀這一篇了。

首先，以 quy mô（規模）而論，除了超豪華的五星級飯店之外，其實在各大 trang web đặt phòng

▲ 越南的飯店

（訂房網）看得到價格較為中上的飯店，與台灣的飯店相比，大體上可能都有介於「賓館以上，飯店未滿」的中間感受。許多飯店是由舊式建築物改建的，實際上可能看起來比較老舊，但是一般在乾淨及舒適度的層面來說都能有一定的水準。

就經營面來說，飯店對 lễ tân（櫃檯人員）的管理也呈現許多不同的樣貌。有些飯店的櫃檯人員會穿著 đồng phục（制服）；有一些飯店則是單純穿著整齊一般而已，沒有一定的制服。後者有時候可能是家族式經營，若訂到這種飯店有時候反而飯店人員會比要求穿著制服的飯店來得自然、親切，可以輕鬆地用越南語跟他們聊一下，說不定他們還會熱情主動地告知你許多飯店週遭吃喝玩樂的重要資訊。

辦理住房時，一些飯店會理所當然地在辦好後直接收走住客的護照，這個舉動在當地是為了配合警察局隨時查驗的政策，但是可能會嚇到一些初訪越南的外籍旅客。所以當旅客感到不安心時，可以跟對方要求取回護照。表明之後，櫃檯人員便會以拍照或影印方式留住住客的護照資料，然後將護照歸還給旅客。

還有要特別注意一點的是，許多飯店過了凌晨可是「會熄燈的」。北部河內、南方西貢的夜晚都格外美麗，甚至於到了凌晨觀光區還是相當地歡樂。不少人在外頭到了深夜還是流連忘返，但是一回到飯店後可能因為「飯店已經 đóng cửa（關門）上鎖了」而大吃一驚。越南的一些飯店過了凌晨之後（有些是在晚上 10 點或 11 點之後，依飯店而異），通常會請一名值大夜班的男性櫃檯人員關起大門並上鎖，據說是為了防止閒人趁夜擅闖生事的情事發生才有此作法。但也不用太擔心，住客只要敲敲門，表明住客身分，櫃檯人員便會開門讓住客回房休息。

在早期越南的城市建設風格下，許多的飯店便座落於狹窄的弄巷之中。以結構面來說，由於越南的建築物本身亦偏屬狹長型，因此不少飯店的電梯有限，等候處也相對狹窄，更有部分飯店是局部樓層沒有附 thang máy（電梯），或是根本整間飯店都沒有附電梯的。各飯店的 thẻ phòng（房間門卡）也是新舊不一，有些看起來很新穎的飯店還在使用舊式的 chìa khóa（鑰匙），但也有看起來很舊的飯店，卻可以在陳舊的建築物裡看見最新穎的高科技感應式電子鎖。

▲ 越南的飯店常隱身於狹小的弄巷之中

進了房間後，房間也有一些有趣的機關。如果當沒有熱水可用時，先看看房間裡在門或是浴室的附近有沒有某個除了電燈開關之外，還有沒有某個用途不明的扳動式開關，如果有找到，就扳動一下再試試看，通常就會有熱水了。因為越南部分的飯店，房間的熱水供應是由另一個開關在控制的，有時候上一個房客離開時習慣隨手關上，就可能造成下一個不知情的房客沒熱水可用的窘況。

此外，並不是每間飯店的房間裡都有 két sắt（保險箱），所以貴重物品除了自己隨身保管好之外，如果有不方便外出攜帶的隨身物品，建議也是要放在行李箱內，然後每次外出前先把行李箱鎖好再出發。在越南的房間裡也沒有 tiền tip（小費）文化，所以不必天天給清潔房間的人員小費，但是如果覺得服務得很好，自發性地給予也是可以的。房間裡的 đồ ăn（食物）跟 đồ uống（飲料）也可以先問看看櫃檯，因為有一部分有可能是免費提供。

▲ 浴室前牆上的其中一個開關，便是調節熱水時使用的扳動式開關

一般越南的飯店通常跟台灣的不一樣，客房沒有提供計小時的休息服務。所以在這時候，當地就有一種叫「nhà nghỉ」的地方，便取代了飯店造福有這方面的需求的使用者。它就相似於台灣的賓館，比較小一點，地方看起來也比較隨便。但是，有一些 nhà nghỉ 也是會弄得乾乾淨淨的。

在越南，不管住到的飯店給了自己什麼驚奇的感受。既來之，則安之。保持好心情，好好的渡過在飯店的每一天，才是最重要的。

Bài 23

在旅遊景點 Ở điểm du lịch

Nhã Đình:

Chào bạn. Xin lỗi, bạn có thể giúp chúng tôi chụp một kiểu ảnh không?

Khách du lịch:

Tất nhiên là được rồi. Dùng máy ảnh này chụp phải không?

Nhã Đình:

Đúng. Bạn biết cách sử dụng máy này không?

Khách du lịch:

Nhấn vào nút này phải không?

Nhã Đình:

Đúng rồi, chính là nút đó.

Khách du lịch:

Cười lên nào. Một…hai…ba…Ok! Hai bạn có thể đổi kiểu khác.

Nhã Đình:

Ok.

Khách du lịch:

Hai bạn xem chụp như vậy được chưa? Mình thấy tấm cuối cùng không những đẹp mà còn rất đáng yêu (dễ thương).

Nhã Đình:

Bạn chụp rất đẹp. Cảm ơn bạn rất nhiều!

Khách du lịch:

Không có gì.

雅婷：
您好。不好意思，請問您能幫我們拍張照片嗎？

遊客：
當然可以了。要用這台相機拍嗎？

雅婷：
對，您知道這台相機怎麼用嗎？

遊客：
請問是按這個按鈕是嗎？

雅婷：
是的，就是按那個按鈕。

遊客：
來，笑一個！一…二…三…，Ok！兩位要不要換一個姿勢拍？

雅婷：
Ok。

遊客：
兩位看看這樣拍可以嗎？我覺得最後一張不但好看，而且很可愛。

雅婷：
你拍的很好看。非常感謝！

遊客：
不客氣。

★ 必學單字表現 B2-23-02 N2-23-02

chụp	拍
北 ảnh / 南 hình	照片
máy ảnh	相機
sử dụng	使用
nhấn	按
biết	知道
nút	按鈕
cười	笑
kiểu / tư thế	姿勢
cuối cùng	最後
không những... mà còn...	不但…而且…
北 đáng yêu / 南 dễ thương	可愛

★ 會話重點 B2-23-03 N2-23-03

重點 1 biết

「biết」相當於中文的「知道」、「認識」，表示「對於人、事、物有所了解、認識」。此外，「biết」還用來表示懂得如何去做或有能力做（通常是指需要經過學習的事情），即「會、能」。例：

Tôi biết chuyện Hưng bị đánh. 我知道阿興被打的事。

Em biết bạn trai của Linh là ai. 我知道小玲的男朋友是誰。

Ngọc chỉ biết chơi đàn tranh, không biết chơi đàn piano. 小玉只會彈古箏，不會彈鋼琴。

Tớ (Mình) đâu có biết đường đến rạp chiếu phim. 我哪知道到電影院的路怎麼走。

重點 2 chính là...

「chính là」的意思相當於「就是」、「正是」、「確實是」，表示肯定或同意他人意見時加重語氣的表現。例：

Em chính là người mà chúng tôi đang tìm kiếm. 妳就是我們正在尋找的人。

Đúng, đó chính là nhà của anh Tuấn. 對，那裡就是俊哥的家。

Không sai, người tôi nghi ngờ chính là ông ấy. 沒錯，我懷疑的人就是他。

Anh chính là người đã giúp đỡ tôi trên máy bay phải không? 你就是在飛機上幫助我的人，是嗎？

★ 與喜、悲相關的表現及慣用語 B2-23-04 N2-23-04

vui 開心 / **vui vẻ** 開心 ← → **bình thường** 普通　**buồn** 難過 / **buồn bã** 難過

★ vui mừng hớn hở：充滿歡喜及快樂。即「歡天喜地」。

★ mặt mày rạng rỡ：面容散發出光輝。即「眉開眼笑」。

★ vui mừng phấn khởi：歡欣地奮起。即「歡欣鼓舞」。

★ vui buồn thất thường：歡悲（容易）失常。即「陰晴不定」。

★ buồn vui li hợp：悲歡離合。即「悲歡離合」。

không những + 動詞／形容詞 + mà còn + 動詞／形容詞的用法

> ＊「không những + 動詞／形容詞 + mà còn + 動詞／形容詞」結構相當於中文的「不但…而且…」，表示遞進關係。此外，也可以換成意思相同的另一個結構：
> 「chẳng những + 動詞／形容詞 + mà còn + 動詞／形容詞 +（nữa）」。

例 **Món ăn Việt Nam không những ngon mà còn thanh đạm.**

越南美食不但好吃而且清淡。

Giai Ngọc không những học tiếng Việt mà còn học cả tiếng Hàn nữa.

佳玉不但學越南語而且還學韓語呢！

Đồ ăn của nhà hàng này không những ngon mà còn rất rẻ.

那家餐廳的食物不但好吃而且還很便宜。

Bình thường, chú Hải chẳng những uống nhiều rượu mà còn hút thuốc nữa.

平時，海叔不但喝很多酒而且還抽菸。

Anh hàng xóm nhà tôi chẳng những tốt bụng mà còn rất hài hước.

我家旁邊的鄰居大哥不但和善而且還很幽默。

★ 短會話練習 A

B2-23-06
N2-23-06

門票價格

Xin hỏi, vé vào cửa tham quan là bao nhiêu?
請問參觀的門票是多少？

50 nghìn (ngàn) đồng một vé. 5 萬越盾一張。

60 nghìn (ngàn) đồng. Nếu là học sinh thì chỉ 30 nghìn đồng.
一張是 6 萬越盾，但如果是學生的話就只要 3 萬越盾。

詢問地圖

Xin hỏi ở đây có bản đồ du lịch không?
請問這裡有旅遊地圖嗎？

Có, mời qua bên này.
有的，這邊請。

Chị có thể tham khảo bản đồ này.
您可以參考這張地圖。

閉館時間

Xin hỏi bảo tàng mấy giờ đóng cửa?
請問博物館幾點關門？

Năm giờ chiều đóng cửa.
下午 5 點關門。

Chỉ còn một tiếng nữa đóng cửa.
只剩下一個小時就關門了。

旅遊經驗

Đây là lần đầu anh đến Hạ Long à?
請問您這是第一次到下龍灣來嗎？

Đúng, đây là lần đầu tiên.
對，我是第一次來。

Không. Tôi đã đến một lần cách đây ba năm.
不是，三年前我就已經來過一次了。

單字

tham quan 參觀	**vé vào cửa** 門票	**học sinh** 學生
bản đồ 地圖	**du lịch** 旅行	**tham khảo** 參考
bảo tàng 博物館	**đóng cửa** 關門	**lần đầu tiên** 第一次

B2-23-07
N2-23-07

關於美景

Phong cảnh ở đây thật đẹp.
這裡風景好美。

Giúp tôi chụp một tấm ảnh.
幫我拍一張照。

Đúng vậy, cảm giác thật dễ chịu.
是啊，感覺很舒服。

拍照確認

Như vậy được chưa?
這樣拍可以嗎？

Được rồi. Cảm ơn.
可以了。謝謝。

Có thể giúp tôi chụp lại được không?
可以幫我重拍嗎？

尋找導遊

Hướng dẫn viên du lịch đâu rồi?
導遊在哪裡呀？

Hướng dẫn viên đang mua vé.
導遊在買票。

Hướng dẫn viên ở bên kia.
導遊在那邊。

旅遊模式

Bạn đi du lịch theo đoàn hay tự túc?
你是跟團還是自由行？

Tôi đi du lịch tự túc.
我是自由行。

Tôi đi du lịch theo đoàn.
我是跟團的。

單字

phong cảnh 風景	**cảm giác** 感覺	**dễ chịu** 舒服
hướng dẫn viên du lịch 導遊	**du lịch theo đoàn** 團體旅行	**du lịch tự túc** 自由行

★ **會話練習**

1. 請聽 MP3，並依下列單字完成所有的句子。

| lạnh | mang | chính là | biết |

không những ... mà còn

❶ Tôi không _____ cô ấy là giáo viên.

我不知道她是教師。

❷ Mùa đông ở Bắc Kinh không những _____ mà còn có tuyết rơi.

冬季時在北京，不但冷而且還會降雪。

❸ Ông Vương _____ giám đốc công ty Thành Vinh.

王先生是誠榮公司的經理。

❹ Xin lỗi, tôi không biết ở đây không được _____ đồ ăn bên ngoài vào.

對不起，我不知道這裡不能攜帶外食。

❺ Tôi _____ quen _____ rất thân với cô ấy.

我不但認識她，而且很熟（親密）。

2. 請聽 MP3，依下列中文用越南語作發問練習。

❶ 你就是越南導遊嗎？

❷ 你會打籃球嗎？

❸ 請問這裡可以停車嗎？

❹ 你們買參觀門票了嗎？

❺ 我們會在這邊參觀多久？

3. 重組句子

❶ chị / giúp / có thể / kiểu ảnh / tôi / được / chụp / không / ?

妳可以幫我拍張照片嗎？

➜ _____

❷ điểm du lịch / Vịnh Hạ Long / của / là / Việt Nam / nổi tiếng / .

下龍灣是越南著名的旅遊景點。

➜ _____

★ 各種越南語的禁止標語

❶ **Cấm chụp ảnh** 禁止拍照

❷ **Cấm vứt rác bừa bãi** 禁止亂丟垃圾

❸ **Cấm đi vào lối này** 禁止進入

❹ **Cấm đỗ (đậu) xe** 禁止停車

❺ **Cấm đỗ (đậu) ô tô (xe hơi)**
　　禁止汽車停放

❻ **Cấm hút thuốc** 禁止吸菸

❼ **Không chạm vào hiện vật** 請勿觸摸

❽ **Cấm ăn uống** 禁止飲食

❾ **Cấm thú nuôi** 禁帶寵物

❿ **Cấm mang đồ ăn bên ngoài**
　　禁帶外食

⓫ **Cấm đi xe đạp** 禁止自行車進入

⓬ **Cấm lửa** 禁止煙火

⓭ **Cấm hái hoa** 禁止攀折花木

⓮ **Cấm bơi lội** 禁止游泳

⓯ **Cấm câu cá** 禁止釣魚

⓰ **Không gây ồn ào** 禁止喧嘩

⓱ **Cấm dẫm lên cỏ** 禁止踐踏草坪

⓲ **Cấm điện thoại** 禁用手機

⓳ **Cấm leo trèo** 禁止攀爬

⓴ **Cấm đến gần** 禁止靠近

★ 各種在越南觀光區常進行的觀光模式

❶ **hồ** 湖泊

❷ **đi dạo quanh hồ** 環湖散步

❹ **đi thuyền tham quan** 遊河
　　→ **áo phao** 救生衣

❺ **chèo thuyền nhỏ** 划小船

❻ **người chèo thuyền** 船夫

❼ **mái chèo** 船槳

❽ **chèo thuyền** 划船

❾ **chèo thuyền bằng chân** 用腳划船

❸ **ao / đầm** 池塘

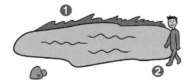

⓳ **hội chùa / hội làng** 廟會

⓴ **bái lạy** 拜拜

㉑ **cầu khẩn** 祈求
　　→ **linh nghiệm** 靈驗

⓭ **tượng thần** 神像

⓮ **tượng Phật** 佛像

⓯ **hoàng đế** 皇帝

⓰ **tướng quân** 將軍

⓱ **hòm công đức** 功德箱

⓲ **thành cổ** 古城

⑩ **chùa miếu** 寺廟
　→ **lư hương** 香爐
⑪ **cổng tam quan** 三觀門
⑫ **chùa kiến trúc Khmer**
　高棉式寺廟

⑫ **cầu công danh** 求功名
㉓ **cầu học hành** 求學業
㉔ **cầu tài lộc** 求財富
㉕ **cầu tình duyên** 求姻緣
㉖ **cầu con cái** 求生子

㉗ **bảo tàng** 博物館
㉘ **bảo tàng mỹ thuật** 美術博物館
㉙ **bảo tàng dân tộc** 民族博物館
㉚ **bảo tàng chiến tranh** 戰爭博物館
　→ **sản phẩm triển lãm** 展覽品
　→ **tham quan** 參觀
㉛ **biểu diễn văn hóa** 文化表演
㉜ **phố cổ** 老街
㉝ **sản phẩm / hàng hóa** 商品

㉞ **mua hàng** 購物
　→ 北 **mặc cả /**
　南 **trả giá** 殺價
㉟ **công viên** 公園
㊱ **chạy bộ** 慢跑
㊲ **tập thể dục** 做運動
㊳ **bờ biển** 海邊

㊴ **ngắm biển** 看海
㊵ **bơi** 游泳
㊶ **nghịch nước** 玩水
㊷ **ăn hải sản** 吃海鮮
㊸ **dãy núi** 山脈
　→ **phong cảnh kỳ vĩ** 奇景
㊹ **leo núi** 爬山

加強表現

❶ **phá hỏng di tích cổ** 破壞古蹟
❷ **phóng uế bừa bãi** 隨地大小便
❸ **vẽ bậy lên tường** 在牆壁上塗鴉（亂畫）
❹ **mặc quần áo hở hang vào đền chùa** 穿著暴露進入寺廟
❺ **mang giày dép vào đền chùa** 進入寺廟 內殿不脫鞋
❻ **gây rối việc bái tế** 妨礙祭祀
❼ **chạy nhảy và cười đùa** 跑跳及嬉鬧
❽ **leo trèo tuỳ tiện** 隨意攀爬
❾ **bật đèn flash khi chụp ảnh tác phẩm nghệ thuật** 拍攝藝術品使用閃光燈
❿ **không tuân thủ quy định** 不遵守當地規定
⓫ **săn bắt thú hoang dã bừa bãi** 胡亂抓 捕野生動物

▲ 冬季在 cầu Thê Húc（棲旭橋）
前穿著厚重大衣的人們

越南的地理、人文等條件極佳，為東南亞極為適合旅遊的國度之一。

由於發現台灣人對於越南總有一個「那是 quốc gia nhiệt đới（熱帶國家）」的先入為主的觀念，所以破題便明確的說明，越南狹長的國土上，北越是跟台灣一樣，有豐富的 bốn mùa（四季），甚至於在北部的高山省份，當達到一定冷度的時候，還會有下雪的可能性；中越以南開始為單一 khí hậu nóng nực（炎熱氣候），而南越更是四季如夏的熱帶地區。所以呢！請不要再有「越南就是熱帶國家」這麼根深蒂固的 lối suy nghĩ rập khuôn（刻板印象）囉！依月份不同，到北越旅行有時候是需要帶大衣的；南方則是帶短袖衣物就行了。到越南來，北越大概的 mùa mưa（雨季）時間是 2~3 月及 7~9 月、南方大約是 5~10 月，這段時間是比較常下雨的季節，若不想跟雨神朝夕相處的話，可以考慮自己訪越的時間。

越南極為合適旅遊的地點大致上有北、中、南三處，因其歷史、地理背景之故，旅遊的性質大體上也有所不同。北方從以前就曾經是漢朝所轄管的領土，故之後越南前身的各個王朝也多有受漢化影響，因此在這裡的地理上就可見許多具漢化感的王城、古廟及遺跡。例如：nhà Đinh（丁朝）便定都在 Hoa Lư（華閭。現今的寧平省）、nhà Trần（陳朝）則定都在 Thăng Long（昇龍。現今的河內市）等等。在太平時期，這些皇帝也修築許多跟漢人相關的寺廟，甚至於也

▲ 位於越南的高棉式寺廟

有祭孔的習慣。而到了中南方，高棉化的建築則與這些漢化的建築分庭抗禮。由於在古時，中部偏南是屬於一個名為 Chăm Pa（占婆國）的國家領地，所以現在還有一些占婆國的遺址存在；而南方偏西南的地方為高棉人（柬埔寨人）所有，所以在現今 Trà Vinh（茶榮）省、Bạc Liêu（薄遼）省、Sóc Trăng（朔莊）省等地，都還有不少高棉式寺廟的存在。

▲ 西湖的湖畔步道

到越南來，可以依自己的喜好選擇目的地。如果你喜歡是造物主鬼斧神工的天險景色及參訪歷史古蹟，那到北越、中越（特色後述）都還不錯。為什麼呢？在北方，前述的歷史、戰爭遺跡很多，光是河內四處便有著許多的悠久的歷史故事，等候觀光客的探訪。

在地理面，在北方能有走不完的環湖之旅，由於越南的河內地區屬於天然的多湖地帶，在河內有許多大大小小的公園裡，幾乎都配有一座大可稱「湖」、

小則稱「cái ao（池）」的聚水之處，甚至於像知名的 hồ Tây（西湖），千萬不要輕易地想在這裡挑戰步行環湖，因為它的湖畔大到不見得是一天能夠散步得完的，其他如 công viên Thống Nhất（統一公園）、công viên Thủ Lệ（首麗公園）等也都是環湖的好地方。往河內的近郊移動，不論是 vịnh Hạ Long（下龍灣），或是寧平的 Tam Cốc（三谷）、chùa Bái Đính（拜頂寺）附近充滿 núi non（奇岩、矮山）等，都能令人大為驚嘆。此外，下龍灣等多處豐富的 động đá vôi（鐘乳洞地形），也是絕佳的觀光之地。北方亦能享受到田園生活的旅遊，到了老街省知名的 Sapa（沙灞）後，可以在這裡欣賞這裡遼闊的連綿山景並走入體驗原住民的生活。

▲ 白藤江歷史遺跡園區裡的戰爭紀念雕像

南、北都有戰爭遺址，但是性質不太一樣，北方通常是幾百年前古王朝與鄰近諸國的戰爭遺跡或紀念雕像。例如：sông Bạch Đằng（白藤江）邊就有一些當初陳朝軍隊擊敗蒙古軍隊的雕像。而因為越南戰爭的關係，像 địa đạo củ chi（糾芝地道。普遍已譯為「古芝地道」）那樣近幾十年的戰地，至今也成了重要的觀光資源之一。

越南曾受法國 thực dân（殖民），而南方受法國殖民的時間更久，又受到美國的影響，歷史背景的不同，造就人們不同的信仰習慣。在北方除了 Nhà thờ Lớn Hà Nội（河內聖若瑟大教堂）較為明顯之外，較少看到教堂的存在。但從胡志明市一直往 Đồng Nai（同奈）省移動的路上，可以看到不少華美的教堂，甚至有許多新的教堂仍在興建，代表這裡信仰的西方宗教的人不在少數。此外，人們的性情也因此更加地熱情、奔放。

說到胡志明市（西貢），雖然沒有北方那麼優沃的地理條件，但如果喜歡人工打造出來的美麗，那麼請勿必到南越走一趟，來點不一樣的感受。到了南方，雖然所有的公園多半就是單純的平地公園，頂多有中、小型的人工 đài phun nước（噴水池）而已。但是法國人留給西貢的遺產不容小覷，之前【郵局篇】提到過的 Bưu điện Trung tâm Sài Gòn（中央郵局）、

▲ 新定教堂（粉紅教堂）

Nhà thờ Đức Bà（西貢紅教堂）、Nhà thờ Tân Định（新定教堂、粉紅教堂），甚至於 Ủy ban nhân dân thành phố Hồ Chí Minh（胡志明市人民委員）會大樓，都是上百年的法式建築，無不雕樑畫棟，廣為吸睛。

南方的海岸、河川也是很豐富的觀光資源。Bà Rịa - Vũng Tàu（巴地頭頓）就像越南的墾丁一樣，在全年炎炎夏日之下，泳客絡繹不絕。河川也是南方人的重要觀光資產，在河川兩岸的建設觀光景點，並在河上進行交易的水上市場，也都吸引著觀光客接踵前來。

談談中部，此處景色優美，也不讓北、南專美於前。此外，在越南的也是有沙漠的，如果你喜歡海灘、沙漠，中部則是最佳的選擇。越南中部擁有許多世界上佳評如潮的海灘如 Phan

Thiết（潘切）、Nha Trang（芽莊）、Đà Nẵng（峴港）等。其中潘切擁有越南唯一的沙漠地形，可以從事許多沙上遊樂，非常有趣。

中部除了曾是占婆國的領土之外，後來順化省也擔當了越南的京都，渡過一段漫長的時期，kinh thành Huế（順化京城）便是越南最後一個皇朝－nhà Nguyên（阮朝）的皇都。所以若想多了解越南古代歷史可以到順化參觀，順便拜訪參觀阮朝皇帝

▲ Phan Thiết（潘切）的沙漠

雄偉的各大 lăng tẩm（陵寢），如 lăng Khải Định（啟定陵）、lăng Gia Long（嘉隆陵）、lăng Tự Đức（嗣德陵）等。

▲ 會安的燈籠街景

而順化往南就是美麗的峴港市。在峴港除了大海的恩惠之外，還可以搭 cáp treo（纜車）前往 Bà Nà Hills（巴拿山），在那裡感受一個氣候宜人的歐洲式神話世界。除了欣賞風景，享受舒適的天候之外，也可以進行看 5D 電影、攀岩、遊鬼屋各種室內娛樂，超級刺激。離峴港不遠就是世界知名的 phố cổ Hội An（會安老街）。會安現仍留存古色古香的街景，走進會安，就好像是穿越了時空，回到古意悠悠的舊時代。而會安的建築物是融合華人、越南、日本的古代風格。這邊的特點是掛著很多

燈籠，晚上燈亮時就可以感到又漂亮又平靜的光景。可以試試坐船在會安老街旁邊的小溪上觀賞兩岸的燈光，邊放水燈許願，來過一次後，一定又想再回來。中部還有很多美景難以一語道盡，值得慢慢探索、細細品味。

不管在哪邊的景點，景點中的許多的洗手間多半要錢的喔！一般是 1.000 到 2.000 盾左右，在越南要多準備小面額的鈔票留在身上備用。

到了越南還是別忘了欣賞及體會越南一項很重要的觀光風景，就是「人」。其實越南人雖然偶有態度明顯排斥外國人的人存在，但大多數的越南人本身是很友善、好客的。這份熱情有時候之所以很難被外國人感受到，原因多礙於語言不通的隔閡所致。如果你有機會走入越南人的家中，甚至於是農村作客，也請務必體驗他們的熱情招待，品嘗不同的一餐及生活模式，何嘗不是一種有趣的旅行體驗。隨著越南教育的普及與發展，人的素質愈來愈高。在南、北各個人潮匯集

▲ 在 36 老街的越南傳統音樂表演

的地區，也愈來愈多人們將所學如：小提琴、樂團、舞蹈、越南傳統歌謠等藝術、文化才藝在路邊公開展演。

如果你是下半年到越南來，那麼在很多歷史遺跡或是景色優美之處，可以看到很多越南大學生在拍畢業照。越南的學生拍畢業照時的花樣很多，僅是在一旁觀看也相當有趣，再加上女

學生穿著 áo dài（奧黛）的加持，碩大更是美，那成群婆娑曼妙的身影本身便形成了另一種的獨特景觀。而且，如果觀光客想要跟學生們拍張照片作紀念，可以大方的開口請求，一般基於對外國遊客的友善，學生們多半不會拒絕。不過，雖然越南人普遍是友善的，但相信也跟世界各地一樣，任何地方都還是有害群之馬，當訪越時有不明意圖的越南人主動接近時，還請再三謹慎。希望不要讓幾個惡意的不肖份子，傷害了你心中對越南的喜愛。

▲ 越南大學生拍攝畢業照

　　現在的越南，物價還很便宜，但以後會愈漲愈高。想要享受經濟實惠的旅遊品質，千萬要趁早！

★ 文化專欄——寧平拜頂寺的介紹

　　Chùa Bái Đính（拜頂寺）距離 thành phố Ninh Bình（寧平市）15 公里，離河內首都 95 公里。拜頂寺是越南最古老的寺廟之一，每年歡迎成千上萬 Phật tử（修道者）前來 hành hương（朝聖）。拜頂寺的整片區域總面積為 539 公頃，其中又包括拜頂古寺 27 公頃及拜頂新寺 80 公頃的土地。

　　拜頂寺由 triều Lý（李朝）的國師 Đức Thánh Nguyễn Minh Không（德堅阮明空）到此地尋找給皇帝治病的珍貴藥草的時候建立的。此寺座落於森林密佈的靜謐山嶺之上，根據越南的傳統觀念，此處地靈人傑，為人材倍出之地。1997 年時，拜頂寺被公認為 di tích lịch sử văn hóa cách mạng cấp quốc gia（國家革命文化歷史遺跡）。

　　新寺的建築區雖然規模龐大，亦是充滿傳統特色，因此此地方早就成為有名的景點。新拜頂古寺也被傳播媒體稱為 quần thể chùa lớn nhất Đông Nam Á（東南亞最大的佛教寺廟區）。

　　來拜頂寺，遊客不可錯過的地方包括 Tam Quan Nội（三關內）、Tháp Chuông（鐘塔）、Điện Quan Âm（觀音殿）、Điện Tam Thế（三世殿）、chùa Tháp Chủ（塔主寺）、hành lang La Hán（羅漢走廊）、giếng Ngọc（玉井）等，這些寺廟建築都值得慢慢地仔細唸其歷史價值。

　　拜頂寺在亞洲地區因許多 kỷ lục（記錄）鼎鼎有名。其擁有亞洲最大的 tượng Phật bằng đồng dát vàng（鍍金銅佛像）、chuông đồng（銅鐘）及越南最大的 khu chùa（寺廟區）、亞洲最長的 hành lang La Hán（羅漢走廊）、越南最多的 tượng La Hán（羅漢像）的寺廟群、擁有最大玉井的越南寺廟區、擁有最多 cây bồ đề（菩提樹）的越南寺廟區、最大的 tượng Phật Di Lạc bằng đồng（彌勒銅像）。

▲ 拜頂寺

　　拜頂寺不但是修道人的修行之地，而且也是一個值得到訪的越南景點。

在百貨公司
Ở trung tâm bách hoá
(trung tâm mua sắm)

Nhân viên bán hàng:

Chào chị, mời chị vào xem, bên trong có rất nhiều loại giày đẹp.

Khánh Linh:

Ở đây có giày thể thao không?

Nhân viên bán hàng:

Có ạ, mời chị qua bên này.

Khánh Linh:

Xin hỏi, đôi giày này bao nhiêu tiền?

Nhân viên bán hàng:

Dạ, đôi này 280.000 đồng.

Khánh Linh:

Đôi này có cỡ lớn hơn không?

Nhân viên bán hàng:

Chị đi cỡ bao nhiêu ạ?

Khánh Linh:

Cỡ 39.

Nhân viên bán hàng:

Có ạ, chị vui lòng chờ một chút.

Khánh Linh:

Vâng (Dạ). Cảm ơn.

店員：
您好，請進來看看，裡面有很多好看的鞋喔。

慶玲：
這裡有賣運動鞋嗎？

店員：
有的，這邊請。

慶玲：
請問，這雙鞋多少錢？

店員：
這雙 280.000 越盾。

慶玲：
請問這雙還有更大尺寸的嗎？

店員：
您穿幾號呢？

慶玲：
39 號。

店員：
有啊，請稍等一下。

慶玲：
好的。謝謝。

★ 必學單字表現

xem	看
loại	種類
giày	鞋
đẹp	好看
giày thể thao	運動鞋
đôi	（量詞）雙
tiền	錢
lớn	大
chờ	等

★ 會話重點

重點1 bao nhiêu tiền?

當你想要詢問某樣物品的價錢時，可使用「某樣物品 + bao nhiêu tiền?」的句型。當然，「bao nhiêu tiền」不是一定要放在物品後面，而可以靈活地替換前後位置。例：

Chiếc váy này bao nhiêu tiền? 這件裙子多少錢？

**Bao nhiêu tiền một cân (ký) chôm chôm?
– 30 nghìn (ngàn) một cân (ký).**
紅毛丹一公斤多少錢？－ 一公斤 3 萬越盾。

Em biết quả sầu riêng này bao nhiêu tiền không? 妳知道這顆榴槤多少錢嗎？

重點2 cỡ

「cỡ」常用來指衣服、鞋類、帽子等的尺碼、尺寸和大小程度。例：

Giày em đi cỡ bao nhiêu? – Cỡ 38.
妳鞋子穿幾號？- 38 號。

Chị đổi cho em cỡ to hơn một số. 妳幫我換大一號的尺寸。

Bạn em cao 1 mét 6 thì nên mặc cỡ M. 妳朋友身高 160 公分的話應該穿 M 號。

★ 與貴、便宜相關的表現及慣用語

北 **đắt** / 南 **mắc** 貴　　　　**bình thường** 普通　　　　**rẻ** 便宜

★ **của rẻ là của ôi**：廉價品都是腐壞品。即「便宜沒好貨」。

★ **hàng đẹp giá rẻ**：商品質優，價格便宜。即「物美價廉」。

★ **đắt xắt ra miếng**：貴可有用。指物品雖然昂貴，但是相當實用，符合其對等價值。

★ **rẻ như cho**：便宜的像贈送的一樣。與「經濟實惠」類似。

形容詞 + **hơn** 的用法

> ＊「形容詞 + hơn」用於表示「比較」。hơn 的後面接的是「被比較的對象」。

例 **Anh Minh lớn hơn tôi hai tuổi.**

明哥比我大兩歲。

Hôm nay còn nóng hơn hôm qua.

今天比昨天還熱。

Mức lương của Kim Oanh thấp hơn tôi.

金鶯的薪水比我低。

Từ nhà tôi đến trường còn gần hơn từ nhà Mai đến trường.

從我家到學校比從阿梅家到學校還近。

Mỹ phẩm ở trung tâm thương mại <u>đắt (mắc)</u> hơn ở ngoài nhiều.

百貨公司的化妝品比外面貴很多。

Bộ phim này anh ấy diễn hay hơn bộ phim trước.

這部電影他演得比上一部更好看。

Lâu lắm không gặp, trông bạn xinh hơn ngày trước nhiều.

好久不見，妳看起來比以前好看多了。

> ＊「形容詞＋hơn (nữa)」的句型，亦有「更加地…」的意思。

Cô ấy có thể chạy nhanh hơn nữa.

她可以跑得更快。

結帳

> **Chị thanh toán bằng thẻ hay tiền mặt?**
> 您要刷卡還是付現？

> **Tôi thanh toán bằng tiền mặt.**
> 我要付現。

> **Tôi thanh toán bằng thẻ.**
> 我要刷卡。

折扣

> **Chiếc váy này có giảm giá không?**
> 這件裙子有打折嗎？

> **Dạ, chiếc này giảm 5%.**
> 有，這件打 95 折。

> **Dạ, chiếc này không có giảm giá.**
> 沒有，這件沒有打折。

賣場指引

> **Khu bán đồ gia dụng ở đâu?**
> 家具販賣區在哪裡？

> **Mời chị xuống tầng 2.**
> 請下 2 樓。

> **Ở tầng trên.**
> 在樓上。

會員卡

> **Xin hỏi, chị có thẻ hội viên không?**
> 請問您有會員卡嗎？

> **Có, thẻ hội viên của tôi đây.**
> 有，這是我的會員卡。

> **Tôi chưa có thẻ hội viên.**
> 我還沒有會員卡。

單字

thanh toán 結帳	**thẻ** 卡	**tiền mặt** 現金
váy 裙子	**giảm giá** 打折	**đồ gia dụng** 家具
thẻ hội viên 會員卡		

尋找樓層

Xin hỏi, mỹ phẩm ở tầng mấy?

請問，化妝品在幾樓？

Mời chị lên tầng 3.

請您上 3 樓。

Mỹ phẩm ở tầng 4.

化妝品在 4 樓。

換貨期限

Thời hạn có thể đổi hàng đến khi nào?

可以換貨的期限到什麼時候？

Chị có thể đổi hàng trong vòng một tuần.

妳可以在一個禮拜內換貨。

Có thể đổi hàng trong vòng năm ngày.

可以在 5 天內換貨。

地下停車場

Xin hỏi, chỗ gửi xe ở dưới tầng hầm, phải không?

請問一下，停車場在地下室是嗎？

Vâng (Dạ), mời chị đi theo hướng này.

是的，請您往這個方向走。

Vâng (Dạ), nhưng tầng hầm đã hết chỗ gửi rồi.

是的，但是地下室已經沒有空位了。

試用

Tôi có thể dùng thử sản phẩm này không?

請問我可以試用這項產品嗎？

Tất nhiên là được ạ.

當然可以。

Dạ, được. Mời chị dùng thử.

可以的，請。

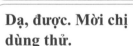

單字

mỹ phẩm 化妝品	**tầng** 樓	**đổi hàng** 換貨
chỗ gửi xe 停車場	**tầng hầm** 地下室	**sản phẩm** 產品

★ **會話練習**

1. 請聽 MP3，並依下列單字完成所有的句子。

cỡ　　　bao nhiêu tiền　　　bằng　　　giầy dép　　　ưa chuộng

❶ **Sản phẩm nào được mọi người _____ hơn?**
哪一項產品比較受到大眾的喜愛？

❷ **Cả bộ sản phẩm này _____ ?**
這整套產品要多少錢？

❸ **Chiếc váy này hơi rộng, tôi muốn đổi _____ nhỏ hơn.**
這件裙子太寬鬆了，我想要換尺寸較小的。

❹ **Tôi muốn thanh toán _____ thẻ.**
我想用刷卡的。

❺ **Xin hỏi, khu bán _____ ở tầng mấy?**
請問，鞋子專櫃在幾樓？

2. 請聽 MP3，依下列中文用越南語作回答練習。

❶ 爸爸和媽媽，我都愛。
❷ 這台洗衣機 1200 萬越盾。
❸ 不用了，謝謝！
❹ 有，經常。
❺ 這款只剩最後一件了。

3. 請將下列的句子重組。

❶ anh / chiếc / bán / của / bao nhiêu tiền / xe đạp / ?　　　你的腳踏車賣多少錢？

➡ _____

❷ mới / được / anh ý / mặc / thì / cỡ L / phải /.　　　他就要穿 L 號才行。

➡ _____

❸ chị / đổi hàng / chỉ / trong vòng / có thể / ba ngày /.　　　妳只能在三天內換貨。

➡ _____

❶ 北 hiệu sách / 南 nhà sách
書店

❷ 北 hiệu thuốc / 南 nhà thuốc
藥局

❸ cửa hàng quần áo 服裝店

❹ cửa hàng đồ chơi 玩具店

❺ cửa hàng bánh ngọt 蛋糕店

❻ 北 cửa hàng hoa quả /
南 cửa hàng trái cây 水果店

❼ cửa hàng tạp hóa 雜貨店

❽ cửa hàng hoa 花店

❾ hiệu kính mắt 眼鏡行

❿ cửa hàng văn phòng phẩm
文具用品店

⓫ cửa hàng thực phẩm tươi
sống 生鮮蔬果店

⓬ cửa hàng mỹ phẩm 化妝用品店

⓭ cửa hàng điện máy
3C 商品專賣店

⓮ cửa hàng nội thất 家具行

⓯ tiệm trà sữa 奶茶店

⓰ cửa hàng giày dép 鞋子專賣店

⓱ 北 trung tâm bách hóa /
南 trung tâm mua sắm 百貨公司

⓲ cửa hàng kem 冰淇淋店

⓳ cửa hàng tiện lợi 便利商店

⓴ siêu thị 超市

加強表現

❶ 北 đến cửa hàng hoa quả mua hoa quả tươi / 南 đến cửa hàng trái cây mua trái cây tươi 到水果店買新鮮水果

❷ đến cửa hàng hoa mua hoa tặng bạn gái 到花店買花送給女朋友

❸ uống trà sữa ở tiệm trà sữa Đài Loan 在台灣的奶茶店喝奶茶

❹ mua tủ lạnh ở cửa hàng điện máy 在 3C 商品專賣店買冰箱

❺ 北 mua bút ở cửa hàng văn phòng phẩm / 南 mua viết ở cửa hàng văn phòng phẩm 在文具用品店買筆

★　文化專欄──在越南的機場辦理退稅的過程

在越南也是可以 hoàn thuế（退稅）的喔！只是要辦理時，下列的物件缺一不可：

1. Hộ chiếu（護照）

2. Sản phẩm đã mua（購買的商品）

3. 購買的 biên lai（收據）或 hóa đơn（發票）／購買明細

4. Tờ khai xin hoàn thuế（海關退稅申報單）

購物時，nhân viên cửa hàng（店員）會開給你收據、發票以及海關退稅申報單，你只要將個人資料填上即可。

抵達機場後，先 check in 換領登記證，然後直接過安檢，接下來帶著上述的東西交給增值稅退稅櫃檯人員，等他查核後會在現場支付現金給您（約產品的 8.5%）。

注意事項

1. 有時候服務櫃檯人員不會查核你的產品，但這不代表完全不會查核，所以建議您不要托運已購買的產品。

2. 因為相關政策常常會朝令夕改，所以抵達機場時先去找海關的服務台問清楚，確定沒有問題的話就可以依照上述的方式辦理退稅手續。

Bài 25

在學校（語言中心）
Ở trường học (trung tâm ngoại ngữ)

Khánh Linh:

Chào bạn, mình là Khánh Linh. Rất vui được biết bạn.

Chí Vĩ:

Chào bạn. Tên tôi là Lâm Chí Vĩ.

Khánh Linh:

Xin hỏi bạn là người nước nào?

Chí Vĩ:

Tôi là người Đài Loan.

Khánh Linh:

Bạn đến Việt Nam bao lâu rồi?

Chí Vĩ:

Tôi đến Việt Nam sắp được năm tháng rồi.

Khánh Linh:

Bạn nói tiếng Việt rất tốt. Bạn đã quen với cuộc sống ở Việt Nam chưa?

Chí Vĩ:

Cảm ơn bạn. Tôi cũng quen dần rồi. Cuộc sống ở đây cũng khá giống với Đài Loan.

Khánh Linh:

Vậy thì tốt. Nếu cần giúp gì thì liên hệ với mình nhé.

Chí Vĩ:

OK. Cảm ơn bạn rất nhiều.

慶玲：
你好，我叫慶玲。很高興認識你。

志偉：
妳好。我的名字叫林志偉。

慶玲：
請問你是哪國人？

志偉：
我是台灣人。

慶玲：
你來越南多久了？

志偉：
我來越南快 5 個月了。

慶玲：
你的越文說得很好。你已經習慣越南的生活了嗎？

志偉：
謝謝妳。我也漸漸習慣了。這裡的生活也比較像台灣的。

慶玲：
那就好。如果需要什麼幫助就跟我聯繫哦。

志偉：
OK。非常感謝妳。

★ 必學單字表現

vui	開心
biết / quen	認識
nước	國（家）
đến	來
sắp	快要、將要
nói	說
quen	習慣
cuộc sống	生活
dần	漸漸
giống	像（是）
liên hệ	聯繫
giúp	幫忙

★ 會話重點

重點 1　bao lâu

「bao lâu」用於「詢問時間的長短」。例：

Anh sẽ ở đây bao lâu? 你會在這裡住多久？
Chị ở Việt Nam bao lâu rồi? 妳在越南多久了？
Chúng tôi phải đợi bao lâu? 我們要等多久？
Hai người yêu nhau bao lâu rồi? 你們倆談了多久的戀愛？

重點 2　khá＋形容詞

「khá」是副詞，用於表示「具有一定的程度」或「程度很高」的意思，相當於「比較」、「相當」的意思。例：

Mấy ngày nay thời tiết khá nóng. 這幾天天氣比較熱。
Bộ phim này cô ấy diễn khá tốt. 在這部電影她演得比較好。
Hôm nay chị nấu món này khá ngon. 今天妳煮的這道菜比較好吃。
Nhiệm vụ lần này khá nguy hiểm, anh phải hết sức cẩn thận. 這次的任務比較危險，你要特別小心。

★ 一定要會的接受表現

đồng ý 同意	**chấp nhận** 接受	**được** 行
có thể 可以	**chắc chắn rồi** 一定的	**ok** ok
bằng lòng 願意	**đương nhiên là được** 當然可以	**tốt** 好
không phản đối 不反對	**tiếp thu / tiếp nhận** 採納	**nhận** 收

sắp +動詞的用法

＊「sắp」放在動詞前面，用以表示在短時間內將會出現某種情況或將進行後述動作，相當於中文的「快」、「快要」的意思。

例 **Chờ một chút, tôi sắp về đến nhà rồi.**

等一下，我快回到家了。

Bác sĩ, vợ tôi sắp sinh rồi.

醫生，我老婆快要生了。

Anh ấy và Mai Hương sắp tổ chức đám cưới ở Hà Nội.

他和梅香快要在河內舉辦婚禮了。

Trời sắp mưa rồi, mau cất quần áo vào đi con.

孩子，快要下雨了，趕快把衣服收起來吧。

Em sắp khỏi bệnh rồi, mọi người đừng lo lắng quá.

我快要痊癒了，請大家不用擔心。

Sắp thi cuối kì rồi, lo quá đi.

快要期末考了，好緊張。

Thời gian trôi nhanh quá, tôi sắp tốt nghiệp rồi.

時間過得真快，我快要畢業了。

Trời sắp sáng rồi, mau dậy thôi!

天快亮了，快起來啦！

▶ Thời gian trôi nhanh quá, tôi sắp tốt nghiệp rồi.
時間過得真快，我快要畢業了。

★　**短會話練習 A**

關於母校

Bạn học trường đại học nào?
妳讀哪個大學？

Tôi học trường đại học Phương Đông.
我讀東方大學。

Tôi học trường đại học Hà Nội.
我讀河內大學。

年級

Bạn đang học năm thứ mấy?
你在讀幾年級？

Tôi đang học năm hai.
我在讀二年級。

Tôi là sinh viên đại học năm nhất.
我是大學一年級的學生。

就讀科系

Em học chuyên ngành gì?
妳讀什麼專業？

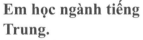

Em học ngành kế toán.
我讀會計系。

Em học ngành tiếng Trung.
我讀中文系。

關於宿舍

Xin hỏi trong trường có ký túc xá không?
請問學校裡面有宿舍嗎？

Có, trường có cung cấp ký túc xá.
有，學校有提供宿舍。

Không, trường không có ký túc xá.
沒有，學校沒有宿舍。

單字

học 學	**trường** 學校	**đại học** 大學	**năm hai** 二年級
sinh viên 大學生	**năm nhất** 一年級	**chuyên ngành** 專業	**kế toán** 會計
tiếng Trung 中文	**ký túc xá** 宿舍	**cung cấp** 提供	

餐廳位置

Xin hỏi nhà ăn của trường ở đâu?
請問學校的（學生）餐廳在哪裡？

Nhà ăn ở tầng 1.
（學生）餐廳在一樓。

Nhà ăn ở đối diện.
（學生）餐廳在對面。

上課時間

Mỗi tiết học khoảng bao lâu?
每堂課大約是多久？

Mỗi tiết khoảng bốn mươi năm phút.
每堂課大約 45 分鐘。

Mỗi tiết năm mươi phút.
每堂課 50 分鐘。

所屬班級

Bạn là học sinh lớp nào?
妳是哪一班的學生？

Tớ (Mình) học lớp tiếng Nhật 108C.
我是 108C 日文班的學生。

Tớ (Mình) học lớp tiếng Anh 106D.
我是 106D 英文班的學生。

所屬班級

Bạn có quen anh chị khóa trên không?
你有認識上一屆的學長姊嗎？

Có, Tớ (Mình) quen lớp trưởng khóa trên.
有，我有認識上一屆的班長。

Không, Tớ (Mình) không quen ai.
不，我都不認識。

單字

nhà ăn 餐廳	**tầng** 樓	**đối diện** 對面
tiết học 堂課、節課	**lớp** 班級	**tiếng Nhật** 日文
tiếng Anh 英文	**khóa trên** 上屆	**lớp trưởng** 班長

★ 會話練習

1. 請聽 MP3，並依下列單字完成所有的句子。

phải	khá	thường xuyên	bao lâu	sắp

❶ Cơm tối _____ nấu xong rồi, anh chờ chút nhé.

你再等一下吧！晚餐就快煮好了。

❷ Bạn có _____ chơi thể thao không?

你有常常去做運動嗎？

❸ Trường học cách đây _____ xa, không đi bộ được.

學校離這裡很遠，不能用走的。

❹ Chồng sẽ đi công tác _____ ?

老公要出差多久？

❺ Ba giờ chiều nay tôi _____ đi thi rồi.

這個下午三點我要去考試。

2. 請將下列的句子重組。

❶ thông minh / Ngọc / khá / là / người / một /.

小玉是一個比較聰明的人。

➡ _____

❷ thư viện / tôi / thường xuyên / đọc sách / vào /.

我經常去圖書館看書。

➡ _____

❸ không / trong / bể bơi / trường / có/ ?

學校裡有游泳池嗎？

➡ _____

❹ sinh viên / bạn gái / năm thứ ba / là / đại học / tôi /.

我的女朋友是大學三年級的學生。

➡ _____

❺ rồi / về nhà / bao lâu / em / không / với / ăn cơm / bố mẹ / ?

妳多久了沒有回家跟爸媽吃飯？

➡ _____

châu Á 亞洲

❶ Đài Loan 台灣
→ **tiếng Hoa** 華語
→ **tiếng Đài Loan** 台語
→ **tiếng Khách Gia** 客家語

❷ Trung Quốc 中國
→ **tiếng Hán / tiếng Trung** 中文

❸ Hồng Kông 香港
→ **tiếng Quảng Đông** 廣東話

❹ Hàn Quốc 韓國
→ **tiếng Hàn quốc** 韓語

❺ Nhật Bản 日本
→ **tiếng Nhật** 日語

❻ Nga 俄國
→ **tiếng Nga** 俄語

❼ Singapore 新加坡
→ **tiếng Anh** 英語 /
tiếng Hoa 華語

❽ Malaysia 馬來西亞
→ **tiếng Mã Lai** 馬來語

❾ Thái Lan 泰國
→ **tiếng Thái Lan** 泰語

❿ Indonesia 印尼
→ **tiếng Indonesia** 印尼語

⓫ Việt Nam 越南
→ **tiếng Việt** 越南語

⓬ Lào 寮國
→ **tiếng Lào** 寮國語

⑬ **Campuchia** 柬埔寨
→ **tiếng Khmer** 柬埔寨語

⑭ **Miến Điện / Myanmar** 緬甸
→ **tiếng Miến Điện** 緬甸語

⑮ **Philippines** 菲律賓
→ **tiếng Tagalog** 菲律賓語 /
　 tiếng Anh 英語

châu Đại Dương / châu Úc 大洋洲

⑯ **Ấn Độ** 印度
→ **tiếng Hindi** 印度語

⑰ **Ả Rập Xê Út** 沙烏地阿拉伯
→ **tiếng Ả Rập** 阿拉伯語

⑱ **Úc** 澳洲
→ **tiếng Anh** 英語

châu Âu 歐洲

⑲ **New Zealand** 紐西蘭
→ **tiếng Anh** 英語

⑳ **Pháp** 法國
→ **tiếng Pháp** 法語

㉑ **Nước Anh** 英國
→ **tiếng Anh** 英語

㉒ **Đức** 德國
→ **tiếng Đức** 德語

㉓ **Hy Lạp** 希臘
→ **tiếng Hy Lạp** 希臘語

㉔ **Ý** 義大利
→ **tiếng Ý** 義大利語

❷❺ **Tây Ban Nha** 西班牙
→ **tiếng Tây Ban Nha** 西班牙語

❷❻ **Bồ Đào Nha** 葡萄牙
→ **tiếng Bồ Đào Nha** 葡萄牙語

❷❼ **Mỹ** 美國
→ **tiếng Anh** 英語

❷❽ **Canada** 加拿大
→ **tiếng Anh** 英語

❷❾ **Braxin** 巴西
→ **tiếng Bồ Đào Nha** 葡萄牙語

❸❶ **Argentina** 阿根廷
→ **tiếng Tây Ban Nha** 西班牙語

❸⓪ **Mexico** 墨西哥
→ **tiếng Tây Ban Nha** 西班牙語

châu Phi 非洲

❸❷ **Maroc** 摩洛哥
→ **tiếng Ả Rập** 阿拉伯語

❸❸ **Bờ Biển Ngà** 象牙海岸
→ **tiếng Pháp** 法語

❸❹ **Jamaica** 牙買加
→ **tiếng Anh** 英語

❸❺ **Nam Phi** 南非
→ **tiếng Anh** 英語

加強表現

❶ **Tôi là người Thái Lan.** 我是泰國人

❷ **Anh ấy chỉ biết một chút tiếng Hàn quốc.** 他只會一點點韓語

❸ **Tôi không biết nói tiếng Đài Loan.** 我不會説台語

❹ **Cô ấy là người Nhật Bản, nói tiếng Anh rất giỏi.** 她是英語説得很好的日本人

❺ **Ca sĩ Đặng Tử Kỳ là người Hồng Kông, nói được tiếng Quảng Đông, tiếng Anh, tiếng phổ thông.** 鄧紫棋歌手是香港人，會説廣東話、英語、普通話

★ 文化專欄——越南的教育系統

　　越南的 hệ thống giáo dục（教育系統）包括 nhà trẻ（托兒所）（3 個月到 3 歲）、mẫu giáo（幼稚園）（3 歲到 6 歲）、tiểu học（小學）（讀 5 年）、trung học cơ sở（THCS，初中）（讀 4 年）、trung học phổ thông（THPT，高中）（讀 3 年）、trung cấp hoặc cao đẳng（中專或高專）（讀 1~3 年不等）、đại học（大學）（讀 4~6 年不等）、cao học（研究所），研究所之上的攻讀，其中又有 thạc sĩ（碩士）（讀 2 年）、tiến sĩ（博士）（讀 4 年）。

　　幼兒教育的對象是未滿 6 歲的 trẻ em（兒童）以下。 基礎教育共 12 年，分別為：小學、國中及高中，其中小學與國中屬於國民 giáo dục bắt buộc（義務教育）。

　　高中課程的對象為從 15 至 18 歲。學生需通過由越南 Bộ Giáo Dục（教育部）舉辦的 kỳ thi tốt nghiệp trung học phổ thông（高中畢業考試）才能畢業。高中階段的學生，高中生可以參加 tập quân sự（軍事培訓）、định hướng nghề nghiệp（職業指導）、đào tạo nghề（職業培訓）等活動。畢業之後，學生在接受大學測驗後，可以依得分狀況決定是進入大學就讀？還是中專、高專就讀？因為越南的大學測考就這麼一次，如果考上了，自然就能申請想念的大學。但若沒考到足以申請大學的分數，那麼還是可以直接以現有成績去申請就讀中專或高專（不需要再進行測考）。中專屬於 đào tạo dạy nghề（技職培訓）課程類型。「分數不足申請大學者及直接高專、中專測考之考試合格者」亦可申請入學。而高專則是「分數不足申請大學者及直接高專、中專測考之考試合格者」。修業的課程期間通常為 3 年，依所修課程的不同，修業完畢的時間也可能不一定。

　　根據 2016 年的統計，越南全國共有 235 所大學，培訓 176 萬名學生，大學課程長達 4 至 6 年，前兩年 chương trình đại cương（大綱課程），後兩年或四年為 chương trình chuyên ngành（專業課程）。畢業後，學生獲取大學畢業證書，稱為 cử nhân（舉人）或 kĩ sư（工程師）。

　　部分大學畢業生選擇讀碩士課程（1 或 2 年依所修課程而定），畢業後可以繼續讀博士（3 或 4 年依所修課程而定）。

▲ 越南的小學

在工廠 Ở nhà máy

Phong:

Chào chủ quản.

Chủ quản:

Công việc thế nào rồi?

Phong:

Dạ, mọi việc đều ổn.

Chủ quản:

Chờ chút, cái này làm sai rồi.

Phong:

Dạ, có vấn đề gì ạ?

Chủ quản:

Cái này trước tiên phải điều chỉnh trước, sau đó mới bắt đầu lắp vào, như vậy thì sẽ không bị lệch.

Phong:

Vâng (Dạ). Tôi hiểu rồi. Xin lỗi chủ quản.

Chủ quản:

Không sao. Người mới vào cũng khó tránh mắc sai lầm, cố gắng làm việc nhé.

Phong:

Dạ vâng (Dạ). Cảm ơn chủ quản.

阿豐：
主管好。

主管：
工作上還好嗎？

阿豐：
一切都沒有問題。

主管：
等一下，這個做錯了。

阿豐：
有什麼問題嗎？

主管：
這個首先要先調整，然後才開始裝進去，這樣就不會歪。

阿豐：
是，我明白了。主管對不起。

主管：
沒關係。新人也難免會犯錯誤，努力工作。

阿豐：
是。謝謝主管。

★ 必學單字表現　 B2-26-02 N2-26-02

chủ quản	主管
công việc	工作
thế nào	如何
mọi việc	一切
sai	錯
vấn đề	問題
điều chỉnh	調整
sau đó	然後
bắt đầu	開始
lắp	安裝
lệch	歪
hiểu	明白
phạm	犯
sai lầm	錯誤
cố gắng	努力

★ 會話重點　B2-26-03 N2-26-03

重點1 trước tiên

「trước tiên」用於列舉事項，表示「首先、第一個、最先」的意思，亦可以「đầu tiên」替代。例：

Tôi mới là người phát hiện ra trước tiên.
我才是第一個發現的人。

Muốn người khác tôn trọng mình, trước tiên anh phải tôn trọng người khác đã.
想要別人尊重自己，首先你要尊重別人。

Trước tiên hãy học cách nói "cảm ơn" và "xin lỗi". 首先要學會説「感謝」和「對不起」。

重點2 khó tránh

「khó tránh」或「khó tránh khỏi」都可用於表示不容易避免的意思，即中文的「難免」。例：

Khi vừa mới bắt đầu thì khó khăn là điều khó tránh khỏi. 剛起頭的時候，遭遇到困難是難免的。

Trong cuộc sống, ai cũng khó tránh khỏi những lúc phạm phải sai lầm. 在生活中，誰都難免有犯錯的時候。

★ 與速度相關的表現及慣用語　 B2-26-04 N2-26-04

nhanh 快　　　　**bình thường** 普通　　　　**chậm** 慢

★ nhanh như chớp：快到幾乎看不見。即「快如閃電」、「迅雷不及掩耳」。

★ đánh nhanh thắng nhanh：打的快就贏得快。即「速戰速決」。

★ nhanh tay nhanh mắt：快眼快手。即「眼明手快」。

★ chậm như rùa：慢得像烏龜一樣。即「慢郎中」、「慢手慢腳」。

★ trâu chậm uống nước đục：慢吞吞的水牛就只能喝渾水。與「為時已晚」相似。

★ chậm mà chắc：慢，但是品質保證。與「慢工出細活」相似。

動詞／形容詞＋趨向動詞的用法

所謂趨向動詞是越南語及中文共有的一種詞種，它接續在動詞之後，表示該動作朝向某個方向或是距離的伸延，以中文為例「坐（下）的下、放（進）冰箱的進」皆屬之。而相對於越南語中也有這類趨向動詞，舉例來說：ra, vào, lên, xuống, về, đi, lại… 等等。

> ＊「動詞＋趨向動詞」用於表示人、事、物的位置朝著某個方向移動。

例 **Em ngồi xuống đây nói chuyện với bố (ba) mẹ anh đi.**

妳坐下來跟我爸媽聊天吧！

Nó vừa chạy vào phòng lấy đồ rồi.

他剛跑進房間拿東西了。

Hay là mình đi ra cổng trường đợi nó vậy?

還是我們走到校門等她吧？

Giúp mẹ để hoa quả (trái cây) vào trong tủ lạnh đi con.

幫媽媽把水果放進冰箱裡吧！

> ＊「形容詞＋趨向動詞」用於表示人、事、物的性質、狀態朝著某種狀態變化。

例 **Trông chị dạo này có vẻ béo (mập) ra.**

妳最近看起來好像胖起來了。

Anh hãy vui lên, đừng suy nghĩ về những chuyện đó nữa.

你要開心起來，不要想到那些事情了。

Mới hai tháng không gặp, sao trông em gầy (ốm) đi rất nhiều.

才兩個月沒見，妳怎麼看起來變瘦了很多。

Em viết nhỏ lại đi, viết to vậy thì người khác phải viết thế nào?

妳寫小一點，寫那麼大，別人要怎麼寫呢？

加班

Anh có phải tăng ca không?
你有要加班嗎？

Thỉnh thoảng mới phải tăng ca.
偶爾才要加班。

Tôi tăng ca buổi tối.
我晚上加班。

年終獎金

Năm nay có thưởng cuối năm không?
今年有年終獎金嗎？

Có, cuối năm sẽ được thưởng một tháng lương.
有，年底會發一個月薪水的獎金。

Không, năm nay không có tiền thưởng.
沒有，今年沒有獎金。

員工數

Trong công xưởng có bao nhiêu công nhân?
工廠裡有多少員工？

Có khoảng 3000 công nhân.
大約有 3000 名員工。

Khoảng 1500 công nhân.
大約 1500 名員工。

管理人

Máy móc ở đây do ai quản lý?
誰管理這裡的機械？

Dạ do giám đốc Vương quản lý.
是由王經理管理。

Do tổ trưởng Trần Minh phụ trách.
由陳明組長負責。

單字

tăng ca 加班	**thỉnh thoảng** 偶爾	**buổi tối** 晚上
cuối năm 年底	**công nhân** 員工	**tiền thưởng** 獎金
lương 薪水	**công xưởng** 工廠	**máy móc** 機械
quản lý 管理	**phụ trách** 負責	**tổ trưởng** 組長
giám đốc 經理		

★ 短會話練習 B

維修經驗

Anh có kinh nghiệm về sửa chữa máy móc không?
你有機械維修相關的經驗嗎？

Tôi có ba năm kinh nghiệm liên quan đến sửa chữa máy móc.
我有 3 年機械維修的相關經驗。

Tôi không có kinh nghiệm.
我沒有經驗。

工安維護

Mọi người làm việc cần chú ý an toàn.
大家工作要注意安全。

Vâng (Dạ), chúng tôi sẽ chú ý. 是，我們會注意。

Vâng (Dạ), chúng tôi đều đội mũ bảo hiểm (nón bảo hiểm) rồi.
是，我們都戴安全帽了。

值班人員

Hôm nay anh phải trực ban à?
今天你要值班嗎？

Đúng, tôi đến thay ca cho anh Long.
是，我來跟龍哥換班。

Không, tôi chuẩn bị tan ca.
不，我準備要下班了。

班別

Anh làm ca sáng hay ca tối?
你是上日班還是晚班？

Tôi làm ca sáng.
我上日班。

Tôi làm ca tối.
我上晚班。

單字

kinh nghiệm 經驗	**sửa chữa** 維修	**liên quan** 相關	**mọi người** 大家
chú ý 注意	**an toàn** 安全	北 **mũ bảo hiểm** / 南 **nón bảo hiểm** 安全帽	
đội 戴	**trực ban** 值班	**thay ca** 換班	**tan ca** 下班
ca sáng 日班	**ca tối** 晚班	**chuẩn bị** 準備	

★ 會話練習

1. 請聽 MP3，並依下列單字完成所有的句子。

trả	gặp	vì	vào	nên

❶ Hùng bị sốt _____ hôm nay xin nghỉ làm.
阿雄發燒了，所以今天請病假。

❷ Đại diện hai công ty cùng ký _____ bản hợp đồng này.
雙方代表一同在這份合約裡簽字。

❸ Công ty _____ lương vào ngày mùng 5 hàng tháng.
公司發薪是在每月的 5 日。

❹ Hôm qua, anh Thanh _____ sự cố tai nạn lao động trong khi làm việc.
昨天，青哥在工作時發生職災。

❺ Ngọc Mai đang buồn _____ thất nghiệp.
玉梅正在難過，因為她失業了。

2. 請聽 MP3，依下列中文用越南語作回答練習。

❶ 公司有給加班費。
❷ 我公司有給夜班津貼。
❸ 我一天工作八個小時。
❹ 我在公司做兩年了。
❺ 公司沒有提供午餐。

3. 請將下列的句子重組。

❶ cô ấy / trợ lý / của / công ty / chính là / tổng giám đốc / tôi /.
她就是我的公司總經理的助理。

➡ _____

❷ chúng tôi / làm ra / sẽ / những / sản phẩm / cố gắng / tốt / .
我們會努力做出好的產品。

➡ _____

❶ **vật liệu** 材料
❷ **gang thép** 鋼鐵
❸ **nhựa** 塑膠
❹ **thủy tinh** 玻璃
❺ **gỗ** 木頭
❻ **giấy** 紙
❼ **bột giấy** 紙漿
❽ **cao su** 橡膠
❾ **xi măng** 水泥
❿ **dây chuyền sản xuất** 生產線
　　→ **nhà kho** 倉庫
⓫ **sản xuất** 生產
⓬ **chế tạo** 製造
⓭ **thiết bị** 設備
　　→ **đóng gói** 包裝
　　→ **chất lượng** 品質
⓮ **găng tay** 手套
⓯ **khẩu trang** 口罩
⓰ 北 **mũ bảo hiểm công trình** /
　 南 **nón bảo hiểm công trình** 工程安全帽
⓱ **giày bảo hộ** 安全鞋
⓲ **bình chữa cháy** 滅火器
⓳ **xuất hàng** 出貨

⓴ **nhập hàng** 進貨
㉑ **xuất nhập khẩu** 進出口
　→ **xuất khẩu** 出口
　→ **nhập khẩu** 進口
㉒ **xe chở hàng** 貨車

加強表現

❶ **đóng gói sản phẩm** 產品包裝
❷ **chế tạo máy móc** 製造機器
❸ **đi giày bảo hộ** 穿安全鞋
❹ **thiết bị máy móc** 機器設備
❺ **kiểm tra chất lượng sản phẩm** 品管

★ 文化專欄——在越台商的投資情況

▲ 越南的工廠

　　依據 2015 年 6 月的統計，目前台灣在越南投資的總共有 2429 個項目，到達 287.4 億美元，於 103 個在越南投資的國家和地區排第四，前三名分別為 Hàn Quốc（韓國）、Nhật Bản（日本）與 Singapore（新加坡）。

　　在越南，gia công（加工）與 chế tạo（製造）業的投資額高達 236.5 億美金，占總投資金額的 82.3%，其次為 bất động sản（房地產）業等共 26 個項目，註冊 tổng số vốn đầu tư（資本總額）將近 17.3 億元。Kiến trúc（建築）業排名第三，總有 111 個項目，投資金額達到 15.6 億美元，佔 5.4%。大部分的投資項目都是台灣直接投資的，總有 2148 個項目，其他投資品項只佔 15%。

　　台灣在越南大規模的投資項目包括：專門 luyện kim（煉鋼）、gang thép（鋼鐵）材料買賣的 Công ty TNHH Gang thép Hưng Nghiệp Formosa Hà Tĩnh（台塑河靜鋼鐵公司），還有在 tỉnh Bà Rịa-Vũng Tàu（巴地頭頓）的專門煉鋼、鑄鐵的 Công ty CP China Steel Sumikin Việt Nam（中鋼住金越南公司）。大部分在越南投資開工廠的台商都集中在 Hà Nội（河內）郊外地區、Bắc Ninh（北寧）、Bắc Giang（北江）、Thành phố Hồ Chí Minh（胡志明市）郊外地區、Bình Dương（平陽）、Đồng nai（同奈）等等。

　　越南的投資市場，在政局、發展穩定的時事背景下，無時無刻都保有許多值得投資的潛力。

283

在辦公室 Ở văn phòng

Nhã Đình:

Chào giám đốc.

Giám đốc:

Có chuyện gì vậy?

Nhã Đình:

Dạ, ngày mai và ngày kia em muốn xin phép nghỉ hai ngày.

Giám đốc:

Tại sao? Tôi nhớ là hai tuần trước em vừa mới xin nghỉ mà, sao giờ lại xin nghỉ nữa?

Nhã Đình:

Vâng (Dạ). Nhưng vì nhà em có việc gấp cần xử lý nên mong giám đốc thông cảm.

Giám đốc:

Em xin nghỉ quá nhiều rồi. Còn công việc của em thì ai phụ trách?

Nhã Đình:

Dạ, em sẽ cố gắng hoàn thành công việc trước khi nghỉ. Đồng thời, em có nhờ chị Lan hỗ trợ xử lý công việc trong thời gian em nghỉ ạ.

Giám đốc:

Vậy thì được.

Nhã Đình:

Cảm ơn giám đốc.

雅婷：
經理，您好。

經理：
有什麼事嗎？

雅婷：
是，我明、後天想要請兩天假。

經理：
為什麼？我記得妳前兩個禮拜剛剛請過假，怎麼現在又要請假？

雅婷：
是的，但因為我家有急事要處理，所以請您見諒。

經理：
妳請太多假囉。那妳的工作要誰來負責？

雅婷：
是的，在我休假之前，我會盡力完成工作。同時，我有請蘭姐在我不在的時候幫忙協助處理工作。

經理：
嗯，那就好。

雅婷：
謝謝經理。

★ 必學單字表現

B2-27-02
N2-27-02

ngày mai	明天
北 ngày kia / **南** ngày mốt	後天
xin nghỉ	請假
tuần	週
lại	又
việc gấp	急事
xử lý	處理
thông cảm	見諒、體諒
nhiều	多
phụ trách	負責
hoàn thành	完成
đồng thời	同時
hỗ trợ	協助
giám đốc	經理

★ 會話重點

B2-27-03
N2-27-03

重點 1 nhớ

「nhớ」表示「沒有忘掉，有留存在記憶中」的意思，即「記得」的意思。例：

Tôi còn nhớ ngày trước anh từng theo đuổi cô ấy. 我還記得你以前曾經追過她。

Anh có nhớ là để chìa khóa ở đâu không? 你有記得把鑰匙放在哪裡嗎？

「nhớ」還可以用來提醒別人別忘了做某事。例：

Con nhớ uống thuốc rồi nghỉ ngơi nhé. 你記得吃藥，然後休息喲。

Về đến nhà nhớ gọi điện cho em nhé. 回到家記得打電話給我喲。

重點 2 vừa / mới / vừa mới

「vừa / mới / vừa mới」這三個都是副詞，置在動詞前面，表示動作或事情發生在不久以前。此外，也可以跟「đã」結合，表示兩個動作連續發生。例：

Em vừa ăn cơm xong. 我剛吃完飯。

Anh mới gọi hai bát (tô) phở rồi. 我剛點了兩碗河粉。

Bố (Ba) mẹ vừa mới về quê sáng nay. 爸媽今天早上剛回家鄉了。

★ 與優劣度相關的程度表現

B2-27-04
N2-27-04

Hi, my name is Trang.

Hi my name...
my name is...

Hi. I name...??

tốt 佳、好   bình thường 普通   kém 差、壞

「lại+動詞」的用法

> ＊「lại」是副詞，置於動詞之前，表示動作的重複或繼續。

例 **Anh lại phải đi công tác nữa à?**

你又要去出差嗎？

Sao em lại đi làm muộn nữa rồi?

妳怎麼又上班遲到了？

Hôm qua, anh Hùng lại mời tôi đi uống cà phê.

昨天，雄哥又請我去喝咖啡。

Cậu (Bạn) lại nói dối, tớ (mình) thật sự không muốn nghe nữa.

妳又說謊，我真的不想再聽了。

Em lại muốn trốn tránh đến bao giờ?

妳又想逃避到什麼時候？

Chị lại muốn mua gì nữa?

妳又要買什麼？

Trời lại mưa nữa, không ra ngoài chơi được.

又下雨了，不能出去玩。

Nghe nói, cậu (bạn) lại đổi điện thoại mới phải không?

聽說你又換新手機了，是嗎？

▶ Trời lại mưa nữa, không ra ngoài chơi được.
又下雨了，不能出去玩。

出勤確認

Ngày mai chị có đến công ty không?
明天妳會來公司嗎？

Có, tôi sẽ đến.
會，我會來。

Không, ngày mai tôi đi công tác.
不會，我明天去出差。

找上司

Giám đốc đang họp với đối tác.
經理正在跟合作廠商開會。

Vậy tôi đợi ở ngoài.
那我在外面等。

Sắp xong chưa?
快結束了嗎？

聯繫客戶

Cô liên hệ với khách hàng chưa?
妳跟客戶聯繫了嗎？

Tôi đã liên hệ với họ rồi.
我已經跟他們聯繫了。

Bây giờ tôi sẽ liên hệ với họ ngay.
我現在馬上跟他們聯繫。

出勤提醒

Từ ngày mai nhớ phải đi làm đúng giờ.
從明天起記得要準時上班。

Vâng (Dạ), tôi hiểu rồi ạ.
是，我明白了。

Vâng (Dạ), xin lỗi phó giám đốc.
是，副理對不起。

單字

công ty 公司	**công tác** 出差	**họp** 開會
đối tác 客戶、廠商	**sắp** 快要	**liên hệ** 聯繫
khách hàng 客戶	**đúng giờ** 準時	**đi làm** 上班
phó giám đốc 副理		

評估合作企業

Chúng ta có nên hợp tác với công ty đó không?
我們該不該跟那家公司合作？

Tôi nghĩ đây là một cơ hội tốt.
我覺得這是一個很好的機會。

Tôi nghĩ không nên hợp tác với họ.
我覺得不該跟他們合作。

工作準備

Mọi người đã chuẩn bị bài báo cáo ngày mai chưa?
大家已經準備明天的報告了嗎？

Tôi đã chuẩn bị xong rồi.
我已經準備好了。

Tôi vẫn đang cố gắng hoàn thành.
我還在努力完成。

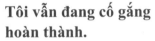

介紹新同事

Đây là đồng nghiệp mới của chúng ta.
這位是我們的新同事。

Chào mừng bạn gia nhập đại gia đình VIPT JOB.
歡迎妳加入 VIPT JOB 大家庭。

Nếu bạn cần giúp đỡ gì thì cứ nói nhé.
如果妳有需要什麼幫助就儘管説。

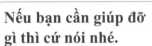

交辦工作

Cô dịch giúp tôi những tài liệu này nhé.
請妳幫我翻譯這些資料。

Dạ vâng, lát nữa em sẽ mang qua cho giám đốc.
是，等一下我會拿過去給經理。

Vâng (Dạ), giám đốc có cần gấp không ạ?
是，請問經理急著要嗎？

單字

hợp tác 合作	**cơ hội** 機會	**báo cáo** 報告
hoàn thành 完成	**chuẩn bị** 準備	**đồng nghiệp** 同事
gia nhập 加入	**đại gia đình** 大家庭	**dịch** 翻譯
tài liệu 資料	**cần gấp** 急要	

★ 會話練習

1. 請聽 MP3，並依下列單字完成所有的句子。

| vừa | lại | nhớ | với | hợp tác |

❶ Con lại đi đánh nhau _____ bạn đó à?
你又跟他打架了呀？

❷ Giám đốc _____ đi ra ngoài gặp đối tác.
經理剛外出去見客戶了。

❸ Em _____ gửi báo cáo cho tôi trước 10 giờ tối nay.
你要記得在晚上 10 點前寄報告給我。

❹ Anh _____ uống rượu à? Sao uống nhiều vậy chứ?
你又喝酒了呀？喝那麼多做什麼？

❺ Công ty mình _____ với rất nhiều đối tác nước ngoài.
我們公司與許多外國的客戶有合作。

2. 請聽 MP3，依下列中文用越南語作回答練習。

❶ 報告已經準備好了。
❷ 總經理不在辦公室。
❸ 我不用去出差。
❹ 我的老闆是男的。
❺ 我的公司有 18 個員工。

3. 請將下列的句子重組。

❶ chị / ở / bàn làm việc / phía bên kia / của / .   妳的辦公桌在那邊。

➡ _____

❷ công ty / hôm nay / đến / có việc / không / nên / sếp / .
今天老闆有事情所以不會來公司。

➡ _____

❸ tắt đèn / tôi / có / về / hôm qua / trước khi / mà / nhớ là / ?
我記得昨天回去之前有關燈了呀？

➡ _____

❶ ông chủ （男）老闆
❷ bà chủ （女）老闆
❸ thư ký 秘書
❹ giám đốc 經理
❺ nhân viên 職員
→ người trực tổng đài 接線生
❻ máy phô tô 影印機
❼ bàn làm việc 辦公桌
❽ ghế văn phòng 辦公椅
❾ điện thoại 電話
❿ máy tính 電腦

⓫ bàn phím 鍵盤
⓬ chuột máy tính 滑鼠
⓭ máy in 印表機
⓮ hộp đựng danh thiếp 名片盒

⓯ giấy ghi chú 便利貼
⓰ kẹp giấy 迴紋針
⓱ tệp hồ sơ 文件夾
⓲ tủ đựng tài liệu 文件櫃

⓳ hợp đồng 合約
⓴ lương 薪資
㉑ thưởng chuyên cần 全勤獎金
→ thưởng cuối năm 年終獎金
㉒ trừ lương 扣薪
㉓ phòng họp 會議室
㉔ bàn họp 會議桌
㉕ máy chiếu 投影機

→ màn chiếu 布幕
㉖ giới thiệu sản phẩm 商品發表

加強表現

❶ lĩnh lương / nhận lương 領薪水
❷ đồng nghiệp 同事
❸ ký hợp đồng 簽合約
❹ sếp đang họp 主管在開會
❺ nghe điện thoại / nhận điện thoại 接電話
❻ thư ký giám đốc 經理秘書
❼ thăng chức 升職
❽ in tài liệu 列印資料

★　文化專欄——越南是投資者的重要目的地

▲ 越南的辦公室

根據 Cục Đầu tư nước ngoài Bộ Kế hoạch và Đầu tư（越南計劃與投資部外國投資局）的數據指出，截至 2017 年底止，在越外國直接投資的總金額到達 358.8 億美金，同比增長 44.4%，成為近十年最高的增長率。上述數據證明越南已成為 nhà đầu tư nước ngoài（國外投資者）的吸引目的地，該成就由下面原因：

第一，越南是政治穩定的國家，被視為成長率相當高的 nền kinh tế（經濟體系）之一，在 1991 年至 2010 年的階段中越南平均經濟 tỉ lệ tăng trưởng（成長率）大約為 7.5%，而 2011 年至 2013 年的階段為 5.6%，2014 年至 2016 年分別為 5,98%、6.68%及 6.21%。

第二，越南勞動年齡人口占 60%，越南地理良好，越南位於東亞的中心，很接近台灣。越南目前是個 nền kinh tế thị trường（市場經濟體系），積極加入 tổ chức thương mại khu vực và quốc tế（區域及國際經貿組織），如 2007 年加入 WTO、 APEC 及 ASEAN（東協）會員，因此擁有吸引國外投資者的優勢。

第三，越南政府重視經濟發展，承諾並建立開放投資市場與公平競爭環境，同時不停地改善法律及規定以便為投資與 kinh doanh（營業）服務。另外，越南政府已努力展開重設經濟的計劃，尤其更加努力改善投資環境並提高國家競爭力，作為國外投資者的後盾。

近三十年，台越雙方關係良好，在越投資的總額增長 28 倍。累計至 2016 年底，台灣共有 2509 項有效投資，總金額到達 315.68 億美元，在 105 個國外投資者當中排第四名，占 10.77%。在 tài chính - ngân hàng（金融及銀行）領域，目前共有 12 家台商銀行進駐越南，總計有 11 間分行及 8 間代表辦公室。

在咖啡廳 Ở quán cà phê

Phong:

    Dạo này công việc của em có bận lắm không?

Khánh Linh:

    Dạ, gần cuối năm nên cũng khá bận ạ.

(Nhân viên phục vụ mang đồ uống đến)

Nhân viên phục vụ:

    Đồ uống của anh chị đây ạ.

Khánh Linh và Phong (nói với phục vụ):

    Cảm ơn em.

Phong:

    Em uống đi. Còn nóng đó, cẩn thận, đừng để <u>bị bỏng (bị phỏng)</u>.

Khánh Linh:

    <u>Vâng ạ (Dạ)</u>.

Phong:

    Em bận vậy thì có thời gian đến lớp học tiếng Trung nữa không?

Khánh Linh:

    Dạo này em hay về <u>muộn (trễ)</u> nên cứ tan làm là về thẳng nhà, không có thời gian đi đâu nữa ạ. Anh còn học không ạ?

Phong:

    Vậy à? Anh cũng khá lâu không đến lớp học nữa rồi. Đành phải ở nhà ôn tập thôi.

Khánh Linh:

    <u>Vâng (Dạ)</u>.

阿豐：
最近妳工作很忙嗎？

慶玲：
是，快到年底了，所以也挺忙的。

（服務員拿飲料過來）

服務生：
兩位的飲料來了！

慶玲和阿豐（對服務員説）：
謝謝您。

阿豐：
妳喝吧！還很燙，小心，別燙著了。

慶玲：
好的。

阿豐：
妳這麼忙，那還有時間上中文班嗎？

慶玲：
我最近常常比較晚回，所以一下班就直接回家，沒什麼時間去哪裡了。你還有去上課嗎？

阿豐：
是哦？我也很久沒有去了。只好在家練習練習。

慶玲：
嗯。

★ 必學單字表現

B2-28-02 / N2-28-02

công việc	工作
bận	忙
cuối năm	年底
đồ uống	飲料
uống	喝
nóng	熱
cẩn thận	小心
北 **bị bỏng** / 南 **bị phỏng**	燙傷
thời gian	時間
dạo này	最近
tan làm	下班
ôn tập	練習
北 **muộn** / 南 **trễ**	晚

★ 會話重點

B2-28-03 / N2-28-03

重點1 hay＋動詞

「hay」置於動詞之前，用於表示「經常、常常」發生某種行為的意思「thường」相同。
例：

Con tôi hay thức khuya học bài.
我的孩子常常熬夜學習。

Anh ấy rất hay nổi nóng, bạn phải cẩn thận đó. 他很愛發脾氣，妳要小心喲！

重點2 đành＋ 動詞

「đành」 放在動詞前面，表示必須要這樣做，別無選擇，相當於中文的「只好」、「不得不」的意思。通常會多加「phải」在「đành」後面來強調動作的強迫性。例：

Tối qua trời mưa to quá, nên chúng tôi đành phải ở nhà. 昨晚雨下得太大了，所以我們只好在家。

Vì không muốn cô ấy lo lắng nên anh đành nói dối cô ấy. 因為不想讓她擔心所以我只好跟她說謊。

★ 與軟硬度相關的表現及慣用語

B2-28-04 / N2-28-04

cứng 硬　　　　　　**bình thường** 普通　　　　　**mềm** 軟

★ mềm lòng：軟心。即「心軟」。

★ mềm nắn rắn buông：軟就捏，硬就放掉。即「欺善怕惡」、「柿子挑軟的吃」。

★ chân yếu tay mềm：腳弱手軟。即「手腳無力」。

★ cứng nhắc：生硬。即「生硬（地）」、「死板板地」。

★ cứng đầu：硬的頭。指「固執」的意思。

★ **chân cứng đá mềm**：腳硬，石頭軟。比喻體力或意志堅強，可以克服任何障礙。

★ **máu chảy ruột mềm**：血流通，腸子就軟。對越南人來說，血跟腸子的關係很密切，所以就比喻家人之間的關係密切。

★ 文法焦點

cứ ... là / thì ... 及
hẽ ... là / thì ... 的用法

> *「cứ... là...」「hễ... thì...」是分別連接「原因」及「結果關係」的兩個句型，常用於強調「某件事或某個現象有多次、固定性地重複」，等同中文的「一…就…」。

例 **Cứ đến mùa hè là gia đình Linh lại đi du lịch.**

一到夏天，小玲全家就去旅行。

Cứ gặp tôi là nó lại đòi tiền.

他一見到我就，就跟我討錢。

Cứ gặp khó khăn là anh ấy lại muốn trốn tránh.

他一遇到困難，就想要逃避。

Cứ cho nó ăn là nó lại ngoan ngoãn nghe lời.

一給牠吃，牠就乖乖地聽話。

Hễ thấy giám đốc về đây thì lập tức báo tôi nhé.

一看到經理回來，就馬上通知我喲！

Hễ có tiền thì cô ấy lại đi mua quần áo.

只要有錢，她就去買衣服。

Cứ về đến nhà là nó lại mở tủ lạnh tìm đồ ăn.

一回到家，他就打開冰箱找東西吃。

Lần nào cũng vậy, cứ cãi nhau là tôi phải xin lỗi cô ấy trước.

每次都這樣，一吵架，我就得先跟她道歉。

★ 短會話練習 A

招呼客人

Xin hỏi chị muốn uống gì?
請問妳要喝什麼？

Cho tôi một cốc (ly) cà phê sữa nóng.
給我一杯熱牛奶咖啡。

Cho tôi một cốc (ly) nước cam và một cốc (ly) trà sữa.
給我一杯柳橙汁和一杯奶茶。

詢問 WIFI

Xin hỏi ở đây có wifi không?
請問這裡有 WIFI 嗎？

Dạ có, tên wifi là ViCoffee và mật khẩu là sáu số 8.
有，WIFI 帳號是 ViCoffee，密碼則是六個 8。

Xin lỗi ở đây không có wifi.
不好意思，這裡沒有 WIFI。

加點確認

Chị có muốn dùng gì ngoài đồ uống không?
除了飲料，妳還需要些什麼嗎？

Như vậy là đủ rồi, cảm ơn.
這樣就夠了，謝謝。

Ở đây có bánh ngọt không?
請問這裡有蛋糕嗎？

飲料 SIZE

Anh muốn cốc (ly) to hay cốc (ly) nhỏ?
請問您要大杯的還是小杯的？

Cho tôi cốc (ly) to.
請給我大杯的。

Cốc (Ly) nhỏ là được rồi.
我要小杯的就好了。

單字

cà phê 咖啡	**sữa** 牛奶	**nóng** 熱	**nước cam** 柳橙汁
trà sữa 奶茶	**mật khẩu** 密碼	**tên** 名字	**đủ** 夠
bánh ngọt 蛋糕	北 **cốc to** / 南 **ly to** 大杯		北 **cốc nhỏ** / 南 **ly nhỏ** 小杯

內用外帶

Anh dùng ở đây hay mang đi?
請問您要內用還是外帶？

Tôi dùng ở đây.
我要內用。

Tôi mang đi.
我要外帶。

飲品售完

Xin lỗi, loại đó hết mất rồi ạ.
對不起，那種的（飲料）已經沒了。

Vậy đổi cho tôi loại này đi.
那請換這種給我吧！

Vậy có loại nào khác không?
那請問還有其他的嗎？

使用電源

Xin hỏi ổ cắm điện ở đâu?
請問電源插座在哪裡？

Dạ phía bên kia.
是在那邊。

Dạ ở góc phía bên trái.
在左邊的角落那裡。

送錯飲料

Đây không phải là đồ uống mà tôi đã gọi.
這不是我點的飲料。

Xin lỗi, tôi đã nhầm.
對不起，我弄錯了。

Xin lỗi, anh đã gọi đồ uống gì ạ?
對不起，你點了什麼飲料？

單字

dùng ở đây 內用	**mang đi** 外帶／帶走	**ổ cắm điện** 電源插座
góc 角落	**nhầm** 弄錯	

★ 會話練習

1. 請聽 MP3，並依下列單字完成所有的句子。

hay　　　　cứ ... là ...　　　　phải　　　muốn　　　đành

❶ Mẹ hay nói tôi _____ cẩn thận khi đi làm về <u>muộn (thể)</u>.
媽媽常說我在工作晚歸時要謹慎小心。

❷ Điện thoại của tôi <u>hỏng (hư)</u> rồi, _____ phải mượn điện thoại của bạn cùng phòng.
我的電話壞了，只好借室友的電話。

❸ Tôi _____ uống cà phê _____ lại bị mất ngủ.
我一喝咖啡後就睡不著。

❹ Chị Thúy rất _____ đi chạy bộ mỗi khi tan làm về.
翠姊常在下班回來後去跑步。

❺ Bên em hết trà sữa trân châu rồi, chị có _____ đổi đồ uống khác không ạ?
珍珠奶茶沒了，妳想不想換其它的飲料。

2. 請聽 Mp3，依下列中文用越南語作回答練習。

❶ 要，請幫我多加點冰塊。
❷ 我們沒有抹茶拿鐵。
❸ 大約五分鐘就好了。
❹ 不好意思，我們沒有賣蛋糕。
❺ 給我一杯煉乳咖啡。

3. 請將下列的句子重組。

❶ nếu / trà sữa / thì / đành / nước cam / gọi / không còn / vậy /.
如果沒有奶茶的話，就只好點柳橙汁吧！

➡ _____

❷ anh / bình thường / à / hay / cà phê / uống / ?　　平時你常喝咖啡嗎？

➡ _____

❸ cà phê / đến / chưa bao giờ / quán / em / này / .　　我從未來過這家咖啡廳。

➡ _____

❶ **quầy pha chế / quầy bar** 吧檯

❷ **máy xay đá** 削冰機

❸ **máy pha cà phê** 咖啡機

❹ **máy xay sinh tố** 果汁機

❺ **tủ lạnh** 冰箱

❻ **bàn** 桌子

❼ **ghế** 椅子

❽ **gạt tàn (thuốc)** 菸灰缸

❾ **khay bưng đồ** 端盤

❿ **phin pha cà phê** 手沖濾杯

⓫ 北 **cốc** / 南 **ly** 杯子

⓬ **đồ trang trí** 裝飾品

⓭ **máy tính tiền** 收銀機

⓮ **menu** 菜單

⓯ **kẹp gắp đá** 冰夾

⓰ **ống hút** 吸管

⓱ **máy xay cà phê** 磨豆機

⓲ **cà phê đen** 越式黑咖啡

⓳ **espresso** 義式濃縮咖啡

⓴ **latte** 拿鐵

㉑ **mocha** 摩卡

㉒ **cappuccino** 卡布奇諾

㉓ **nhỏ** 小杯

㉔ **vừa** 中杯

㉕ **to / lớn** 大杯

㉖ **siêu to / siêu lớn** 超大杯

加強表現

❶ 北 **để hoa quả vào trong tủ lạnh** / 南 **để trái cây vào trong tủ lạnh** 將水果放進冰箱

❷ **phin pha cà phê** 越南式手沖濾杯　　❸ **gạt tàn thuốc ở trên bàn** 菸灰缸在桌上

❹ **mời tham khảo menu** 請參考菜單　　❺ **máy pha cà phê tự động** （自動）咖啡機

★ 文化專欄──越南的咖啡品嘗文化

▲ 越南人的咖啡文化

　　越南的咖啡，細膩地表現出越南文化及越南人特別 phong cách thưởng thức（品嘗（咖啡的）風格）。

　　越南人不像美國人一樣，認為咖啡是一種讓提神的飲料，而是將品嘗咖啡當做一種邊品嘗邊思考的文化。越南人不但像法國人在早上工作前喝咖啡，而且可以隨時品嘗，甚至抽出至少半個小時的時間喝咖啡。

　　正因咖啡可以在任何時間品嘗，所以咖啡廳不單是在一天辛勞工作結束之後的聚會後聊天場所，也是一個洽談 hợp đồng（合約）、bàn bạc làm ăn（談生意）的好地方，甚至舉辦重要會議的理想場地。

　　此外，來自各地不同的越南人也有不同欣賞咖啡的方法，未有任何共同標準。越南人常常喝用 cà phê phin（滴咖啡）的方法泡出來的咖啡，喜歡濃厚的口味，因為不論是 cà phê đen（黑咖啡）還是 cà phê sữa（煉乳咖啡），都要很濃才行。

　　坐著品嘗咖啡，邊一小口一小口地喝邊看報紙、聽音樂、跟朋友閒話家常、跟 đối tác（合作夥伴）洽談生意、工作、或思考人生，這就是越南人的生活日常。看到一滴一滴下的咖啡杯，我們好像變成更加 tĩnh tâm（靜心）、更加 trầm ngâm（沉思），也會神來一筆地，突然憶起曾經有的 vui buồn（悲歡）及 kỉ niệm（紀念）。所以越南人喝咖啡時，不太適合過於熱鬧的環境。

　　說到越南人的咖啡品嘗文化，尚不勝枚舉。就以本文所述，越南人的咖啡品嘗方式，無疑地替咖啡增添了幾分地 lãng mạn（浪漫）感。

在告別式 Ở lễ tang

Nhã Đình:

Chị rất lấy làm tiếc khi nhận được tin không may về mẹ của em.

Bạn của Nhã Đình:

Cảm ơn lòng tốt của chị. Em thực sự rất nhớ mẹ.

Nhã Đình:

Chị hiểu. Em cũng đừng đau buồn quá, phải giữ gìn sức khỏe.

Bạn của Nhã Đình:

Nhưng em không thể sống mà không có mẹ.

Nhã Đình:

Mẹ em cũng không hi vọng thấy em như thế này đâu. Em hãy học cách kiên cường lên, lấy lại tinh thần, vì còn rất nhiều người quan tâm đến em. Nhỡ em cũng <u>bị ốm (bị bệnh)</u> thì em trai em phải làm sao?

Bạn của Nhã Đình:

Em hiểu rồi. Em sẽ cố gắng ạ.

Nhã Đình:

Cả chị lẫn mọi người đều hi vọng em sống thật tốt.

Bạn của Nhã Đình:

Em cảm ơn chị.

雅婷：
聽到關於妳媽媽不幸的消息，我感到很遺憾。

慶玲：
謝謝妳的關心。我真的很想念媽媽。

雅婷：
我瞭解。不過妳也不要太傷心難過了，請保重好身體。

慶玲：
可是如果沒有媽媽，我沒辦法活下去了。

雅婷：
妳媽媽也不希望看到妳這樣。你要學會堅強起來，打起精神，因為還有很多人關心妳。萬一妳也生病了，那妳弟弟要怎麼辦？

慶玲：
我明白了。我會努力。

雅婷：
我和大家都希望妳能過得好。

慶玲：
謝謝妳！

★ 必學單字表現

lấy làm tiếc	遺憾
không may	不幸
tin	消息
lòng tốt	好心
thực sự	真的
nhớ	想念
đau buồn	傷心難過
giữ gìn sức khỏe	保重身體
hi vọng	希望
kiên cường	堅強
tinh thần	精神
quan tâm	關心
cố gắng	努力

★ 會話重點

重點1 nhỡ ... thì ...

「nhỡ... thì...」表示「當發生了一個很不希望碰見的假設情事，接著會產生的狀況或進行的動作」，相當於中文的「萬一…（的話），（就）…」。例：

Nhỡ mẹ biết chuyện này thì phải làm sao? 萬一媽媽知道這件事的話，要怎麼辦？
Nhỡ ngày mai trời mưa thì ở nhà thôi.
萬一明天下雨就留在家裡吧！

重點2 cả ... lẫn ...

「cả... lẫn...」是條件並列式結構，意思相當於「和」，用於強調。例：

Tôi nhìn thấy ông ấy đánh cả chó lẫn mèo. 我看到他打了狗和貓咪。
Cả Mỹ và Nhật Bản đều không phải là lựa chọn của tôi. 美國和日本都不是我的選擇。

★ 與哭泣相關的表現及慣用語

khóc thầm	暗自哭泣	**khóc hu hu**	放聲大哭
khóc nhè	哭鼻子	**khóc nức nở**	痛哭
khóc thút thít	低聲哭泣	**khóc gào**	嚎啕大哭
khóc sướt mướt	哭哭啼啼		

★ khóc la inh ỏi：驚聲哭嘆。即「鬼哭神號」。

★ khóc lóc om sòm：大聲地哭不停。即「大哭大鬧」。

★ dở khóc dở cười：哭也不是，笑也不是。即「哭笑不得」。

★ khóc lóc rên rỉ：指哭泣時哭聲輕輕地細小又長。近似中文的「低聲啜泣」。

★ mèo khóc chuột：貓哭老鼠。比喻假裝同情你不喜歡的人，即「貓哭耗子假慈悲」。

không thể... mà (nếu) không... 的用法

＊「không thể... mà (nếu) không...」的句型用於肯定在一個絕對的條件之下，便會帶來一個相對應的結果。相似中文的「若不是…就不會（能）…」（越南語會先表達結果，再提及該完成的條件）。

例 **Em không thể thành công nếu không có sự giúp đỡ của anh.**

如果沒有你的幫助，我不可能會成功。

Anh không thể đi nếu không giải thích rõ ràng.

如果沒有解釋清楚，你就不能走。

Anh không thể đi du lịch mà không có em.

如果我沒去，你不可能去旅行。

Minh không thể đi học nếu không nộp tiền học phí.

小明不能在沒有繳學費的情況下就學。

Con không thể ra ngoài chơi nếu không làm xong bài tập.

如果沒有做完功課，你就不能出去玩。

Em không thể bỏ đi mà không nói câu gì.

妳不能一走了之（妳不能一句話不說就走掉）。

Con không thể ăn táo mà không gọt vỏ.

你不能沒削皮就吃蘋果。

Trời mưa to như vậy, em không thể ra ngoài mà không mang theo ô (dù).

下那麼大的雨，妳不能沒帶著傘就出去。

★ 短會話練習 A

安慰親屬

Mong chị hãy nén bi thương.
請您節哀順變。

Cảm ơn em.
謝謝妳。

Chị thực sự rất buồn.
我真的很難過。

喪禮時間

Tang lễ mấy giờ bắt đầu?
喪禮幾點開始？

Khoảng mười lăm phút nữa.
大約在 15 分鐘後開始。

Còn một tiếng nữa cơ.
還有一個小時。

葬法

Họ sẽ tiến hành chôn cất hay hỏa táng?
他們會進行土葬還是火葬？

Nghe nói là hỏa táng.
聽說是火葬。

Hình như là chôn cất.
好像是土葬。

確認票張數

Xin chia buồn với gia đình em.
謹向您的家屬致哀。

Cảm ơn sự quan tâm của anh.
謝謝您的關心。

Sự việc xảy ra thật sự quá đột ngột.
事情發生真的太突然了。

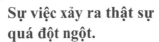

單字

nén bi thương 節哀順變	**buồn** 難過	**tang lễ** 喪禮
bắt đầu 開始	**tiến hành** 進行	**chôn cất** 土葬
hỏa táng 火葬	**nghe nói** 聽説	**chia buồn với** 向…致哀
quan tâm 關心	**đột ngột** 突然	

喪禮協助

Bạn có cần tớ (mình) giúp gì không?
妳需要我幫什麼忙嗎？

Cảm ơn bạn, mọi việc cũng tàm tạm rồi.
謝謝妳，所有的事情都忙得差不多了。

Không sao, cảm ơn bạn.
沒關係，謝謝你。

關心家屬

Chị vẫn ổn chứ?
你還好嗎？

Ừm, chị vẫn ổn. Cảm ơn em.
嗯，我還好。謝謝妳。

Chị không sao đâu, em đừng lo.
我沒關係的，你別擔心。

精神鼓勵

Em hãy lấy lại tinh thần, mọi việc rồi sẽ ổn thôi.
妳要打起精神來，一切都會好了。

Vâng (Dạ), em sẽ cố gắng.
是，我會努力。

Em hiểu ạ.
我明白了。

瞻仰遺容

Cháu có thể nhìn anh ấy lần cuối được không?
我可以看他最後一眼嗎？

Được, mời cháu qua bên này.
可以，請到這邊來。

Cháu chờ một chút nhé.
請妳等一下喲！

單字

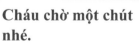

tàm tạm	差不多	**lo**	擔心	**mọi việc**	一切
lần cuối	最後一次	**bên này**	這邊		

★ **會話練習**

1. 請用「không thể ... mà (nếu) không ...」的句型重寫下面句子。

Bạn phải có bằng thì mới có thể lái xe.　　　你要有駕照才能夠開車。
→ **Bạn <u>không thể</u> lái xe <u>nếu không</u> có bằng.**　若你沒駕照，就不可以開車。

❶ **Con phải đội mũ bảo hiểm (nón bảo hiểm) khi đi xe máy.**
當你騎車時，你應該要戴安全帽。

➡ _____

❷ **Anh phải tin em chứ không thể nghe người ngoài.**
你應該要相信我，而不是聽外人亂講。

➡ _____

❸ **Anh nói là phải làm.**　　　　　　　　你說了就要做。

➡ _____

❹ **Con mua rồi thì phải ăn.**　　　　　　　你買了就要吃。

➡ _____

❺ **Em phải viết xong luận văn mới có thể tốt nghiệp.**
你要寫完論文才可以畢業。

➡ _____

2. 請聽 MP3，並依下列單字完成所有的句子。

| lẫn | đèo | chắc chắn | nhỡ | cả |

❶ _____ cô ấy hiểu lầm em thì phải làm sao?
萬一她誤會我的話該怎麼辦？

❷ **Cả bố (ba) mẹ** _____ **thầy cô đều tự hào về con.**
爸媽跟老師都很你感到驕傲。

❸ **Hôm qua em đã không thể đến kịp nếu anh không** _____ **em đến.**
昨天你沒有載我的話，我就遲到了。

❹ **Công ty tôi làm việc** _____ **thứ bảy và chủ nhật.**
我們公司連星期六、日都要上班。

❺ **Nếu em chưa** _____ **thì không cần vội quyết định.**
如果你還沒確定的話就不用急著決定。

3. 請將下列的句子重組。

❶ mình / tôi / nghĩ / của / cô ấy / thay đổi / nên / thái độ /.
我認為她應該改變自己的態度。

➡ _____

❷ chị / nếu / vu oan / người khác / không thể / cho / chứng cứ / không có / gì / .
如果沒有什麼證據，妳不能誣賴別人。

➡ _____

❸ nhỡ / hết / họ / chôm chôm / bán / rồi / mua / thì / chị / cũng / mít / được / .
萬一他們的紅毛丹賣完了，妳就買菠蘿蜜也行。

➡ _____

❹ sếp / bản báo cáo / này / có / với / yêu cầu / phù hợp / của / không / ?
這份報告有符合您的要求嗎？

➡ _____

❺ đàn piano / cô ấy / cả / chơi / được / lẫn / đàn tranh /.
她會彈古箏和鋼琴。

➡ _____

★ **葬禮的相關單字**

❶ **cáo phó** 訃文

❷ **lễ truy điệu** 追悼會
→ **lời điếu** 悼詞
→ **viếng** 弔唁
→ **mặc niệm** 默哀
→ **cúi người /
khom lưng** 鞠躬
→ **đáp lễ** （家屬的）答禮
→ 北 **thắp hương /**
南 **đốt nhang** 上香

❹ **di ảnh** 遺像

❺ **nơi hỏa táng** 火葬場

❼ **vòng hoa**
花圈

❸ **đưa tang** 出殯
→ **tang phục** 服喪
→ **áo liệm** 壽衣

❻ **lò thiêu** 火化爐

⓬ **tro xương** 骨灰

❾ **quan tài** 棺材

⓫ 北 **hộp tro /**
南 **hủ cốt** 骨灰罈

❿ **thi thể** 屍體

⓱ **vàng mã** 冥紙

❽ **phúng viếng**
（越南式的）奠儀

⓭ **nghĩa trang** 公墓
⓮ **nghĩa địa** 墓地

⓰ **bia mộ** 墓碑

⓯ **huyệt mộ** 墓穴

307

❶ đi dự đám tang 出席喪禮　　❷ dâng vòng hoa 獻花圈

❸ túc trực bên linh cữu 守靈　　❹ đốt vàng mã 燒紙錢

★ 文化專欄──關於越南的「殯」與「葬」

▲ 越南的送葬隊伍

　　在越南，當家中有人過世時，辦理喪禮時，一般要準備以下的事項：幫死者更換一套新的衣服、一個有香味的水盆，裡面有放 gừng（薑）、ngải cứu（艾草）、bưởi（柚子）等等，以及一些死者生前常用的物品、白色的 áo tang（喪服）、đá（石頭）、tiền lẻ（零錢）放在死者 quan tài（棺材）裡、找喪禮 đội kèn trống（樂隊）吹奏，並聯繫當地辦理喪禮單位，選擇 chôn cất（埋藏）的地方。

　　接下來，家裡為了往生者設立 bàn thờ（祭壇），祭壇的左右兩旁的地上會擺著兩個很大的花瓶，花瓶裡插著多 lá chuối（香蕉葉）。祭壇上會擺著兩座 bát hương（香爐）、死者 di ảnh（遺像）、mâm ngũ quả（五果盤）、北 nến／南 đèn cầy（蠟燭）、hương（香）等等。通常是 con trưởng（長子）要站在靈台旁邊點香、向來祭奠死者的客人道謝。到要埋藏的時間時，家屬要按照辦理喪禮單位代表的指示跪在 linh cữu（靈柩）旁邊。

Đưa tang（送葬）的時候，子女與 gia quyến（家屬）會跟在靈柩後面，走一段路後就停下來子女進行跪拜，然後抬棺者將靈柩慢慢地往前抬過去。參與喪禮的親戚、朋友、鄰居都會跟在後面，穿著比較暗沉一點的顏色。到墳場之後進行 hạ huyệt（入墳）儀式，家屬與客人在墓旁行走一圈，插香向死者送別最後一程。

越南喪禮的流程比較複雜，那也表示活著的人對死者的一番心意。來參加喪禮時一般越南人會贈送 vòng hoa（花圈）或把現金放在越南人常用的白色信封裡，當作奠儀，聊表心意。

說到越南人的下葬，由於越南的土地相當龐大，故靈骨塔就沒有像台灣這樣有普遍性的存在，所以至今主要的葬法還是土葬為主。越南語中的墳場為「nghĩa trang」，在漢越詞（越文自古曾受中文影響，語言中有許多引用自中文的詞彙，即為「漢越詞」）裡是「義莊」。「義莊」兩字的應

▲ 越南的 nghĩa trang（公墓）入口

▲ Nghĩa trang（公墓）裡整齊劃一的墳塚

用，已經在台灣的中文裡消失很久了，因此可以得知當越語提及到墳場時，還保留有古風的一面。現在在越南的 nghĩa trang 多是以公墓的方式管理，它是有門及圍牆圍起的一個區域，即進入墳場的門之後，會看到裡面有規劃過，墳塚整齊劃一並列的景象。而並非一片亂葬崗的景象。

另外，由於越南仍多保有農村景象，許多人家中也有自己的田地，還是會有不少家庭像台灣早期一樣，將自己的親人葬在自家的田中。所以說不定越南這種墳塚錯落於田地之內的景象，也能幫忙找回一部分舊時的回憶。

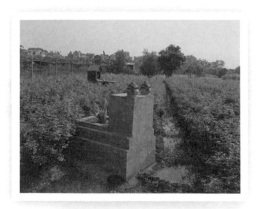

▲ 散落在家田中的越南式墳塚

Bài 30

在結婚會場 Tại tiệc cưới

Cô dâu:

　　Nhã Đình, bạn đến rồi à?

Nhã Đình:

　　Ừ. Xin lỗi mình tới muộn (trễ).

Cô dâu:

　　Không sao đâu, mình vào trong đi.

Nhã Đình:

　　Cô dâu hôm nay xinh quá.

Cô dâu:

　　Hôm nay bạn có thể đến tham dự lễ cưới của mình, mình vui lắm.

Nhã Đình:

　　Mình cũng vậy. Chúc hai bạn trăm năm hạnh phúc.

Cô dâu:

　　Cảm ơn bạn. Trông bạn càng ngày càng xinh. Mà sao không dẫn bạn trai cùng đến?

Nhã Đình:

　　Thật à? Vốn dĩ cũng định đi cùng, nhưng vì có việc đột xuất nên không đến được.

Cô dâu:

　　Tiếc quá. Nhưng dù sao cũng hi vọng hai bạn luôn hạnh phúc như vậy.

Nhã Đình:

　　Cảm ơn bạn. Hi vọng là vậy.

新娘：
　　雅婷，妳來啦？

雅婷：
　　嗯！對不起我來晚了。

新娘：
　　沒關係，我們進去吧。

雅婷：
　　新娘子今天真漂亮。

新娘：
　　今天妳可以來參加我的婚禮，我好開心。

雅婷：
　　我也是呀，祝你們百年好合！

新娘：
　　謝謝妳。妳看起來越來越漂亮了，怎麼沒有帶男朋友一起來呀？

雅婷：
　　真的嗎？我本來也打算帶男朋友一起來，但是因為他有急事，所以沒辦法來。

新娘：
　　好可惜。但不管怎樣也希望你們倆永遠幸福在一起。

雅婷：
　　謝謝妳。希望如此。

 越南的婚禮中，若為西式的喜宴，一般新娘不會像台灣的新娘一樣，一直待在休息室裡化妝，而是會先行妝扮並穿好婚紗，然後站在門口迎接親朋好友。故因此有「Cô dâu: Không sao đâu, mình vào trong đi.（新娘：沒關係，我們進去吧。）」一句的產生。

★ 必學單字表現

北 muộn / 南 trễ	晚、遲
cô dâu	新娘
北 xinh / 南 đẹp	漂亮
tham dự	參與、參加
lễ cưới	婚禮
vui	開心
trăm năm	百年
hạnh phúc	幸福
trông	看起來
dẫn	帶
bạn trai	男朋友
đột xuất	緊急
tiếc	可惜
dù sao	無論如何
hi vọng	希望

★ 會話重點

重點1 vốn dĩ

「vốn dĩ」相當於「本來」的意思，拿先前與現在情況作對比，來表示語氣的前後轉變。例：

Hai đứa chúng nó vốn dĩ không phải anh em ruột mà. 他們兩個本來就不是親兄弟呀！

Trang vốn dĩ không thích anh Trung, nhưng không ngờ bây giờ họ lại thành vợ chồng. 阿妝原本不喜歡忠哥，但沒想到他們現在是夫妻。

重點2 càng ngày càng ... / ngày càng ...

「càng ngày càng... / ngày càng...」常置於形容詞或指狀態的動詞之前，用於表示「人、事、物的性質、狀態或程度隨著時間的遞進，而產生另一種新的狀態」。例：

Thời tiết càng ngày càng nóng. 天氣越來越熱。

Kinh tế Việt Nam ngày càng phát triển. 越南經濟越來越蓬勃發展。

★ 與笑相關的表現及慣用語

cười lạnh lùng / cười nhạt	冷笑	**cười nhe răng**	露齒而笑
cười gượng	苦笑	**cười giòn**	笑呵呵
cười mỉm	微笑	**cười toe toét**	嘻嘻哈哈
cười tủm tỉm	偷笑	**cười ha hả**	笑哈哈
cười híp mắt	笑瞇瞇	**cười sặc sặc**	大笑

★ một nụ cười bằng mười thang thuốc bổ：一個微笑等同十副湯藥的療效。比喻「人只要開口常笑，就能活得更加健康。」。

★ cười cho qua chuyện：笑一笑讓事情過去。即「一笑置之」。

★ cười cười nói nói：說說笑笑。即「說說笑笑」。

★ cười như nắc nẻ：笑得像天蛾一樣。即「開懷大笑」。

★ cười nói nhăn nhở：指不正經、不嚴肅、不認真地邊說邊笑。近似中文的「嘻嘻哈哈」。

rất, lắm, quá 的用法

「rất」、「lắm」、「quá」都是副詞，常與形容詞或心理活動的動詞結合用以表示「性質或狀態的程度相當地高」。

> *應用「rất」時，一般置於形容詞或心理活動的動詞之前，即等於「很」。

例 **Chiếc váy hôm qua em mua rất đẹp.** 妳昨天買的那件裙子很好看。

Em rất thích chiếc xe đạp đó. 我很喜歡那台腳踏車。

Anh ấy rất yêu cô gái đó. 他很愛那個女孩。

Giáo viên đặt ra rất nhiều câu hỏi cho học sinh. 老師給學生出了很多問題。

> *應用「lắm」時，一般置於形容詞或心理活動的動詞之後，亦等於「很」。

例 **Anh làm như vậy thật sự quá đáng lắm rồi.** 你這樣做真的很過分了。

Món canh mẹ nấu ngon lắm. 媽媽煮的湯很好喝。

Đừng coi thường nó, bình thường nó chạy nhanh lắm.
別小看他，平時他跑得很快的。

Lâu lắm mới gặp bạn, dạo này bạn thế nào? 好久才見到你，你最近怎樣？

> *應用「quá」時，一般置於形容詞或心理活動的動詞之後，quá 是「太過…了」，的程度是非常高的，用於口語表示感歎。

例 **Dạo này anh bận quá nên không đến thăm em được.**
我最近太過忙碌了，所以沒有來探訪妳。

Họ yêu cầu cao quá, tôi không làm được. 他們的要求太高了，我做不了。

Cô ấy cao quá, chắc phải 1 mét 8 nhỉ? 她太高了，應該 180 公分？

Chiếc ti vi này cũ quá rồi, đổi cái mới đi. 這台電視太舊了，換新的吧！

★ 短會話練習 A

`B2-30-06`
`N2-30-06`

描述新郎及新娘

Cô dâu và chú rể đúng là trời sinh một cặp.
新娘和新郎真是天生一對。

Đúng vậy, cô dâu thật đáng yêu (dễ thương).
是呀，新娘好可愛。

Đúng vậy, họ thật hạnh phúc.
是呀，他們好幸福。

蜜月旅行

Hai người dự định đi hưởng tuần trăng mật ở đâu?
你們打算去哪裡度蜜月？

Chúng tôi sẽ đi Đà Lạt hưởng tuần trăng mật.
我們會去大勒度蜜月。

Chúng tôi dự định đi Hàn Quốc.
我們打算去韓國。

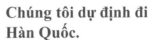

婚禮開始

Lễ cưới mấy giờ bắt đầu?
婚禮幾點開始？

Tám giờ sẽ bắt đầu.
8 點開始。

Nửa tiếng nữa sẽ bắt đầu.
半小時後會開始。

戀愛史

Hai bạn yêu nhau bao lâu rồi?
你們談戀愛談了多久？

Chúng tôi yêu nhau năm năm rồi.
我們談了 5 年了。

Tôi và anh ấy yêu nhau ba năm rồi.
我和他談了 3 年的戀愛。

單字

cô dâu 新娘	**chú rể** 新郎	**trời sinh một cặp** 天生一對
北 **đáng yêu** 南 **dễ thương** 可愛	**hạnh phúc** 幸福	**tuần trăng mật** 蜜月
lễ cưới 婚禮	**yêu** 愛	

婚禮地點

Hôn lễ được tổ chức ở đâu?
婚禮會在哪裡舉行？

Hôn lễ được tổ chức tại nhà của tôi.
婚禮會在我家舉行。

Hôn lễ được tổ chức tại nhà hàng.
婚禮會在餐廳舉行。

婚紗照

Bộ ảnh cưới (hình cưới) của hai bạn thật đẹp.
你們的婚紗照真好看。

Cảm ơn bạn.
謝謝你。

Vậy à? Chi phí cũng không đắt (mắc) lắm đâu.
是嗎？拍這組很便宜的（費用上也很便宜）。

祝福

Chúc hai bạn mãi mãi hạnh phúc.
祝你們永遠幸福。

Cảm ơn lời chúc của bạn.
謝謝你的祝福。

Cảm ơn bạn đã đến dự hôn lễ của mình.
謝謝你來參加我的婚禮。

婚禮籌備

Hôn lễ của hai bạn chuẩn bị thế nào rồi?
你們的婚禮籌備得怎麼樣了？

Cũng tạm ổn rồi.
也差不多了。

Vẫn đang trong quá trình chuẩn bị.
還在準備過程當中。

單字

hôn lễ 婚禮	**tổ chức** 舉行	**nhà hàng** 餐廳
北 **ảnh cưới** 南 **hình cưới** 婚紗照	**chi phí** 費用	**mãi mãi** 永遠
lời chúc 祝福	**chuẩn bị** 籌備、準備	**quá trình** 過程

★ 會話練習　

1. 請聽 MP3，並依下列單字完成所有的句子。

rất　　　　lắm　　　　vào　　　　vốn dĩ　　　　càng ngày càng

❶ Tôi _____ không muốn nói chuyện này ra, nhưng vì sợ cô ấy hiểu lầm tôi.
我本來不想講出這件事的，但怕她誤會我（所以就講了）。

❷ Cô ấy _____ thay đổi, tôi không nhận ra nữa rồi.
她愈變愈多，我都認不出來了。

❸ Bên ngoài lạnh _____ , em mặc thêm áo vào đi.
外頭好冷，你多穿件衣服吧！

❹ Long mời chúng tôi tới dự lễ cưới _____ thứ bảy tuần sau.
阿龍邀我們參加下週六的喜宴。

❺ Cô dâu và chú rể đều cười _____ hạnh phúc.
新娘與新郎都笑得很幸福。

2. 請聽 MP3，依下列中文用越南語作回答練習。

❶ 我上個月拍婚紗照的。
❷ 我會在餐廳舉辦婚禮。
❸ 婚禮早上十點開始。
❹ 男方已經來了。
❺ 我們已經登記結婚了。

3. 請將下列的句子重組。

❶ chúng tôi / mọi người / dự / cảm ơn / lễ cưới / đã đến / của / .
謝謝大家來參加我們的婚禮。

➡ _____

❷ ấy / mình / nói chuyện / rất / với / thích / anh / .
我很喜歡跟他聊天。

➡ _____

❸ chúc / hạnh phúc / cô dâu / và / trăm năm / chú rể / .
祝新娘和新郎百年好合。

➡ _____

❶ **cầu hôn** 求婚

❷ **đính hôn** 訂婚
→ **vợ chưa cưới / vị hôn thê** 未婚妻
→ **chồng chưa cưới / vị hôn phu** 未婚夫

❸ **kết hôn** 結婚
❹ **chủ rể** 新郎
❺ **cô dâu** 新娘

❻ **phù rể** 伴郎
❼ **phù dâu** 伴娘

❽ **phù rể nhí** 花僮

❾ **thông gia** 親家
❿ **váy cưới** 婚紗
⓫ **hoa cưới** 新娘捧花

⓬ **thiệp cưới** 喜帖

⓭ **bánh phu thê / bánh su sê** 喜餅

⓮ **giấy đăng ký kết hôn** 結婚證書

⓯ **quà cưới** 結婚禮品

⑯ **tiệc cưới** 婚宴、喜酒

⑰ **rạp đám cưới** 傳統結婚棚架

⑱ 北 **giá đỡ ảnh cưới** / 南 **giá đỡ hình cưới** 結婚照片架

⑲ **sân khấu** 舞台

⑳ **nhạc đám cưới** 婚禮音樂

㉑ **rót rượu sâm-banh**
倒香檳

㉒ 北 **cắt bánh gato** /
南 **cắt bánh kem** 切蛋糕

㉓ **tung hoa cưới** 丟捧花

加強表現

❶ **váy cưới thiết kế tinh xảo**
設計精美的婚紗

❷ **tung hoa trong lễ cưới**
在婚禮上丟捧花

❸ **đeo nhẫn cưới** 戴上結婚戒指

❹ **gửi thiệp cưới** 發喜帖

❺ **đăng ký kết hôn** 結婚登記

　　越南的 nghi thức kết hôn（婚禮儀式）流程細瑣繁多。然隨著時代的改變，婚姻的習俗至今也慢慢的不盡相同。早先之前，越南的婚禮儀式包括：lễ dạm ngõ（家庭會面禮）→ lễ ăn hỏi（問名禮）→ lễ xin dâu（迎新娘禮）→ lễ rước dâu（迎親禮）→ tiệc cưới（宴客禮）→ lễ lại mặt（回門禮）的六個程序，不過現在大多數都已經簡化成：提親→訂婚→迎親這三個階段而已。

　　先談談「家庭會面禮」的儀式。家庭見面禮的這一天是交往中的男、女雙方家庭互相見面的日子，在雙方家庭的了解及認同之下，這對男女正式成為公認的情侶關係。雖然現代的男女多半是自由戀愛認識的，然這是雙方認識並了解對方家庭的第一步，所以準備的禮物還不用太複雜，大體上只要有 trầu cau（檳榔）或水果即可。不過，雖然這項儀式是越南婚禮中的重要一環，但有些地方也慢慢開始省略到這個環節。

▲ 男、女雙方拿著禮品、紅包的年輕男女及新人

　　家庭會面禮之後為就是「問名禮」了。進行問名禮的當天，男方會攜帶 sính lễ（聘禮）到女方家向女方提親。問名禮的聘禮主要是依據女方家庭所在地區的習俗決定。地區不同、習俗相異，自然聘禮種類也有不同。但通常跑不掉的會需要有檳榔、chè（茶葉）、thuốc lá（香菸）、rượu（酒）、bánh cốm（扁米餅）、水果，甚至有些地方的風俗還要準備整隻的 北 lợn quay / 南 heo quay（烤乳豬）。這些聘禮會裝在小盒裡，並且堆高，有點像一座漂亮的小塔狀，並由男方這邊幾位年輕的未婚男性負責端著，跟著準新郎來到女方家，然後在女方家門口交給準新娘家選定的幾位年輕未婚女性接手。這些年輕男女一般是準新郎、新娘的親朋好友。當雙方的年輕人不夠用時，現在也有專業做這項接禮服務的人員可以連絡。通常聘禮的數量是 5 份、7 份或 9 份，由每位年輕男性各端一盒。送上聘禮之後，女方家會邀請男方家屬的所有人喝茶、吃糖果，然後端著聘禮的年輕男女們則會互相交換事先準備好的紅包。

　　訂婚之後的儀式為迎親。迎親是非常重要的儀式，所以雙方要事先選好良辰吉日。男方家會帶一

▲ lễ xin dâu（迎新娘禮）

隊人馬，帶著小盤檳榔和酒到女方家xin dâu（迎請新娘）。在男方家的這隊人馬中，領隊的是家中 đức cao trọng vọng（德高望重）的長輩，隨後就是新郎以及其他的親朋好友。到了女方家之後，男方家的代表會跟女方家提出「請新娘」的請求。雙方的代表會在這個時候派出幾名長輩出來發表談話。男方的長輩大致就是誠懇地提出「今天來的目的，請求女方同意讓男方把新娘迎走」及一些吉祥話；女方的長輩則發表應允的內容。女方應允後，新郎會到新娘的房間裡迎接新娘出來一起祭拜祖先，然後向

▲ 男方到女方家迎請新娘時，長輩發表談話

雙方家庭的長輩、親戚倒茶。有些地方，新娘的長輩、父母、兄弟姊妹將會上來送禮物或紅包給新娘和新郎。在女方家的儀式結束之後，新娘與女方家的一些親朋好友將跟男方家的人一起到男方家繼續 đón dâu（迎新娘）儀式。到了男方家，雙方代表將會上台致辭，然後新郎與新娘一起去祭拜祖先，一樣請雙方長輩、親戚喝茶、吃糖果。

▲ 越南婚禮中向長輩奉茶

傳統儀式結束後，新郎新娘會舉辦婚宴招待親友，並向來賓致上謝意。如今很多男女雙方家庭選擇迎親儀式之後再一起舉辦婚宴。而如果分開舉辦，女方通常會於迎親儀式前舉辦婚宴，而男方則於迎娶新娘後才請親戚朋友來參與婚宴，但實際上，越南這麼大！地區不同時，辦起來婚禮的順序真的是比春秋戰國更加紛亂。

談完儀式後，簡單聊聊越南的婚禮硬體設備。越南人普遍在自家附近舉辦上述林林總總的各種婚宴，其與台灣人認知的「流水席」婚禮的概念有點相似。就硬體的部分而言，那個支撐住宴席的臨時矮棚，越南語稱之為 rạp đám cưới（傳統結婚棚架）。越南式的 rạp đám cưới 是相當有文化特色的，聽說它漂亮的外觀常常令外國人止不住好奇心仔細打量。一般而言，rạp đám cưới 都是粉紅色、淺紫色混搭金色的臨時棚架。畢竟是用來結婚的場合，精美華麗的佈置是不可或缺的，在這個小小的臨時空間裡，越南人對於會場的美感是相當地講究的，在頂端及鋼架邊會鋪上高檔的布簾。桌子及椅子會分別蓋上高級的桌布及椅套（有時候會打上蝴蝶結）之外，往頭上一看，精美的 đèn chùm（豪華吊

▲ rạp đám cưới（傳統婚禮棚架）的外觀

▲ 坐在 rạp đám cưới 中的賓客

▲ 長形禮桌上的零食

燈）便懸在頭上，另外有七彩霓虹燈的舞台做各種儀式使用，有時還會架設卡拉 OK 設備提供娛興節目。在 rạp đám cưới 之中，依情況，桌子的部分有可能是長方型的，這一點可能會讓已經習慣「婚宴坐圓桌」的台灣人比較意外。在開席前桌子上一定會準備好一些零食好讓賓客沒事解解饞，裡面一定會有的則是瓜子、零食、糖果、香菸、檳榔等，有時也有罐裝啤酒。

在越南，rạp đám cưới 都是有專人在經營的，這些業者經驗老道，只要價錢談好，想要呈現最佳的婚禮環境就不成問題。憑良心講，rạp đám cưới 其美麗的身影，有時候剛剛好座落在比較髒亂的馬路邊時，整體畫面來說是還有蠻稍微的違和感。而到了現在，開始有許多越南人會選擇在大飯店舉辦婚禮，而其辦理西式宴席的模式亦與世界同軌，也是會有新郎與新娘一起 北 cắt bánh gato / 南 cắt bánh kem（切蛋糕）、rót rượu vang（倒紅酒）等基本款的娛興節目。（但這些節目，只要男方、女方同意，也可以在其他儀式中進行）。但對於傳統的越南人們來說，其實大家還是比較喜愛在 rạp đám cưới 中感受歡樂的氣氛，因為場地不需太過拘謹，親友們之間也可以比較輕鬆的互動，這一切都勝過於西式大飯店裡那需拘謹守禮，冷冰冰的雕樑畫棟。

▲ 婚禮中倒香檳塔

上述的都是核心的重要結婚儀式及硬體特色，當兩個家庭要結合時，一般雙方還是會按家庭條件或各地區的習俗狀況，共同討論選擇舉辦的方式及省卻不需要的繁文縟節。結婚嘛！在尊重古禮的同時，不管經過什麼樣的過程，讓雙方家庭方便及小倆口開心，不才是最重要的嗎？

Phần 3 | 額外收錄

❶ **sách bán chạy** 暢銷書

❷ **sách mới** 新書

❸ **sách tranh** 繪本

❹ **truyện cổ tích** 童話

❺ **sách 3D** 立體書

❻ **truyện ngụ ngôn** 寓言

❼ **sách cũ** 二手書

❽ **lời nói đầu** 序言

　→ **tái bút** 後記

❾ **trang số ~** 頁碼

❿ **hoạ sĩ vẽ tranh minh hoạ** 插畫家

⓫ **nhà xuất bản** 出版社

⓬ **mặt sau sách** 封底

⓭ **gáy sách** 書背

⓮ **tên sách** 書名

⓯ **bìa sách** 封面

⓰ **tác giả** 作者

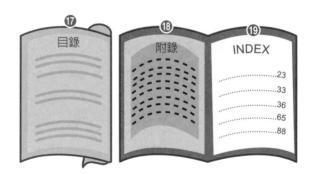

⓱ **dịch giả** 譯者

⓲ **mục lục** 目錄

⓳ **bảng chỉ dẫn** 索引

❶ **văn học** 文學

❷ **tiểu thuyết** 小説

❸ **truyện ký** 傳記

❹ **truyện tranh** 漫畫

❺ **lịch sử** 歷史

❻ **sách thiếu nhi** 童書

❼ **ngôn ngữ** 語言

❽ **sách giáo khoa** 教科書

❾ **tự điển** 字典

❿ **sách tin học** 電腦用書

⓫ **thiết kế nghệ thuật** 藝術設計

⓬ **thương mại** 商業

⓭ **thường thức phổ thông** 知識科普

⓮ **thể dục** 運動

⓯ **cẩm nang du lịch** 旅遊指南

⓰ **tạp chí** 雜誌

⓱ **sức khỏe** 健康

⓲ **nuôi dạy con** 親子教養

⓳ **dạy nấu ăn** 食譜

⓴ **phong cách sống** 生活風格

㉑ **làm đẹp** 美容

㉒ **rèn luyện sức khoẻ** 健身

㉓ **tâm lý** 心理勵志

㉔ **sách người lớn** 成人

◀ 越南的出版愈來愈進步，書籍的品
質上，也陸續出現了精美的作品

ở trên
在…上方

ở dưới
在…下方

ở dưới gầm
在…下方空間

gần
靠近…

cách...
距…

ở giữa
在…中間

ở chính giữa
在中央
（指一個空間的
正中間處）

ở bên phải...
在…右邊

ở bên trái...
在…左邊

ở giữa...
介於…之間

ở phía trước ...
在…前面

ở cuối ...
在…盡頭處

ở xéo / ở phía chếch với...
在…斜對面

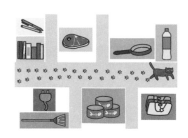

ở phía sau ...
在…後面

ở đây
在這裡

ở đó / ở đằng kia
在那裡

ở đâu?
在哪裡？

ở đối diện ...
在…對面

ở xung quanh ...
在…四周

ở ngoài...
在…外面

xuyên qua ...
穿過…、通過…

ở trong...
在…裡面

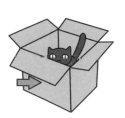

đi qua ...
經過…、經由…

【解答篇】

★ Bài 1 P.49

1.

❶ lối đi   ❷ bắt   ❸ xin
❹ làm ơn   ❺ khoảng

2.

1.
錄音內容：**Anh có hành lý ký gửi không?**
　　　　　您有行李要托運嗎？
回答內容：**Tôi không có hành lý ký gửi.**

2.
錄音內容：**Xin hỏi bến xe buýt ở đâu?**
　　　　　請問公車站在哪裡？
回答內容：**Anh đi thẳng rồi rẽ (quẹo) phải là đến.**

3.
錄音內容：**Chuyến bay mấy giờ cất cánh?**
　　　　　20 分鐘後起飛。
回答內容：**Hai mươi phút nữa cất cánh.**

4.
錄音內容：**Chị ở cửa ra số mấy?**
　　　　　妳在幾號出口？
回答內容：**Tôi ở cửa ra số ba.**

5.
錄音內容：**Ở đây có xe buýt số 58 không?**
　　　　　在這裡有 58 號公車嗎？
回答內容：**Không, ở đây chỉ có xe buýt số 55.**

3.

❶ 15 phút nữa lên máy bay.

❷ Ở đây có tuyến xe 08 đi Hà Nội.
❸ Cửa hàng miễn thuế ở phía trước.
❹ 9 giờ đến sân bay.
❺ Tôi ngồi gần cửa sổ.

★ Bài 2 P.59

1.

❶ đổi   ❷ say   ❸ chuyến
❹ trạm   ❺ xuống

2.

1.
錄音內容：**Bao nhiêu tiền vậy?**
　　　　　請問是多少錢？
回答內容：**3.000 đồng.**

2.
錄音內容：**Lần đầu tiên đi xe buýt sân bay đúng không?**
　　　　　你是第一次搭公車去機場對嗎？
回答內容：**Vâng (Dạ), đây là lần đầu tiên.**

3.
錄音內容：**Từ đây đến đó mất bao lâu?**
　　　　　從這裡到那裡要多久？
回答內容：**Khoảng mười lăm phút.**

4.
錄音內容：**Còn mấy trạm nữa đến Đại học Hà Nội?**
　　　　　還有幾站會到河內大學？
回答內容：**Còn ba trạm.**

5.
錄音內容：**Bạn có say xe không?**
　　　　　你會暈車嗎？
回答內容：**Tôi không say xe.**

3.

❶ Tôi không thích đi xe buýt.

❷ Anh muốn xuống xe không?

❸ Tôi đang ở bến xe Mỹ Đình.

❹ Vé của anh đâu?

❺ Bạn đi khoảng hai trăm mét là đến.

★ Bài 3　　P.67

1.

❶ đâu　　❷ nếu ... thì　　❸ mua

❹ vé tàu　　❺ khởi hành

2.

1.

錄音內容：**Anh muốn mua mấy vé?**

您想買幾張票？

回答內容：**Tôi muốn mua ba vé.**

2.

錄音內容：**Bạn đang ở toa tàu số mấy?**

你正在幾號車廂裡？

回答內容：**Ở toa tàu số sáu.**

3.

錄音內容：**Chị muốn đặt vé một chiều hay khứ hồi?**

您想買單程票還是來回票？

回答內容：**Vé khứ hồi.**

4.

錄音內容：**Mấy giờ xe xuất phát?**

幾點發車？

回答內容：**Ba rưỡi xuất phát.**

5.

錄音內容：**Em đặt vé chưa?**

你訂票了沒？

回答內容：**Vẫn chưa đặt vé.**

3.

❶ Chín giờ đến nơi.

❷ Ba giờ chiều ngày mai tôi đi.

❸ Còn vé đi Hà Nội không?

❹ Em muốn đi Đà Nẵng.

❺ Chúng ta gặp nhau ở cổng trường.

★ Bài 4　　P.77

1.

❶ tuần sau　　❷ xong　　❸ muốn

❹ cần　　❺ mang

2.

1.

錄音內容：**Em nấu xong bữa tối chưa?**

晚餐你煮好了沒？

回答內容：**Bữa tối nấu xong rồi.**

2.

錄音內容：**Anh muốn đi đâu du lịch?**

你想去哪裡旅行？

回答內容：**Tôi muốn đi Việt Nam du lịch.**

3.

錄音內容：**Chị giặt xong quần áo chưa?**

您洗好衣服了沒？

回答內容：**Giặt xong rồi.**

4.

錄音內容：**Chị muốn học tiếng Anh không?**

您想要學英文嗎？

回答內容：**Chị không muốn học tiếng Anh.**

3.

❶ Tôi muốn đăng ký thẻ tạm trú cho người nước ngoài.

❷ Ngày mai em muốn đi xem phim không?

❸ Chị cần điền tên và số điện thoại.

❹ Tôi chưa ăn xong.

❺ Tôi không muốn gặp lại cô ấy.

★ Bài 5   P.85

1.

❶ Ngày kia, chị Mai sẽ đi Singapore.

❷ Hai tuần nữa, anh Tú sẽ đi Đài Loan du học.

❸ Tháng sau, Lan Anh sẽ bắt đầu đi làm.

❹ Năm sau, con sẽ về ăn Tết với bố (ba) mẹ.

❺ Ngày mai tôi sẽ mua xe máy.

2.

❶ Cô ấy thích đọc sách gì?

❷ Tôi cần chuẩn bị giấy tờ gì?

❸ Tôi sẽ không gặp anh ấy nữa.

❹ Chồng tôi có một anh trai và hai em gái.

❺ Anh sẽ tổ chức lễ cưới ở đâu ?

3.

1.

錄音內容：Sở thích của vợ anh là gì?
　　　　你老婆的興趣是什麼？

回答內容：Vợ tôi thích đọc sách.

2.

錄音內容：Ngày mai anh sẽ đến chứ?
　　　　明天您會來嗎？

回答內容：Tôi sẽ đến.

3.

錄音內容：Anh cần bao nhiêu tiền?
　　　　您需要多少錢？

回答內容：Tôi cần 3 triệu đồng.

4.

錄音內容：Lễ cưới của ai?
　　　　是誰的婚禮？

回答內容：Hôn lễ của Lan Anh và Tuấn Kiệt.

★ Bài 6   P.93

1.

❶ Em nên đi ngủ sớm.

❷ Chị không nên làm cho bố (ba) tức giận.

❸ Anh nên tập thể dục mỗi ngày.

❹ Em nên nhận lỗi khi làm sai.

❺ Anh không nên nói dối em.

2.

❶ rất   ❷ như thế nào   ❸ mở

❹ muốn   ❺ uống, ăn

3.

❶ Tôi muốn gửi 50 triệu đồng vào tài khoản.

❷ Dạo này công việc của anh thế nào?

❸ Bộ phim đó rất hay.

★ Bài 7   P.103

1.

❶ Trời mưa to quá, tôi không thể không mặc áo mưa.

❷ Nếu bạn muốn khỏi bệnh thì không thể không uống thuốc.

❸Sắp thi cuối kì rồi, tôi không thể không ôn tập.

❹Muốn đi Mỹ du học, bạn không thể không biết tiếng Anh.

❺Trời nóng như vậy, tôi không thể không mở điều hòa (máy lạnh).

2.

❶ chỉ cần

❷ đối với ... mà nói

❸ bị ốm (bị bệnh)

❹ thì

❺ không thể không

★ **Bài 8**   P.113

1.

❶Sở dĩ tôi không mua máy tính xách tay là vì không có tiền.

❷Sở dĩ bố mẹ tôi buồn là vì tôi không về nhà.

❸Sở dĩ tôi không nói chuyện đó ra là vì tôn trọng anh.

❹Sở dĩ cô ấy từ chối lời mời của tôi là vì không thích tôi.

❺Sở dĩ tôi phải thức khuya là vì ngày mai thi cuối kì.

2.

❶ thích   ❷ tất nhiên   ❸ vì ... nên ...

❹ chăm lo   ❺ có vẻ như

★ **Bài 9**   P.121

1.

❶Chị Hoa có thể nói được tiếng Anh không?

   - Chị Hoa nói được.

   - Chị Hoa không nói được.

❷Anh Hùng có thể lái được xe ô tô (xe hơi) không?

   - Anh Hùng lái được.

   - Anh Hùng không lái được.

❸Lan Anh có thể chơi được đàn guitar không?

   - Lan Anh có thể chơi đàn guitar.

   - Lan Anh không chơi được guitar.

2.

❶ có phải   ❷ chuyển lời   ❸ nhắn

3.

❶Chị gọi nhầm số rồi.

❷Anh có muốn nhắn gì không?

❸Xin lỗi, lúc này tôi không tiện nghe điện thoại.

★ **Bài 10**   P.129

1.

❶ có phải   ❷ nhầm   ❸ đang

❹ đi   ❺ muốn

2.

1.

錄音內容：**Hà Nội có phải là thủ đô của Việt Nam không?**

河內是不是越南的首都呢？

回答內容：**Phải, Hà Nội chính là thủ đô của Việt Nam.**

2.

錄音內容：**Có phải quán cà phê này không?**
是不是這間咖啡館呢？

回答內容：**Phải, chúng ta đi vào đi!**

3.

錄音內容：**Anh có phải là giám đốc Trần không?**
你是不是陳經理呢？

回答內容：**Không phải, chị nhận nhầm người rồi.**

4.

錄音內容：**Em đổi điện thoại chưa?**
你換手機了沒？

回答內容：**Em vẫn chưa đổi điện thoại.**

5.

錄音內容：**Ngày mai em có rảnh không?**
明天你有空嗎？

回答內容：**Có rảnh, chúng ta đi chơi đi!**

3.

❶ Cho tôi mượn tiền đi.

❷ Có phải bạn gọi điện cho tôi không?

❸ Xin lỗi, chị gọi nhầm số rồi.

❹ Đây có phải là hoa của bạn không?

❺ Kem ở đây vô cùng nổi tiếng.

★ **Bài 11** P.139

1.

❶ xem ❷ tại sao ❸ muốn
❹ bán ❺ hay ❻ mấy giờ
❼ chọn ❽ thích ❾ mua
❿ rồi

2.

❶ Ngày mai mấy giờ anh lên máy bay?

❷ Tôi đang ở cổng rạp chiếu phim Lotte.

❸ Cô ấy đã uống thuốc rồi.

❹ Em lựa chọn ở lại hay ra đi?

❺ Hai giờ chị Linh sẽ đến đón em.

★ **Bài 12** P.147

1.

❶ Xin hỏi, anh dùng gì?

❷ Cho tôi hai bát (chén) phở gà.

❸ Chị có muốn uống gì không?

❹ Ở đây có nem cuốn (gỏi cuốn) không?

❺ Em muốn uống trà sữa Đài Loan.

2.

❶ phở ❷ ngon ❸ cà phê
❹ đừng ❺ đợi

3.

1.

錄音內容：**Anh muốn uống gì?**
你想喝什麼？

回答內容：**Tôi muốn uống cà phê.**

2.

錄音內容：**Món này thế nào?**
這道菜餚如何？

回答內容：**Hơi mặn.**

3.

錄音內容：**Em ăn cay không?**
你吃辣嗎？

回答內容：**Em không ăn cay.**

4.

錄音內容：**Em vừa gọi món gì thế?**
你剛點了什麼菜？

回答內容：**Em gọi một <u>đĩa (dĩa)</u> quẩy và hai <u>bát (tô)</u> phở bò.**

5.

錄音內容：**Ở đây có món gì ngon?**
這裡有什麼菜餚比較好吃？

回答內容：**Ở đây có món gà rán phô mai rất ngon.**

★ Bài 13   P.155

1.

❶ ngọt   ❷ đều   ❸ đổi
❹ nên   ❺ không ... lắm

2.

❶ Em muốn mua trứng gà hay trứng vịt?
❷ Cô ấy có vẻ không thích đọc sách lắm.
❸ Tại sao hôm qua bạn và Minh đều không đến?
❹ Xin lỗi, dưa hấu đã bán hết rồi.
❺ Chiếc váy này không đẹp lắm.

3.

(1) **CÁ**
(2) **HOA**
(3) **THỊT LỢN**
(4) **TÁO**
(5) **CÀ RỐT**
(6) **RAU**
(7) **DÂU TÂY**
(8) **SẦU RIÊNG**
(9) **TRỨNG**
⑽ **TÔM**
⑾ **KHOAI LANG**
⑿ **CHÔM CHÔM**
⒀ **NHO**
⒁ **NGÔ**
關鍵字：**CHỢ TRUYỀN THỐNG**

★ Bài 14   P.165

1.

❶ giảm giá   ❷ nhất   ❸ tổng cộng
❹ thử

2.

(1) **QUẠT ĐIỆN**
(2) **NỒI CƠM ĐIỆN**
(3) **ĐIỆN THOẠI**
(4) **TI VI**
(5) **ĐIỀU HÒA**
(6) **LÒ VI SÓNG**
(7) **TỦ LẠNH**
(8) **BẾP TỪ**
關鍵字：**ĐỒ ĐIỆN TỬ**

1.

❶ Đồ ăn của quán này vừa ngon vừa rẻ.

❷ Anh ấy vừa lái xe ô tô vừa nghe điện thoại.

❸ Đôi giày này vừa xấu vừa bẩn.

❹ Tôi nhìn thấy Hoa vừa đi vừa ăn.

❺ Quả dưa hấu này vừa to vừa ngọt.

2.

1.

錄音內容：**Bạn thích ăn sầu riêng không?**

回答內容：**Tôi thích ăn sầu riêng.**
我喜歡吃榴槤。

2.

錄音內容：**Em thích đi du lịch không?**

回答內容：**Em không thích đi du lịch.**
我不喜歡去旅遊。

3.

錄音內容：**Bạn thích đá bóng (đá banh) không?**

回答內容：**Tôi thích đá bóng.**
我喜歡踢足球。

4.

錄音內容：**Anh thích nghe nhạc Việt Nam không?**

回答內容：**Anh thích nghe nhạc Việt Nam.**
我喜歡聽越南音樂。

5.

錄音內容：**Chị thích nấu ăn không?**

回答內容：**Chị không thích nấu ăn.**
我不喜歡煮飯。

1.

❶ tập thể hình ❷ luyện tập ❸ giảm

2.

1.

錄音內容：**Bạn có muốn tiếp tục tham gia cuộc thi này không?**
你想要繼續參與這場比賽嗎？

回答內容：**Tôi không muốn tiếp tục tham gia.**

2.

錄音內容：**Em có uống nước thường xuyên không?**
你有經常喝水嗎？

回答內容：**Em uống nước thường xuyên.**

3.

錄音內容：**Bạn có cần giúp đỡ gì không?**
有什麼需要幫你的嗎？

回答內容：**Anh làm ơn giúp tôi tăng trọng lượng.**

4.

錄音內容：**Như thế này có nặng quá không?**
這樣是否會過重？

回答內容：**Không sao, không nặng lắm.**

5.

錄音內容：**Tôi có thể đăng ký ở đâu?**
我可以在這裡報名嗎？

回答內容：**Mời anh qua quầy lễ tân đăng ký.**

3.

❶ Con phải làm bài xong mới được đi chơi nhé.

❷ Tôi và Linh vẫn thường xuyên nói chuyện

với nhau.

❸ Chị Lan không muốn tiếp tục làm việc ở đây nữa.

★ Bài 17   P.191

1.

❶ gửi   ❷ bưu phẩm

❸ chuyển phát nhanh   ❹ tem

❺ phong bì (bao thư)   ❻ tối đa

❼ không

2.

❶ Tôi chỉ đến thư viện gửi thư thôi.

❷ Gửi chuyển phát nhanh có đắt không?

❸ Bạn giúp tôi gửi bánh sinh nhật tới nhà Lan Anh được không?

❹ Anh Long thích chơi bóng rổ hay đá bóng?

❺ Trên đời chỉ có mẹ là tốt nhất.

★ Bài 18   P.201

1.

❶ uống thuốc   ❷ thấy   ❸ búa

❹ đúng giờ

2.

(1) BÁC SĨ

(2) TIÊM

(3) NGỨA

(4) HO

(5) VIÊN

(6) DỊ ỨNG

(7) TIÊU CHẢY

(8) MẤT NGỦ

關鍵字：BỆNH VIỆN

★ Bài 19   P.211

1.

❶ thử   ❷ rất   ❸ ngon

❹ hoặc ... hoặc

2.

1.

錄音內容：**Kiểu áo này còn cỡ M không?**
這款還有 M 號的嗎？

回答內容：**Kiểu này hết cỡ M rồi.**

2.

錄音內容：**Xin hỏi, phòng thử đồ ở đâu?**
請問更衣室在哪？

回答內容：**Phòng thử đồ ở bên trái.**

3.

錄音內容：**Tôi có thể đổi cỡ to hơn được không?**
我可以換較大號的碼？

回答內容：**Đương nhiên là được.**

4.

錄音內容：**Chị ăn thử món em làm chưa?**
您試吃過我作的菜餚了沒？

回答內容：**Chị vẫn chưa ăn.**

3.

❶ Em cũng không biết nên làm thế nào.

❷ Anh muốn uống thử loại rượu mới không?

❸ Hoặc em hoặc chị sẽ phải ở lại chăm sóc nó.

❹ Bạn thử nói một câu tiếng Anh đi.

★ **Bài 20**

P.221

1.

❶ trông ❷ hết ❸ có vẻ

❹ tuy ... nhưng ❺ mặc dù

2.

❶ Chị muốn mua hoa hồng đỏ hay hồng trắng?

❷ Trông có vẻ như trời sắp mưa rồi.

❸ Mặc dù bố mẹ không đồng ý, nhưng Long vẫn muốn đi nước ngoài du học.

❹ Ai đã ăn hết đĩa gà rán trên bàn của tôi rồi?

❺ Tuy gặp nhiều khó khăn, nhưng anh ấy không bao giờ bỏ cuộc.

3.

⑴ CÚC

⑵ TƯỜNG VI

⑶ LAN

⑷ HOA HỒNG

⑸ HOA MAI

⑹ HOA SEN

⑺ BỒ CÔNG ANH

⑻ CẨM CHƯỚNG

⑼ HOA ĐÀO

⑽ HOA NHÀI

關鍵字：CỬA HÀNG HOA

★ **Bài 21**

P.231

1.

❶ sau đó ❷ bị

❸ không cánh mà bay

❹ nhanh ❺ báo

2.

1.

錄音內容：**Bọn họ có bao nhiêu người?**
他們有多少人？

回答內容：**Bọn họ có ba người.**

2.

錄音內容：**Điện thoại của bạn màu gì?**
你的手機是什麼顏色的？

回答內容：**Điện thoại của tôi màu đỏ.**

3.

錄音內容：**Sự việc xảy ra vào lúc nào?**
事情是什麼時候發生的？

回答內容：**Sự việc xảy ra vào lúc 7 giờ tối hôm qua.**

4.

錄音內容：**Chị bị lừa mất bao nhiêu tiền?**
妳被騙了多少錢？

回答內容：**Tôi bị lừa mất 50 triệu.**

5.

錄音內容：**Các chị tìm thấy ở đâu?**
你們在哪裡找到的？

回答內容：**Chúng tôi tìm thấy ở gần công viên.**

3.

❶ Chiếc điện thoại màu đen của tôi bị mất rồi.

❷ Nếu tìm được , chúng tôi sẽ thông báo cho anh.

★ **Bài 22**   P.241

1.

❶ thông cảm ❷ khó ❸ đã
❹ trả phòng ❺ bữa sáng

2.

1.

錄音內容：**Mẹ đã về đến nhà chưa?**
媽媽已經回到家了嗎？

回答內容：**Mẹ vừa về đến nhà rồi.**

2.

錄音內容：**Mật khẩu wifi là gì vậy?**
WI-FI 的密碼是什麼呢？

回答內容：**Mật khẩu wifi là 888000.**

3.

錄音內容：**Khi nào chị đến nhận phòng ạ?**
什麼時候你會登記入房呢？

回答內容：**Khoảng một giờ chiều tôi sẽ đến nhận phòng.**

4.

錄音內容：**Ở đây có dịch vụ giặt ủi quần áo không?**
請問這裡有洗衣服務嗎？

回答內容：**Có, chúng tôi có dịch vụ giặt quần áo miễn phí.**

5.

錄音內容：**Xin hỏi, chị có cần dịch vụ xe đưa đón sân bay không ạ?**
抱歉，請問您有需要機場接送機服務嗎？

回答內容：**Không cần, cảm ơn.**

3.

❶ khách sạn chúng tôi hết phòng trống, mong anh thông cảm.

❷ Con mèo đó chạy rất nhanh, rất khó bắt được nó.

❸ Anh đã yêu cô gái ngồi cùng bàn đó rồi.

★ **Bài 23**   P.251

1.

❶ biết ❷ lạnh ❸ chính là
❹ mang ❺ không những ... mà còn

2.

1.

錄音內容：**Bạn chính là hướng dẫn viên du lịch Việt Nam phải không?**

回答內容：**Vâng (Dạ), tôi chính là hướng dẫn viên du lịch Việt Nam.**
對，我是越南導遊。

2.

錄音內容：**Bạn biết chơi bóng rổ không?**

回答內容：**Tôi không biết chơi bóng rổ.**
我不會打籃球。

3.

錄音內容：**Xin hỏi chỗ này có thể đỗ (đậu) xe không?**

回答內容：**Chỗ này không được đỗ xe.**

這裡不可以停車。

4.
錄音內容：**Các bạn đã mua vé vào cửa tham quan chưa?**

回答內容：**Chúng tôi đã mua vé vào cửa tham quan rồi.**
我們已經買了入場參觀的門票了。

5.
錄音內容：**Chúng ta sẽ ở đây tham quan bao lâu?**

回答內容：**Chúng ta sẽ ở đây tham quan ba mươi phút.**
我們將會在這裡參觀 30 分鐘。

3.

❶ **Chị có thể giúp tôi chụp kiểu ảnh được không?**

❷ **Vịnh Hạ Long là điểm du lịch nổi tiếng của Việt Nam.**

★ Bài 24 P.263

1.

❶ ưa chuộng ❷ bao nhiêu tiền ❸ cỡ
❹ bằng ❺ giầy dép

2.

1.
錄音內容：**Bố (Ba) và mẹ, con yêu ai hơn?**
爸爸跟媽媽，你比較愛哪一個？

回答內容：**Bố (Ba) và mẹ, con đều yêu.**

2.
錄音內容：**Chiếc máy giặt này bao nhiêu tiền?**

這台洗衣機要多少錢？
回答內容：**Chiếc máy giặt này 12 triệu đồng.**

3.
錄音內容：**Chị có muốn dùng thử sản phẩm mới của chúng tôi không ạ?**
您想要試用我們的新產品嗎？

回答內容：**Không cần, cảm ơn!**

4.
錄音內容：**Em có thường xuyên đắp mặt nạ ở nhà không?**
妳有經常在家敷面膜嗎？

回答內容：**Có, thường xuyên.**

5.
錄音內容：**Kiểu áo này có còn cỡ to hơn không?**
這款衣服還有比較大號的嗎？

回答內容：**Kiểu này chỉ còn một chiếc cuối cùng.**

3.

❶ **Chiếc xe đạp của anh bán bao nhiêu tiền?**

❷ **Anh ý thì phải mặc cỡ L mới được.**

❸ **Chị chỉ có thể đổi hàng trong vòng ba ngày.**

★ Bài 25 P.271

1.

❶ sắp ❷ thường xuyên ❸ khá
❹ bao lâu ❺ phải

2.

❶ **Ngọc là một người khá thông minh.**

❷ **Tôi thường xuyên vào thư viện đọc sách.**

❸ **Trong trường có bể bơi không?**

❹Bạn gái tôi là sinh viên đại học năm thứ ba.

❺Bao lâu rồi em không về nhà ăn cơm với bố mẹ?

★ Bài 26   P.281

1.

❶ nên   ❷ vào   ❸ trả

❹ gặp   ❺ vì

2.

1.

錄音內容：**Công ty có trả tiền tăng ca không?**

公司有給加班費嗎？

回答內容：**Công ty có trả tiền tăng ca.**

2.

錄音內容：**Công ty bạn có phụ cấp ca đêm không?**

公司有附夜班津貼嗎？

回答內容：**Công ty có phụ cấp ca đêm.**

3.

錄音內容：**Bạn làm việc một ngày mấy tiếng?**

你一天工作幾個小時？

回答內容：**Tôi làm việc một ngày tám tiếng.**

4.

錄音內容：**Anh làm ở công ty bao lâu rồi?**

您在公司做多久了？

回答內容：**Tôi làm ở công ty hai năm rồi.**

5.

錄音內容：**Công ty có cung cấp bữa ăn trưa không?**

公司有提供午餐嗎？

回答內容：**Công ty không cung cấp bữa ăn trưa.**

3.

❶Cô ấy chính là trợ lý của tổng giám đốc công ty tôi.

❷Chúng tôi sẽ cố gắng làm ra những sản phẩm tốt.

★ Bài 27   P.289

1.

❶ với   ❷ vừa   ❸ nhớ

❹ lại   ❺ hợp tác

2.

1.

錄音內容：**Bản báo cáo đã chuẩn bị xong chưa?**

報告已經準備好了嗎？

回答內容：**Báo cáo đã chuẩn bị xong rồi.**

2.

錄音內容：**Tổng giám đốc có trong phòng làm việc không?**

總經理有在辦公室裡辦公嗎？

回答內容：**Tổng giám đốc không có ở phòng làm việc.**

3.

錄音內容：**Chị có thường xuyên phải đi công tác không?**

妳有經常出差嗎？

回答內容：**Tôi không cần đi công tác.**

4.

錄音內容：**Sếp của bạn là nam hay nữ?**

你的上司是男的還是女的？

回答內容：**Sếp của tôi là nam.**

5.

錄音內容：**Công ty của em có bao nhiêu nhân viên?**

你的公司有多少名員工？

回答內容：**Công ty của em có 18 nhân viên.**

3.

❶ **Bàn làm việc của chị ở phía bên kia.**

❷ **Hôm nay sếp có việc nên không đến công ty.**

❸ **Tôi nhớ là hôm qua trước khi về có tắt đèn mà?**

★ Bài 28　　P.297

1.

❶ **phải**　　❷ **đành**　　❸ **cứ ... là ...**
❹ **hay**　　❺ **muốn**

2.

1.

錄音內容：**Anh có muốn cho thêm đá không?**

您想要加冰塊嗎？

回答內容：**Có, cho tôi thêm chút đá.**

2.

錄音內容：**Xin hỏi ở đây có Latte trà xanh không?**

請問這裡有抹茶拿鐵嗎？

回答內容：**Chúng tôi không có Latte trà xanh.**

3.

錄音內容：**Chúng tôi phải đợi bao lâu?**

我們需要等多久？

回答內容：**Khoảng năm phút là xong.**

4.

錄音內容：**Ở đây có bánh ngọt gì không?**

這裡有沒有賣哪些蛋糕？

回答內容：**Xin lỗi, chúng tôi không bán bánh ngọt.**

5.

錄音內容：**Anh chị muốn dùng gì ạ?**

請問您想要點什麼（飲料）呢？

回答內容：**Cho tôi một <u>cốc (ly)</u> cà phê sữa.**

3.

❶ **Nếu không còn trà sữa thì đành gọi nước cam vậy.**

❷ **Bình thường anh hay uống cà phê à?**

❸ **Em chưa bao giờ đến quán cà phê này.**

★ Bài 29　　P.305

1.

❶ **Con không thể đi xe máy mà không đội mũ bảo hiểm.**

❷ **Anh không thể nghe người ngoài mà không tin em.**

❸ **Anh không thể nói mà không làm.**

❹ **Con không thể mua rồi mà không ăn.**

❺ **Em không thể tốt nghiệp nếu không viết xong luận văn.**

2.

❶ **nhỡ**　　❷ **lẫn**　　❸ **đèo**
❹ **cả**　　❺ **chắc chắn**

3.

❶ Tôi nghĩ cô ấy nên thay đổi thái độ của mình.

❷ Chị không thể vu oan cho người khác nếu không có chứng cứ gì.

❸ Nhỡ họ bán hết chôm chôm rồi thì chị mua mít cũng được.

❹ Bản báo cáo này có phù hợp với yêu cầu của sếp không?

❺ Cô ấy chơi được cả đàn tranh lẫn đàn piano.

★ Bài 30   P.315

1.

❶ vốn dĩ   ❷ càng ngày càng   ❸ lắm
❹ vào   ❺ rất

2.

1.

錄音內容：**Em chụp ảnh (hình) cưới khi nào vậy?**
　　　　　你什麼時候拍了婚紗照的？

回答內容：**Em chụp ảnh (hình) cưới từ tháng trước.**

2.

錄音內容：**Anh tổ chức đám cưới ở đâu?**
　　　　　你在哪裡舉辦禮的？

回答內容：**Anh sẽ tổ chức đám cưới ở nhà hàng.**

3.

錄音內容：**Hôn lễ bắt đầu lúc mấy giờ?**
　　　　　婚禮從幾點開始的？

回答內容：**Hôn lễ bắt đầu lúc mười giờ sáng.**

4.

錄音內容：**Nhà trai đã đến chưa?**
　　　　　男方到了沒？

回答內容：**Nhà trai đã đến rồi.**

5.

錄音內容：**Hai anh chị đăng ký kết hôn chưa?**
　　　　　請問兩位已經登記結婚了沒？

回答內容：**Anh chị đã đăng ký kết hôn rồi.**

3.

❶ Cảm ơn mọi người đã đến dự lễ cưới của chúng tôi.

❷ Mình rất thích nói chuyện với anh ấy.

❸ Thật đáng tiếc, đội mình vốn dĩ đã có thể giành chiến thắng rồi.

❹ Chúc cô dâu và chú rể trăm năm hạnh phúc.

❺ Bố tôi càng ngày càng nghiêm khắc với chúng tôi.

台灣廣廈 國際出版集團
Taiwan Mansion International Group

國家圖書館出版品預行編目（CIP）資料

我的第一本越南語會話 / 克氏妝著.
-- 初版. -- 新北市：國際學村, 2019.07
　　面；　　公分.
ISBN 978-986-454-085-3
1.越南語　2.會話

803.7988　　　　　　　　　　　　107012383

 國際學村

我的第一本越南語會話

作　　　者／克氏妝	編輯中心／第六編輯室
插　　　畫／黎宇珠	編 輯 長／伍峻宏・編輯／王文強
	封面設計／張家綺・內頁排版／菩薩蠻數位文化有限公司
	製版・印刷・裝訂／東豪・弼聖・明和

行企研發中心總監／陳冠蒨	整合行銷組／陳宜鈴
媒體公關組／徐毓庭	綜合業務組／何欣穎

發 行 人／江媛珍
法 律 顧 問／第一國際法律事務所 余淑杏律師・北辰著作權事務所 蕭雄淋律師
出　　　版／國際學村
發　　　行／台灣廣廈有聲圖書有限公司
　　　　　　地址：新北市235中和區中山路二段359巷7號2樓
　　　　　　電話：（886）2-2225-5777・傳真：（886）2-2225-8052

代理印務・全球總經銷／知遠文化事業有限公司
　　　　　　地址：新北市222深坑區北深路三段155巷25號5樓
　　　　　　電話：（886）2-2664-8800・傳真：（886）2-2664-8801
　　　　　　網址：www.booknews.com.tw（博訊書網）
郵 政 劃 撥／劃撥帳號：18836722
　　　　　　劃撥戶名：知遠文化事業有限公司（※單次購書金額未達500元，請另付60元郵資。）

■出版日期：2019年07月
ISBN：978-986-454-085-3